AF766314

കണ്ണീർക്കൊന്ന

Kanneerkkonna
Stories

Dr. Sreerekha Panicker

CHINTHA PUBLISHERS
Thiruvananthapuram

First Edition
October 2021

Second Impression
February 2023

Published
Chintha Publishers, Thiruvananthapuram

Cover Design
Subin Abraham

Illustration
Ratheesh Vincent

ISBN : 978-93-90301-78-2

CO - 3025 / 6348

Email: chinthapublishers@gmail.com
Website: www.chinthapublishers.com

A version is available at National Libraries
Kolkata, Mumbai, Chennai and Delhi

Distribution
DESHABHIMANI BOOKHOUSE
H O Thiruvananthapuram 695035

Branch
Head Office Kunnukuzhi • Statue Thiruvananthapuram
KSRTC Bus Terminal Thampanoor • Saphalyam Complex Thiruvananthapuram
KSRTC Bus Station Alappuzha • KSRTC Bus Station Ernakulam
Machingal Lane Thrissur • IG Road Kozhikode
Mavoor Road Kozhikode • NGO Union Building Kannur
Central Bus Terminal Complex Thavakkara Kannur

കണ്ണീർക്കൊന്ന

ഡോ. ശ്രീരേഖ പണിക്കർ

ചിന്ത പബ്ലിഷേഴ്സ്
തിരുവനന്തപുരം-695 035

ഡോ. ശ്രീരേഖ പണിക്കർ

25-05-1956 ൽ പന്തളത്ത് ജനനം. അച്ഛൻ: പ്രൊഫ. എം പി പണിക്കർ. അമ്മ: പി ജി രാജമ്മ.

പന്തളം എൻ എസ് എസ് കോളേജ്, മെഡിക്കൽ കോളേജ്, തിരുവനന്തപുരം, മെഡിക്കൽ കോളേജ് കോട്ടയം എന്നിവിടങ്ങളിൽ വിദ്യാഭ്യാസം.

കേരള ഹെൽത്ത് സർവ്വീസസിൽ അസിസ്റ്റന്റ് സർജനായി 1982 ൽ ചേർന്നു. നൂറനാട് ലെപ്രസി സാനിറ്റോറിയം, പേരൂർക്കട ഗവൺമെന്റ് ഹോസ്പിറ്റൽ, നേമം ഗവ. ഹോസ്പിറ്റൽ എന്നീ സ്ഥാപനങ്ങളിൽ ജോലിചെയ്തു. 2007 ൽ അഡ്മിനിസ്ട്രേറ്റീവ് കേഡറിൽ സ്റ്റേറ്റ് ലെപ്രസി ഓഫീസറായി 5 കൊല്ലം ജോലിനോക്കി. പിന്നീട് കേരള സ്റ്റേറ്റ് എയ്ഡ്സ് കൺട്രോൾ സൊസൈറ്റിയിൽ അഡീഷണൽ പ്രോജക്ട് ഡയറക്ടറായി. ആരോഗ്യവകുപ്പിൽ അഡീഷണൽ ഡയറക്ടറായി 2012 ൽ സർവ്വീസിൽ നിന്നും വിരമിച്ചു. ഇപ്പോൾ പട്ടം ശ്രീ ഉത്രാടം തിരുനാൾ ഹോസ്പിറ്റലിൽ ത്വക്രോഗ വിഭാഗത്തിൽ സ്റ്റാഫ് കൺസൾട്ടന്റായി ജോലി ചെയ്യുന്നു. ആനുകാലികങ്ങളിൽ കഥകൾ പ്രസിദ്ധീകരിച്ചിട്ടുണ്ട്. 2010 ലെ മാധവിക്കുട്ടി സ്പെഷ്യൽ ജൂറി പുരസ്കാരം, 2018 ലെ മാധവിക്കുട്ടി പുരസ്കാരം, 2019 ലെ *മകരം* മാസിക പ്രതിഭാ പുരസ്കാരം എന്നിവ ലഭിച്ചു.

കൃതികൾ: *തുംഗനാഥന്റെ തീരുമാനങ്ങൾ, വിരഹകാശി, അഷ്ടവസുക്കളുടെ അമ്മ* (കഥകൾ).

ഭർത്താവ്	:	ഡോ. ജി രമേശൻപിള്ള
മക്കൾ	:	രേണു രമേഷ്, ശങ്കർ രമേഷ്
വിലാസം	:	ശരണ്യ, മരുതംകുഴി ജങ്ഷനു സമീപം കാഞ്ഞിരംപാറ പി ഒ തിരുവനന്തപുരം - 695 030
ഫോൺ	:	0471-2365496, 9447958361

ഉള്ളടക്കം

പ്രസാധകക്കുറിപ്പ്

ഉള്ളുനീറ്റുന്ന അനുഭവങ്ങളിൽനിന്നും പിറവിയെടുക്കുന്ന കഥകളാണ് ഡോ. ശ്രീരേഖ പണിക്കരുടേത്. മനുഷ്യസ്വഭാവത്തിന്റെ പ്രവചനാതീതത നിഴലിക്കുന്ന കഥകളാണ് ഇതിലേറെയും. തെളിഞ്ഞ ഭാഷയിൽ, ഒരു സ്ത്രീക്കുമാത്രം കഴിയുന്നത്ര വികാര തീക്ഷ്ണതയോടെ, ആവിഷ്ക്കരിക്കപ്പെട്ട കഥകളാണ് കണ്ണീർ കൊന്നയിലേത്. അനുവാചകന്റെ ഉള്ളറകളിൽ കയറിപ്പറ്റുന്ന ഈ സമാഹാരത്തിലേക്ക് പ്രവേശിക്കാം.

ചിന്ത പബ്ലിഷേഴ്സ്

കണ്ണീർക്കൊന്ന

മേടപ്പകുതിയിലെ ആകാശം വിങ്ങിനില്ക്കുകയായിരുന്നു. ഇത്തിരി മുൻപേ ഒരു ചാറ്റൽമഴ പെയ്തുതോർന്നിട്ടും വീണ്ടും കരിമേഘങ്ങൾ, ഉള്ളിൽ കണ്ണീർക്കുടമൊളിപ്പിച്ച്, ചക്രവാളച്ചെരിവ് തിടുക്കപ്പെട്ടു കയറി വരുന്നു. ഇരുളിലാണ്ട പാതി മേനിയുമായി വിളറി നില്ക്കുന്ന തിങ്കൾക്ക ലയുടെ അടുത്ത് ഒറ്റപ്പെട്ടുപോയ ഒരു താരകം നിറമിഴികളുമായി വിതു മ്പുന്നു.

ഗൗരി, ബാൽക്കണിയിലിട്ട ദിവാനിൽ ചാരിയിരുന്ന്, തണുത്ത വെള്ളം കുടിച്ചു. ഒരു ദുഃസ്വപ്നത്തിന്റെ പകുതിവച്ച് ഉണർന്നുപോയ പരവേശത്തിൽ വിയർപ്പുതുള്ളികൾ ദേഹത്തുകൂടി ചാലിട്ട് ഒഴുകുന്നു. ഇത് എത്രാമത്തെ തവണയാണ്, ഇതുപോലെ നൊമ്പരപ്പെടുത്തുന്ന സ്വപ്നങ്ങൾ കാണുന്നത്? പക്ഷേ, ഗൗരി സന്ദേഹിച്ചു, ഇത് ഒരു കിനാവു തന്നെയാണോ? നിരഞ്ജൻ വന്നു കൈപിടിച്ചു യാത്ര പറഞ്ഞതിന്റെ ചൂട് വിരലുകളിൽനിന്നു പോയിട്ടില്ലെന്ന് അവൾക്കു തോന്നി. അവൾ കൈകൾ നിവർത്തിപ്പിടിച്ചു. വിരൽത്തുമ്പുകൾ ആരോ അമർത്തിപ്പിടി ച്ചതുപോലെ തുടുത്തുവീർത്തു നില്ക്കുന്നു. നിരഞ്ജൻ പറഞ്ഞ വാക്കു കളും, അവ ഒരു വരിപോലും വിടാതെ കാതിൽ മുഴങ്ങുന്നു. 'എനിക്ക് ഉടനെ പോകണം, സന്ദീപ് എയർപോർട്ടിൽ കാത്തു നില്ക്കുന്നു.'

ഗൗരി അത്ഭുതത്തോടെ ചോദിച്ചു, 'ഈ രാത്രി, വൈകിയ സമ യത്ത് എങ്ങോട്ടുപോകുന്നു?'

'സന്ദീപ്, അന്റാർട്ടിക്കയിലെ എക്സ്പെഡിഷൻ ടീമിലെ മെമ്പർ ആണ്. അവൻ എന്നെയും സജസ്റ്റ് ചെയ്തു. ഞാൻ എയർപോർട്ടിൽ ചെന്നാൽ മതിയെന്നാണ് അവൻ പറയുന്നത്. എല്ലാ അറേഞ്ച്മെന്റ്സും അവൻ ചെയ്തോളും. ഞാൻ പോകുന്നു.'

ഗൗരി പകച്ചു നിന്നു-അന്റാർട്ടിക്കയിലേക്ക്? നിന്ന നില്പിൽ? നിരഞ്ജന് ഒരു സംശയവുമില്ല.

'നിനക്കറിയില്ലേ ഗൗരീ, എനിക്ക് തണുപ്പ് വളരെ ഇഷ്ടമാണ്. ധ്രുവപ്രദേശങ്ങളിലെ കോൾഡ് ബ്ലോസ്, ഗ്ലേസിയേഴ്സ്-പിന്നെ ധ്രുവദീപ്തിയുടെ ഭംഗി, എന്റെ ഒരു ഡ്രീം ആയിരുന്നു ഈ യാത്ര. താങ്ക് ഗോഡ്. ഞാൻ പോകട്ടെ-മോളോടും പറഞ്ഞേക്കൂ, എനിക്ക് സമയമില്ല ഇനി.' കതകിനടുത്ത് എത്തി അയാൾ തിരിഞ്ഞു നിന്നു. 'പിന്നെ ഫോൺ ചെയ്യാനൊന്നും പറ്റില്ല. ഹാംറേഡിയോ മറ്റോ ആണ് ഉള്ളത്. താഴെ കാൾ ടാക്സി വെയ്റ്റ് ചെയ്യുന്നു. സോ, ബൈ.'

പെട്ടെന്നവൾ ഞെട്ടിയുണർന്നു. മുൻപിൽ ടേബിൾലാമ്പിന്റെ അരണ്ട വെട്ടം. പുറത്തു വേനൽമഴയുടെ നേർത്ത തേങ്ങൽ. ഉറക്കെമിടിക്കുന്ന നെഞ്ചോടെ അവൾ ജനലിലൂടെ താഴേക്കു നോക്കി, നിരഞ്ജൻ എവിടെ, പോയോ?

അവൾ താഴിട്ടു പൂട്ടിക്കിടക്കുന്ന ഗേറ്റുകണ്ടു. ഗാരേജിൽ കറുത്തകവർ പുതച്ചുകിടക്കുന്ന കാർ കണ്ടു. മുറിയുടെ പുറത്തേക്കുള്ള കതക് കുറ്റിയിട്ടിരിക്കുന്നതുകണ്ടു-പിന്നെ ആരാണ് മുറിയിൽ നിന്നിറങ്ങിപ്പോയത്?

പെട്ടെന്ന് ഒരോർമ്മയിൽ അവൾ നടുങ്ങി. നാലഞ്ചു വർഷം മുൻപ്, അന്റാർട്ടിക്കയിൽ മെഡിക്കൽ ടീമിനോടൊപ്പം പോയ സുഹൃത്ത് സന്ദീപിനെ അന്നു കാണാതായതാണ്. ടെന്റിൽനിന്നും രാത്രി പുറത്തുപോയതാണെന്നറിയാം. ഹിമക്കാറ്റിൽ പുതഞ്ഞുപോയതോ ഹിമാനിയുടെ ഉള്ളിൽപ്പെട്ടതോ? മിക്കപ്പോഴും ആ ആത്മസുഹൃത്തിനെ ഓർത്ത് നിരഞ്ജൻ ഒന്നും മിണ്ടാതെ വിഷമിക്കുന്ന ദൃശ്യം കൺമുൻപിൽ കാണുന്നപോലെ.

സന്ദീപ് എന്നെ വിളിക്കുന്നു, ഞാൻ പോട്ടെ എന്നുപറഞ്ഞ് നിരഞ്ജൻ ധൃതിവച്ച് പോയത് ഏതു ഹിമാനിയുടെ ഉള്ളിലെ മരവിപ്പിക്കുന്ന തണുപ്പിലേക്കാണ്?

നെഞ്ചു പിളരുന്ന ഒരു തേങ്ങലിൽ അവൾ ഉലഞ്ഞു. ഓരോ സ്വപ്നങ്ങളിലും ഇതേപോലെ ഓരോ ദൂരയാത്ര പോകുന്ന നിരഞ്ജൻ-ഒരു കൊല്ലത്തിനകം എത്ര തവണയാണ് ഈ യാത്രാമൊഴികൾ കേട്ടു ഹൃദയം നീറുന്നത്?

പക്ഷേ, അവൾ വേദനയോടെ ഓർത്തു-കഴിഞ്ഞ കൊല്ലം വിഷുവിന്റെ അന്ന് യാത്ര പറയാതെയാണ് നിരഞ്ജൻ പോയത്.

പിൻനിലാവിന്റെ ഒരു തുള്ളിപോലും വീഴാത്ത ആ രാത്രിയെക്കുറിച്ചോർത്തപ്പോൾ ഗൗരിയുടെ മിഴികൾ തുളുമ്പി. വൈകിത്തീർന്ന ഒരു സർജറി കഴിഞ്ഞ് പോസ്റ്റ് ഓപ്പറേറ്റീവ് ഐ സി യുവിലേക്കു മാറ്റിയിട്ട് അസിസ്റ്റന്റിനെ അവിടെയിരുത്തിയിട്ട് ഓടി വന്നതായിരുന്നു നിരഞ്ജൻ. അയാൾ എപ്പോഴും അങ്ങനെയായിരുന്നു. വീടിന്റെ മുൻപിലെ, റോഡിന്റെ എതിർവശത്തുള്ള ഹോസ്പിറ്റലിൽ കാർഡിയാക് സർജനായി ചേർന്ന

പ്പോൾ മുതൽ ക്ഷീണം തോന്നുമ്പോഴെല്ലാം ഓടി വീട്ടിലേക്കു വരും. ബാൽക്കണിയിലെ ദിവാനിൽ ചരിഞ്ഞു മാനം നോക്കി അല്പസമയം കിടന്നിട്ട് എഴുന്നേറ്റ് തിരിച്ചുപോകും. ബാൽക്കണിയുടെ റെയിലിനോടു ചേർന്നുനില്ക്കുന്ന കണിക്കൊന്നയുടെ ചില്ലകളിലെ പവൻ നിറമുള്ള പൂക്കൾ ഇളം കാറ്റിലുലഞ്ഞ് അയാളെ ഉരുമ്മി നില്ക്കും. അവയുടെ മിനുസമുള്ള ഇതളുകൾ തടവിക്കൊണ്ട് അയാൾ പറയും:

'ഈ കൊന്നപ്പൂക്കളിൽ സൂര്യന്റെ എനർജി മുഴുവൻ ഉണ്ട് ഗൗരി. വെയിൽ കുടിച്ചാണ് ഇത് ഇത്ര സുന്ദരിയായത്. ഈ പൂക്കളെ നോക്കിക്കിടക്കുമ്പോൾ എന്റെ തളർച്ചയെല്ലാം മാറും. അതിനാണ് ഞാൻ ഓടി വരുന്നത്.'

വർഷത്തിലെ എല്ലാ ദിവസവും പൂത്തുലഞ്ഞു നില്ക്കുന്ന സ്വർണ്ണക്കൊന്ന; എന്നും പൂക്കുന്ന ആ കൊന്നമരം കാരണമാണ് ആ വീടു വാങ്ങിച്ചത്. ഒരു മലയാളി ആർമി ഓഫീസറുടെ വീട് ഹോസ്പിറ്റലിനു മുൻപിൽ വില്ക്കാനുണ്ടെന്നു കേട്ടു കാണാൻ ചെന്നപ്പോൾ, മകരമാസത്തിലെ തണുപ്പിലും അടിമുടി പുഷ്പമഞ്ജുഷകളുമായി മുറ്റത്തു നില്ക്കുന്ന കണിക്കൊന്നയാണ് എതിരേറ്റത്. ചെന്നൈ നഗരത്തിൽ കാണാൻ കഴിയാത്ത ഒരു കാഴ്ച. അയാൾ ആഹ്ലാദാതിരേകത്തോടെ പറഞ്ഞു–ഗൗരി എനിക്കിനി ഒന്നും കൂടുതൽ നോക്കാനില്ല.

ഗൗരി വീടും സ്ഥലവും കാണുകയായിരുന്നു. കൊന്നയോടു ചേർന്നു നില്ക്കുന്ന ഇലഞ്ഞി; അതിന്റെ മാദകഗന്ധമുള്ള തവിട്ടുനിറമാർന്ന അരിപ്പൂക്കളും പൊൻനിറമാർന്ന പഴങ്ങളും നീൾമിഴികൾപോലെയുള്ള കുരുവും മുറ്റത്തു വിതറിക്കിടന്നിരുന്നു. തൊട്ടടുത്തു കായ്ക്കാൻ തുടങ്ങുന്ന വരിക്കപ്ലാവ്, നാട്ടുമാവ്. പക്ഷേ, അതൊന്നും ശ്രദ്ധിക്കാതെ നിരഞ്ജൻ കൊന്നപ്പൂങ്കുല പൊട്ടിച്ചെടുത്തുകൊണ്ടു പറഞ്ഞു, ഗൗരീ പ്ലാവും മാവും ഇലഞ്ഞിയുമൊക്കെ എവിടെയും വളരും പൂക്കും കായ്ക്കും. പക്ഷേ, ഈ കൊന്ന എന്നും പൂക്കൾ വിടരുന്ന കൊന്ന, ഒരു അത്ഭുതമാണ്, അപൂർവ്വതയും. വീ ആർ ലക്കി.

ആർമി ഓഫീസർ പറഞ്ഞു. 'ഞങ്ങൾ ഇരുപത്തഞ്ചു കൊല്ലത്തോളം ഇടയ്ക്കിടെ താമസിച്ച വീടാണ്. കുട്ടികൾ വിദേശത്ത്. കാനഡയിലും യു കെയിലും സെറ്റിൽ ചെയ്തപ്പോൾ ബന്ധുക്കൾ നിർബ്ബന്ധിക്കാൻ തുടങ്ങി' നാട്ടിൽ ചെല്ലാൻ. മക്കളും കർശനമായി പറയുന്ന, ഇവിടെ ഒറ്റയ്ക്കു നില്ക്കണ്ട എന്ന്. അതുകൊണ്ടാണ് അല്ലെങ്കിൽ.

അദ്ദേഹം ചിന്താധീനനായി ഇരുന്നു. പിന്നെ നിരഞ്ജന്റെ കൈകൾ കൂട്ടിപ്പിടിച്ചു പറഞ്ഞു.

'ഡോക്ടർ' എന്റെ മക്കളെപ്പോലെ ഞാൻ നട്ടുവളർത്തി വലുതാക്കിയ വൃക്ഷക്കുഞ്ഞുങ്ങളാണീ പ്ലോട്ട് നിറയെ. ഒരു കാവല്ക്കാരനെയും തോട്ടക്കാരനെയും ഒക്കെ ഇവയെ നോക്കാൻ നിർത്തിയിരുന്നു. പ്രത്യേകിച്ച് ഈ കണിക്കൊന്ന ഞങ്ങൾ അത്രയും സ്നേഹം കൊടുത്തതുകൊണ്ടാകും ഇത് എന്നും പൂക്കുന്നത്. ഈ ചെടികൾ സ്നേഹപ്രക

ടനം നടത്തുന്നത് ഇങ്ങനെയാവും. ഹു നോ സ്? ഇല്ലേ? ഈ മരങ്ങൾ ഒന്നുപോലും ഒരിക്കലും മുറിച്ചു മാറ്റരുത്.

നിരഞ്ജൻ അദ്ദേഹത്തിന്റെ കൈകൾ തടവി. ഈ നഗരമദ്ധ്യത്തിൽ ഇത്രയും പച്ചമരങ്ങൾ കൊതിച്ചു നില്ക്കുന്ന ഞങ്ങളോടാണോ ഈ റിക്വസ്റ്റ്? ഞങ്ങൾ രണ്ടാളും ഉള്ളിടത്തോളം കാലം ഇവയെല്ലാം ഇവിടെത്തന്നെ കാണും സാറിന് ഇടയ്ക്കിടെ വന്നു നോക്കാം. ഞങ്ങളോടൊപ്പം താമസിക്കാം-നോ ഒബ്ജക്ഷൻ.

പക്ഷേ, ഗൗരിയുടെ കണ്ണുകൾ വീണ്ടും കുതിർന്നു. ഞങ്ങൾ രണ്ടു പേരും ഉള്ളിടത്തോളം എന്ന് ഉറപ്പിച്ചുപറഞ്ഞിട്ട് ഇപ്പോൾ ഒരാൾ എവിടെ?

വിഷുവിന്റെ തലേന്ന് ബാൽക്കണിയിൽനിന്നു വന്ന് അയാൾ പറഞ്ഞു.

'ഗൗരീ നീ ശ്രദ്ധിച്ചോ? കൊന്നപ്പൂക്കളെല്ലാം വിളറിയിരിക്കുന്നു. സ്വർണ്ണനിറമൊക്കെ മങ്ങി. ഇപ്പോൾ ഒരു നാരങ്ങാ മഞ്ഞനിറം എന്തുപറ്റിയോ എന്തോ?'

ഗൗരി പറഞ്ഞു.

'ആ പ്ലാവും മാവും ചാമ്പയും സപ്പോട്ടയുമൊക്കെ വളർന്ന് അതിനു സൂര്യപ്രകാശം കൊടുക്കുന്നുണ്ടാവില്ല. നല്ല വെയിൽ ഏല്ക്കാത്തതു കൊണ്ടാണ്. ടെറസിലെ പൂക്കൾക്കു നല്ല തങ്കനിറമാണ്. ഞാൻ ഇന്നലെ തുണി വിരിക്കാൻ പോയപ്പോൾ കണ്ടു. അവിടെ ഇഷ്ടം പോലെ വെയിലേല്ക്കുന്നതുകൊണ്ടാണ് ആ പൂക്കൾക്കു നല്ല ഭംഗി.'

അയാൾ കുടിച്ചുകൊണ്ടിരുന്ന ചായക്കപ്പ് ഡൈനിങ് ടേബിളിൽ വച്ച് പെട്ടെന്ന് ടെറസിലേക്കുള്ള കതകു തുറന്നു പടി കയറിപ്പോയി.

അവൾ പുറകിൽനിന്നു വിളിച്ചു. 'ദാ, ഞാൻ ബ്രേക്ക്ഫാസ്റ്റ് എടുത്തുവച്ചു. പോകാറായില്ലേ? പെട്ടെന്നു വരണം.'

ഉത്തരം കേൾക്കാതായപ്പോൾ അവൾ ടെറസിലേക്കു ചെന്നു. അവിടെ ടെറസിലെ ഉയരം കുറഞ്ഞ മതിലിൽ കയറിനിന്നു തോട്ടി കൊണ്ടു നിരഞ്ജൻ ഒരുകുല മഞ്ഞപ്പൂക്കൾ പൊട്ടിച്ചെടുക്കുകയായിരുന്നു.

ഗൗരി ഒച്ചയിട്ടു. 'എന്താണ് ഈ ചെയ്യുന്നത് കാല് തെറ്റിയാലോ?'

അയാൾ പൂങ്കുലയുമായി താഴേക്കിറങ്ങി. പേടിച്ചരണ്ടു നില്ക്കുന്ന ഗൗരിയുടെ കവിളിൽ ഒരു തട്ടു കൊടുത്തുകൊണ്ടു പറഞ്ഞു.

'ഞാൻ മെഡിക്കൽ കോളേജിലെ ബെസ്റ്റ് സ്പോർട്സ്മാനായിരുന്നെന്നു നിനക്കറിയില്ലേ. ഞാൻ അങ്ങനെ ബാലൻസ് കിട്ടാതെ വീഴുകയൊന്നുമില്ല. പോൾവാൾട്ടിലും ഹൈജമ്പിനുമൊക്കെ മെഡൽ കിട്ടിയ ഞാൻ ഇത്ര ചെറിയ ഉയരത്തിൽനിന്നു വീഴുമോ?

നീയെന്നെ അണ്ടർ എസ്റ്റിമേറ്റ് ചെയ്യാതെ. പിന്നെ ആ കൊന്നക്കുല കാണിച്ചുകൊണ്ടയാൾ തുടർന്നു.

'നീ പറഞ്ഞതു ശരിയാണ്. നല്ലപോലെ വെയിൽ കിട്ടുന്ന ചില്ലയിലെ പൂക്കൾക്കെന്തു നിറമാണ്! ഇത് എനിക്കു നിശാന്തിനു കൊടു

ക്കാനാണ്. ഞാൻ പറഞ്ഞിട്ടില്ലേ നിശാന്തിനെപ്പറ്റി? നമ്മുടെ മെഡിക്കൽ കോളേജിലെ സ്റ്റുഡന്റാണ്. അവനു പക്ഷേ, കാർഡിയോമയോപ്പതിയാണ്. ഹാർട്ട് ട്രാൻസ്പ്ലാന്റ് ചെയ്താൽ രക്ഷപ്പെടും. ഇരുപതു വയസ്സേയുള്ളൂ. ഇടയ്ക്കിടെ വന്ന് അസുഖം കൂടി അഡ്മിറ്റാകും. ജസ്റ്റ് പുള്ളിങ് ഓൺ എന്നാൽ നിനക്കറിയുമോ? അവനില്ലാത്ത ടാലന്റ്സ് ഇല്ല. കവിത എഴുതും വരയ്ക്കും പാടും അഭിനയിക്കും. വാട്ട്നോട്ട്! എന്റെ പോർട്രെയ്റ്റ് വരച്ചുകൊണ്ടിരിക്കുകയാണ്. എന്റെ പോർട്രെയ്റ്റിന്റെ ബാക്ഗ്രൗണ്ടിൽ കൊന്നപ്പൂക്കൾ വരയ്ക്കാൻ ഞാൻ പറഞ്ഞു. അവനു നോക്കി വരയ്ക്കാനാണീ പൂക്കൾ.

അന്നു വൈകിട്ട് നിരഞ്ജനോടൊപ്പം നിശാന്തിനെ കാണാൻ കാർഡിയോളജി ബ്ലോക്കിൽ പോയി. മെലിഞ്ഞ ശരീരവും വിളറിയ മുഖവുമാണെങ്കിലും വലിയ കണ്ണുകളിൽ ലോകം മുഴുവൻ കണ്ടുമതി തീരാത്ത ആവേശവും ആഗ്രഹവും.

നിരഞ്ജൻ ചോദിച്ചു. 'എന്റെ പടം തീരാറായോ? ഗൗരിക്കു കാണാമോ?'

അവന്റെ മുഖത്തു നേർത്ത ചിരി. അവന്റെ അമ്മയുടെ ചുണ്ടിലും വാടിയ പുഞ്ചിരി. അവർ പറഞ്ഞു. 'രാത്രി ഒന്നുറങ്ങിയിട്ട് എണീറ്റിരുന്നു വരയ്ക്കും. ആരെയും കാണിക്കില്ല. വരച്ചതു മറച്ചുവച്ചിരിക്കുന്നു. സാറിന്റെ ഫോട്ടോ നെഞ്ചത്തുവച്ചാണു കിടന്നുറങ്ങുന്നത്. പടം തീരുമ്പോൾ സാറിനെ ആദ്യം കാണിക്കണമെന്നാണു വാശി.'

മങ്ങുന്ന പകൽവെട്ടത്തിലും നിരഞ്ജന്റെ കണ്ണുകൾ തിളങ്ങുന്നത് അവൾ കണ്ടു. തിരിച്ചുപോരുമ്പോൾ കാറിലിരുന്ന് അയാൾ പറഞ്ഞു.

'പൂവർ ബോയ്, കിഡ്നിപോലെ നമുക്കൊക്കെ രണ്ടു ഹൃദയമുണ്ടായിരുന്നെങ്കിൽ ഒരെണ്ണം ഞാൻ അവനുകൊടുത്തേനെ. എന്റെ ബ്ലഡ്ഗ്രൂപ്പ്തന്നെയാണ് അവനും. ഡോണറെ നോക്കിയിരിക്കാൻ തുടങ്ങിയിട്ടു രണ്ടുകൊല്ലമായി. ഒന്നും മാച്ച് ആകുന്നില്ല. എന്നും അവന്റെ പേരന്റ്സ് വന്നു ചോദിക്കും എന്തെങ്കിലും ഇൻഫർമേഷൻ ഉണ്ടോ എന്ന്.'

ഒന്ന് നിർത്തി, ഒരു മന്ത്രണംപോലെ അയാൾ പറഞ്ഞു.

'അവൻ, എന്റെ മകനായിരുന്നെങ്കിൽ....'

അവൾ ഞെട്ടി, അയാളുടെ മുഖത്തേക്കു നോക്കി. അയാൾ ശാന്തനായി തുടർന്നു.

'അതെ ഗൗരി, ഹീ ഈസ് വെരി ബ്രില്യന്റ്. ലോറൻസ് സാർ എന്നെ ട്രെയിൻ ചെയ്യുന്നതുപോലെ എന്റെ കുട്ടിക്ക് ഞാനെന്റെ സ്കിൽ പകർന്നുകൊടുക്കുന്നത് ഞാൻ ഡ്രീം ചെയ്തിരുന്നു. അതൊരു ഡ്രീം മാത്രമായിപ്പോയി.'

ഗൗരി നിശ്ശബ്ദയായി ഇരുന്നു.

പഠിക്കാൻ വളരെ സമർത്ഥയായിരുന്ന മകളോടു പ്ലസ് വണ്ണിന്

ബയോളജി എടുക്കണമെന്നു നിരഞ്ജൻ പറഞ്ഞപ്പോൾ അവൾ മറുപടി നല്കിയത് ഓർക്കുന്നു.

'അച്ഛാ, എനിക്ക് ഡോക്ടറാകാൻ ഇഷ്ടമാണ്. പക്ഷേ, എനിക്ക് ഒരു സയന്റിസ്റ്റ് ആകാനാണാഗ്രഹം. എന്നെ എന്നും ഇൻസ്പെയർ ചെയ്തിട്ടുള്ളതു സ്പേസ് ആണ്. എനിക്ക് അസ്ട്രോ ഫിസിക്സ് പഠിക്കണം. നല്ല ഫെസിലിറ്റീസ് ഉള്ള നല്ല യൂണിവേഴ്സിറ്റിയിൽ. എന്നിട്ട് സ്പേസ് സയന്റിസ്റ്റാകണം.'

പ്ലസ്ടു കഴിഞ്ഞ് അവൾ തെരഞ്ഞെടുത്ത ഏറ്റവും നല്ല യൂണിവേഴ്സിറ്റിയിൽ സ്കോളർഷിപ്പോടെ പഠിക്കാൻ വിദേശത്തേക്കുപോയ അവളെ ഓർത്തു വിഷാദചിത്തനും മൂകനുമായി ഇരിക്കുന്ന നിരഞ്ജനോട് അവൾ പറഞ്ഞു.

'ഇത്ര വിഷമിക്കുന്നതെന്തിനാണ്?

അച്ഛൻ ഡോക്ടറായിട്ടും എല്ലാ സൗകര്യങ്ങളുമുള്ള സ്വന്തം ഹോസ്പിറ്റലുണ്ടായിട്ടും ബന്ധുക്കളെല്ലാം നാട്ടിലുണ്ടായിട്ടും അവിടെ നില്ക്കാതെ ലോറൻസ് സാറിന്റെ കൂടെ വർക്ക് ചെയ്യണമെന്നു പറഞ്ഞ് ചെന്നൈയിലേക്കു വന്ന നിരഞ്ജന്റെ സ്വന്തം മകൾ തന്റെ ഇഷ്ടം നോക്കിയല്ലേ ചെയ്യൂ? ലൈക് ഫാദർ ലൈക് ഡോട്ടർ.'

അകലേക്കു നോക്കി ചിന്താവിഷ്ടനായി ഇരുന്ന അയാളോട് അവൾ വിഷമത്തോടെ തുടർന്നു പറഞ്ഞു.

'നാട്ടിലെ മെഡിക്കൽകോളേജിൽ പതോളജി ഡിപ്പാർട്ട്മെന്റിലെ അസിസ്റ്റന്റ് പ്രൊഫസർജോലി രാജിവെച്ച് ഈ പ്രൈവറ്റ് ഇൻസ്റ്റിറ്റ്യൂഷനിലെ എട്ടോ പത്തോ പതോളജിസ്റ്റുകളിൽ ഒരാളായി ഞാനല്ലാതെ വേറെയാരെങ്കിലും വന്നിരിക്കുമോ? ഞാനെന്റെ ഇഷ്ടം നോക്കിയില്ല. അതുപോലെയല്ല മറ്റുള്ളവർ.'

അയാൾ തിരിഞ്ഞ്, അവളുടെ മുഖത്തേക്ക് സൂക്ഷിച്ചുനോക്കി.

'ഇതെന്താ ഇപ്പോൾ ഒരു റിഗ്രറ്റ്. അന്ന് അതൊന്നും പറഞ്ഞില്ലല്ലോ. ഇപ്പോഴും വിഷമമുണ്ടോ, പോന്നതിൽ?'

ഗൗരി ഒരു നിമിഷം ആലോചിച്ചു. കിന്റർഗാർട്ടൻ മുതൽ മെഡിക്കൽകോളേജ് വരെ കൂടെയുണ്ടായിരുന്ന നിരഞ്ജൻ, എല്ലാ കാര്യങ്ങളും പരസ്പരം പങ്കുവച്ചവർ. അച്ഛന്റെ അടുത്ത സുഹൃത്തിന്റെ മകൻ.

സൂചിക്കു പിന്നാലെ പോകുന്ന നൂലുപോലെ നിരഞ്ജനെ വിട്ട് ഒരു ജീവിതം ആലോചിച്ചിട്ടേയില്ലാത്ത എനിക്ക് മെഡിക്കൽകോളേജിലെ സന്തോഷപൂർണ്ണമായ ജോലി, രാജിവച്ചപ്പോൾ എന്താണു തോന്നിയത്?

ഉടനെ തന്നെ നിരഞ്ജൻ പറഞ്ഞു.

'നീ റിഗ്രറ്റ് ചെയ്യുന്നെങ്കിലും എന്റെ കൂടെ വരും ഗൗരീ നീ. എനിക്കറിയാം അത്.'

അതെ, അതവൾക്കും അറിയാം. നിരഞ്ജന്റെ ഒപ്പമിരിക്കാൻ വേണ്ടി, എല്ലാ സുഖങ്ങളും ത്യജിക്കുമെന്ന്.

പക്ഷേ, ചിലപ്പോൾ നിരഞ്ജൻ കളിയാക്കും.

'ഞാൻ നിന്റെ ഭർത്താവാണെന്ന് നീ ഓർക്കാറുണ്ടോ? ഇപ്പോഴും ഞാൻ പഴയ യൂണിറ്റ്മേറ്റും ക്ലാസ്മേറ്റും ഒക്കെയാണെന്ന മട്ടിലാണ് പെരുമാറ്റം. ഞാൻ തനിസ്വഭാവം കാണിക്കും കേട്ടോ; വേണ്ടത്ര റെസ്പെക്റ്റ് തന്നില്ലെങ്കിൽ!

അവൾ ചിരിക്കും.'

എനിക്ക് ഓർക്കാനേ പറ്റുന്നില്ല. ഇതെന്റെ ഭർത്താവാണെന്ന്. ഒന്നിച്ചു കളിച്ചതും പഠിച്ചതും ഒക്കെയാണ് ഓർമ്മ. ഇനി ശ്രമിച്ചുനോക്കാം കേട്ടോ. രണ്ടു കൈവഴികളൊന്നിച്ച്, ഒരു അരുവിയായി ശാന്തമായൊഴു കിയൊഴുകിപ്പോകുമ്പോൾ പെട്ടെന്ന് അവൾ മുഖം പൊത്തി, മിഴികൾ മുറുക്കെ അടച്ചു. അടഞ്ഞ നയനങ്ങളിലൂടെ കണ്ണീർ ധാരയായി ഒഴുകി.

ഓർമ്മകൾ വീണ്ടും കുത്തി നോവിച്ചുകൊണ്ടേയിരിക്കുന്നു. അന്നു കണിവയ്ക്കാൻ പൂ വേണമെന്നു പറഞ്ഞില്ലായിരുന്നെങ്കിൽ, ടെറസിൽ പോകുന്നത് തടഞ്ഞിരുന്നെങ്കിൽ.

ദിവാനിൽ പകുതി ചരിഞ്ഞ്, മുൻപോട്ടു കുനിഞ്ഞു നില്ക്കുന്ന കൊന്നയുടെ ചില്ലകളിൽ പിടിച്ച് ഗസൽ കേട്ടുകൊണ്ടു കിടക്കുകയായി രുന്നു നിരഞ്ജൻ. ഗൗരി അടുത്തേക്കു ചെന്നു.

'പോകാറായോ? കണിവയ്ക്കാൻ നല്ല മഞ്ഞനിറമുള്ള പൂക്കൾ വേണമെന്നല്ലേ പറഞ്ഞത്? ഡ്രൈവർ വന്നപ്പോൾ ഞാൻ ടെറസിൽനിന്ന് പറിപ്പിച്ചു വയ്ക്കാൻ മറന്നുപോയി. ഈ പൂവ് വച്ചാൽ മതിയോ?' അയാൾ എണീറ്റിരുന്നു.

'അയ്യോ അതുവേണ്ട. മുകളിൽ കൈയെത്തുന്നിടത്ത് ഒരു കുല നില്പുണ്ട്. താഴെ നിന്ന് എത്തിപ്പിടിക്കാം.' അവൾ പറഞ്ഞു.

താഴെയുണ്ടെങ്കിൽ മതി. ആ മതിലിൽ കയറിയുള്ള അഭ്യാസം വേണ്ട.

അയാൾ പതുക്കെ എഴുന്നേറ്റ് ടെറസിലേക്കുള്ള വാതിൽ തുറന്നു. അവൾ പൂജാമുറിയിലേക്കു ചെന്നു. നാഗമ്മ എന്ന ജോലിക്കാരി തട്ടവും ഉരുളിയും വിളക്കും വാൽക്കണ്ണാടിയും പൂത്തളികയുമെല്ലാം സ്വർണ്ണം പോലെ മിനുക്കി, തറതുടച്ച് കൃഷ്ണവിഗ്രഹത്തിൽ മഞ്ഞപട്ടുടുപ്പിച്ച് തുളസിപ്പൂമാല ചാർത്തിയിരുന്നു. ഇനി കണിയൊരുക്കി വിളക്കുകൊളു ത്തിയാൽ മാത്രം മതി.

ഗൗരി ബാൽക്കണിയിലേക്കു ചെന്നു. നിരഞ്ജൻ അവിടെയില്ലായി രുന്നു.

അവൾ ക്ലോക്കിലേക്കു നോക്കി. രാത്രി പന്ത്രണ്ടര മണി കഴിഞ്ഞി രുന്നു. അരമണിക്കൂർ വിശ്രമിച്ചിട്ടു തിരിച്ചുപോയിക്കാണുമോ? ഹോസ്പി റ്റലിൽ നിന്ന് കോൾ വന്നിട്ട് ധൃതിപ്പെട്ടു പറയാതെ പോയതാണോ?

അവൾ ബാൽക്കണിയിൽ നിന്നെത്തിനോക്കി, ഗേറ്റ് അടഞ്ഞുകിട ക്കുന്നു. കാർ, ഷെഡ്ഡിൽത്തന്നെയുണ്ട്. ഗൗരിക്ക് ഉള്ളിൽ ഭീതി തോന്നി. നിരഞ്ജൻ ടെറസിൽ ഇരുട്ടത്ത് എന്തു ചെയ്യുകയാണ്?

ടെറസിലെ ലൈറ്റിട്ട് പടികൾ ഓടിക്കയറിച്ചെന്നപ്പോൾ,

ഇപ്പോഴും മറന്നിട്ടില്ല ആ ദൃശ്യം. പാരപ്പറ്റിൽ കമിഴ്ന്ന് ചോരയിൽ കുതിർന്ന ദേഹം. ചുറ്റും ചിതറിയ മഞ്ഞ കൊന്നമലരുകൾ, തണ്ടൊടിഞ്ഞു ചതഞ്ഞ ചില്ലകൾ. രക്തം പുരണ്ട ഇലകൾ.

ഉറക്കെ വാവിട്ടു നിലവിളിച്ചതോർമ്മയുണ്ട്. പിന്നെയെല്ലാം മൂടൽമഞ്ഞിലൂടെ കാണുന്ന മങ്ങിയ കാഴ്ചകൾപോലെ.

ആംബുലൻസിന്റെ നിലവിളി–ആൾക്കൂട്ടത്തിന്റെ തിക്കിത്തിരക്കലുകൾ–നിർത്താതെ ശബ്ദിക്കുന്ന ഫോണുകൾ. ഒടുവിൽ മൊബൈൽ മോർച്ചറിക്കുള്ളിലെ വെളുത്ത തുണിയിൽ പൊതിഞ്ഞ രൂപം.

ഏതോ മയക്കുമരുന്നിന്റെ ആലസ്യത്തിൽ ആശുപത്രിക്കട്ടിലിൽ അവൾ തളർന്നു കിടക്കുമ്പോൾ ലോറൻസ് സാറും കൂടെ ആശുപത്രിയുടെ ഡയറക്ടർ സുബ്രഹ്മണ്യം സാറും മുറിയിലേക്കു വന്നു.

ഗൗരി എഴുന്നേല്ക്കാൻ ശ്രമിച്ചപ്പോൾ ഡോ. ലോറൻസ് പറഞ്ഞു.

'വേണ്ട കുട്ടീ, കിടന്നോളൂ. ജസ്റ്റ് വൺ മിനിറ്റ്. ഒരു കാര്യം അറിയിക്കാൻ, അത്രയേയുള്ളൂ.'

ലോറൻസ് സാറിന്റെ ശബ്ദം ഇടറിയിരുന്നു. കട്ടികണ്ണടയുടെ ഇരുണ്ട നിറത്തിനുള്ളിലും മിഴികൾ നനഞ്ഞൊഴുകുന്നത് അവൾ കണ്ടു. അദ്ദേഹം അവളുടെ കൈകൾ പിടിച്ചു.

'ഗൗരീ, ഈ റിയാലിറ്റി നമ്മൾ ഫേസ് ചെയ്യണം. നിരഞ്ജൻ എനിക്ക് വെറും ഒരു അസിസ്റ്റന്റ് അല്ല. എന്നെ വിട്ടു പോയത്, എന്റെ പാതി ജീവനാണ്. എന്റെ മകനാണ്.'

അദ്ദേഹം പോക്കറ്റിൽനിന്ന് കർച്ചീഫ് എടുത്ത് മുഖം അമർത്തിത്തുടച്ചു.

ഡോ. സുബ്രഹ്മണ്യം മുൻപോട്ടുവന്ന് ഗൗരിയുടെ ചുമലുകൾ തലോടി.

'ഗൗരീ, ആറുമാസം മുൻപ് ഒരു ഓർഗൻ ഡൊണേഷൻ അവേർനസ് ക്യാമ്പ് നമ്മൾ ഹോസ്പിറ്റലിൽ നടത്തിയത് ഓർക്കുന്നുണ്ടോ? അന്നു നിങ്ങൾ രണ്ടുപേരും ഓർഗൻ ഡൊണേഷനുള്ള സമ്മതപത്രം, കൺസെന്റ്, ഒപ്പിട്ടുതന്നിരുന്നു. ശരിയല്ലേ? യൂ റിമെമ്പർ.'

ഡോ. ലോറൻസ് പതറിയ ശബ്ദത്തിൽ പതുക്കെ പറഞ്ഞു:

'ഗൗരീ, നിരഞ്ജനു ബ്രെയ്ൻ ഡെത്ത് മാത്രമാണു സംഭവിച്ചത്. ഇന്റേണൽ ഓർഗൻസിനൊന്നും ഒരു തകരാറുമില്ല. സോ ഞങ്ങൾ പ്രൊസീഡ് ചെയ്യട്ടെ?'

ഗൗരി നനഞ്ഞ തുണിപോലെ തളർന്നു കിടന്നു. വിളക്കിലെ തിരിനാളം കെട്ടുകഴിഞ്ഞാൽ വിളക്കിന്റെ ഭാഗങ്ങൾ അടർത്തി മാറ്റിയാലും ഇല്ലെങ്കിലും എന്താണു വ്യത്യാസം? ദീപം ജ്വലിക്കുമ്പോൾ മാത്രമേ വിളക്കിനു ശോഭയുള്ളൂ. അവൾ ഒന്നും പറയാതെ കരിന്തിരി കത്തുന്ന സന്ധ്യയെ നോക്കി ചാഞ്ഞു കിടന്നു.

കുറച്ചു നേരം മൂകരായി നിന്നിട്ടു അവർ കതകു ചാരി പുറത്തേക്കു നടന്നു.

ഗൗരി ദീർഘമായി നിശ്വസിച്ചു.

ഇന്നിപ്പോൾ ഒരു വർഷം കഴിയുന്നു. ഒരു വിഷുദിനം കൂടി.

നാഗമ്മ ചോദിച്ചു.

'നാളെ വിഷുവല്ലേ. വിളക്കൊരുക്കണോ അമ്മാ? കണി വയ്ക്കണ്ടേ?'

അമേരിക്കയിൽനിന്ന് ഇടയ്ക്കു രണ്ടു തവണ വന്നുപോയ മകൾ പറഞ്ഞു.

'അമ്മ പഴയപോലെ ആക്ടീവാകണം. ഇങ്ങനെ ആന്റി ഡിപ്രസന്റ്സ് കഴിച്ച് ഒന്നും ചെയ്യാതെ തളർന്നിരുന്നാൽ അച്ഛൻ തിരിച്ചുവരുമോ? ബി പ്രാക്ടിക്കൽ. അമ്മ സ്വയം ശ്രമിച്ചേ പറ്റൂ.'

എല്ലാവരും എത്രയെളുപ്പം പറയുന്നു, പഴയതുപോലെ ആകൂ ഗൗരീ. ആശ്വസിക്കൂ. എല്ലാം മറക്കൂ.

പക്ഷേ, എങ്ങനെ?

മകൾ പഠിക്കുന്നത് ദൃശ്യപ്രപഞ്ചത്തിനെക്കുറിച്ചാണ്. അശാന്തരായി അനന്തമായ ആകാശത്തിൽ അലഞ്ഞു തിരിയുകയും സ്വയം കറങ്ങുകയും വേറൊന്നിനെ ചുറ്റുകയും ചെയ്യുന്ന വസ്തുക്കളെക്കുറിച്ചാണ്. എനിക്ക് അറിയേണ്ടത്, സമാന്തരമായി സ്പന്ദിക്കുന്ന ഒരു അദൃശ്യപ്രപഞ്ചത്തെക്കുറിച്ചാണ്. അതിന്റെ ഇരുട്ടിലേക്കാണോ നിരഞ്ജൻ പോയത്? അതിനെക്കുറിച്ചുള്ള തെളിവുകൾ ആരു തരും?

കാൽപ്പാടുകൾ ഒന്നാക്കി യാത്രചെയ്തിരുന്ന തീർത്ഥാടകരിൽ ഒരാൾ ഇല്ലാതാകുമ്പോൾ മറ്റേയാൾ യാത്ര പൂർത്തിയാക്കുന്നതെങ്ങനെ?

ഉത്തരമില്ലാത്ത ചോദ്യങ്ങൾ സ്വയം ചോദിച്ചുചോദിച്ച് തീർക്കുന്ന ദിവസങ്ങൾ–പ്രകാശവും സംഗീതവും നിറഞ്ഞുനിന്ന അരങ്ങിൽനിന്നു പെട്ടെന്ന് ഒരു തമോഗർത്തത്തിലേക്ക് എടുത്തെറിയപ്പെട്ടതുപോലെ ഒരു തരി വെട്ടവുമില്ലാത്ത, നിശ്ശബ്ദമായ അതിന്റെ ഇടനാഴിയിലൂടെ ഒറ്റയ്ക്ക്.

പെട്ടെന്നൊരു മഴ കാറ്റിനൊപ്പം കടന്നുവന്നു. മുറ്റത്തുനിന്ന വയലറ്റ് മന്ദാരമരത്തിൽ പറ്റിപ്പിടിച്ചു വളരുന്ന മരക്കൂണുകളിൽ രണ്ടു ചാരപ്രാവുകൾ പറന്നുവന്നിരുന്നു. അവയുടെ മങ്ങിയ നിറമുള്ള തൂവലുകളിൽ ജലകണങ്ങൾ തിളങ്ങി. നിരഞ്ജനുള്ളപ്പോൾ അരിമണികൾ വിതറിക്കൊടുക്കുന്നതു കൊത്തിപ്പറക്കാൻ ദിവസവും പ്രാവുകൾ വരുമായിരുന്നു. എത്രയോ നാളിനുശേഷം ഇപ്പോൾ...

ദൂരെ എവിടെയോ പക്ഷിക്കൂട്ടങ്ങളുടെ കുറുകലുകൾ. ചിറകടികൾ. ഗൗരി ചുമരിലെ ക്ലോക്കിൽ നോക്കി. അഞ്ചരമണി കഴിഞ്ഞിരിക്കുന്നു. കണിയൊരുങ്ങാത്ത ഒരു വിഷുപ്പുലരി, ഉറക്കമുണർന്നു വരുന്നു.

അവൾ ബാൽക്കണിയുടെ അഴികളിൽ തൊങ്ങൽപോലെ തൂങ്ങിക്കിടക്കുന്ന വിളറിയ വിഷുപ്പൂക്കളെ നോക്കിയിരുന്നു. ഡ്രൈവർ മുരുകൻ, ഇലഞ്ഞിയുടെയും പ്ലാവിന്റെയും ഇലകളും ചില്ലകളും കോതിക്കളഞ്ഞിട്ടും ഈ പൂക്കൾക്കു സുവർണ്ണകാന്തി തിരിച്ചു കിട്ടിയില്ലല്ലോ. ആരുടെയോ ശാപമേറ്റു പെട്ടെന്ന് വിരൂപയായ അപ്സരസ്സിനെപ്പോലെ കൊന്നമരം ദുഃഖിതയായി ഭിത്തിയുടെ ഓരം ചേർന്നു നില്ക്കുന്നു.

പെട്ടെന്നു ഫോൺ ശബ്ദിച്ചു.

അവൾ ഉദ്വേഗത്തോടെ നോക്കി. ഈ സമയത്ത് ലോറൻസ് സാർ എന്തിനാണു വിളിക്കുന്നത്?

അദ്ദേഹം മുഖവുര കൂടാതെ പറഞ്ഞു– 'ഗൗരീ, രാവിലെ ഏഴുമണിക്ക് ഇവിടെ ചെറിയൊരു ഫങ്ഷനുണ്ട്. ഞാൻ ഇന്നലെ പല തവണ ഫോൺ ചെയ്തിരുന്നു–പക്ഷേ, മൊബൈൽ സ്വിച്ച് ഓഫ് ആയിരുന്നു. അതുകൊണ്ടാണ് വെളുപ്പിനു വിളിക്കുന്നത്. കാർ അയക്കും. വരണേ മോളേ.'

ഇടറിയ വാക്കും ദുർബ്ബലമായ ശബ്ദവും അവളെ വീണ്ടും കരയിച്ചു. തേങ്ങലൊതുക്കി ഗൗരി പറഞ്ഞു.

'ഞാൻ വരാം. പക്ഷേ, മീറ്റിങ്ങും പ്രസംഗവും ഒന്നും വേണ്ട സാർ. എനിക്കതൊന്നും കേട്ടു നില്ക്കാനാവില്ല.'

മുറ്റത്തു കാറിന്റെ ഹോൺ കേട്ടപ്പോൾ അവൾ തിടുക്കത്തിൽ സാരി ഒതുക്കി എഴുന്നേറ്റു നാഗമ്മയോടു പറഞ്ഞു.

'കതകടച്ചേക്കൂ. പക്ഷേ, ഉടനെ ഞാൻ തിരിച്ചുവരും. ഹോസ്പിറ്റലിൽ പോകുന്നില്ല. ഡ്രൈവർ വരണ്ടന്നു പറഞ്ഞേക്കണം.'

ഹോസ്പിറ്റലിലെ കോൺഫറൻസ് ഹാളിൽ ചെറിയൊരു ആൾക്കൂട്ടം. ഡോ. സുബ്രഹ്മണ്യവും നഴ്സിങ് സൂപ്രണ്ട് വാസന്തിയും ഗൗരിയുടെ അടുത്തേക്കു വന്നു.

'അകത്തേക്കു വരൂ മാഡം. ഞങ്ങൾ കുറച്ചുപേരെ മാത്രമേ വിളിച്ചിട്ടുള്ളൂ.'

ഡോ. ലോറൻസ് അടുത്തുവന്ന്, ഗൗരിയുടെ തോളിൽ തലോടി. എന്നിട്ടു പറഞ്ഞു.

'ഗൗരി, ഇതാരാണെന്നു നോക്കൂ.'

അവൾ മുന്നിൽ വന്നുനിന്ന യുവാവിനെ നോക്കി, പരിചിതമായ മുഖം. അവന്റെ തിളക്കമാർന്ന മിഴികളിലേക്കു നോക്കിയപ്പോൾ പെട്ടെന്ന് മിന്നായം പോലെ ഒരു ഓർമ്മ–നിശാന്ത്!

കടലാസുപോലെ വിളറിയിരുന്ന അവന്റെ മുഖത്തും ചുണ്ടിലും രക്തപ്രസാദം! മെലിഞ്ഞിരുന്ന ദേഹവും പുഷ്ടിപ്പെട്ടിരിക്കുന്നു.

വാസന്തി പറഞ്ഞു.

'മാഡത്തിനറിയാമല്ലോ, നിരഞ്ജൻ സാറിന്റെ ഹൃദയം നിശാന്തിനാണു ഡൊണേറ്റ് ചെയ്തത്. ഇതുവരെ പ്രോബ്ളംസ് ഒന്നുമുണ്ടായില്ല. ദൈവാനുഗ്രഹം.'

അവൾക്കു നെഞ്ച് ഉറക്കെ തുടികൊട്ടുന്നതറിഞ്ഞു. നിരഞ്ജൻ അന്നു പറഞ്ഞ വാക്കുകൾ ഇപ്പോഴും കേൾക്കുന്നതുപോലെ.

അവൻ എന്റെ മകനായിരുന്നെങ്കിൽ!! നിശാന്ത് അടുത്തേക്കു വന്ന് ഗൗരിയുടെ രണ്ടു കൈകളും കൂട്ടിപ്പിടിച്ച് നെഞ്ചോടു ചേർത്തു. ഒരു പ്രാർത്ഥനപോലെ അവൻ വിളിച്ചു.

'അമ്മേ,'

പതുക്കെയാണ് അവൻ വിളിച്ചതെങ്കിലും ആ വിളിയുടെ ശക്തി

യിൽ അവളുടെ ദേഹം ഉലഞ്ഞു. ഉള്ളിലെവിടെയോ ഒരു ഉറവ പൊട്ടി. ആ ഉരുൾപൊട്ടലിൽ ശ്വാസം മുട്ടുന്നു.

അവന്റെ അശ്രുക്കൾ വീണ് ഗൗരിയുടെ വിരലുകൾ നനഞ്ഞു. നിശാന്തിന്റെ ഹൃദയം ഉറക്കെ സ്പന്ദിക്കുന്നത് അവളുടെ വിരലുകൾ തൊട്ടറിഞ്ഞു. അവൾ വിറകൊണ്ടു. എന്റെ നിരഞ്ജന്റെ ഹൃദയം!!

പുറകിൽനിന്നു ലോറൻസ് സാർ വിളിച്ചു. 'ഗൗരീ, ഇങ്ങോട്ടു വരൂ, ഇവരെ കാണണ്ടേ.' അവൾ തിരിഞ്ഞുനോക്കി.

സുന്ദരിയായൊരു യുവതി, രണ്ടു സ്ത്രീകളോടൊപ്പം അടുത്തേക്കു വന്നു.

'ഇതു ചമേലി. നിരഞ്ജന്റെ കണ്ണുകൾ കിട്ടിയ കുട്ടിയാണ്. ഗുജറാത്തിയാണ്. ചെന്നൈയിൽ സെറ്റിൽ ചെയ്തെന്നേയുള്ളൂ.'

അവളുടെ നീല ശംഖുപുഷ്പം പോലെയുള്ള വലിയ കണ്ണുകളിൽ സ്നേഹത്തിന്റെ നനവ് ഊറിനില്ക്കുന്നു.

എന്നെ ഉറ്റുനോക്കുന്ന ഈ നേത്രങ്ങളിലേക്ക് ഏറെനേരം നോക്കാൻ എനിക്കാവുന്നില്ല, ഗൗരി തളർച്ചയോടെ വാസന്തിയുടെ കൈകൾ മുറുക്കെ പിടിച്ചു.

ലോറൻസ് സാർ പിന്നെയും പറഞ്ഞു.

'നോക്കൂ, ഇതു ജോൺ തോമസ്.

ഫിലിം ഡയറക്ടർ. സിറോസിസായിരുന്നു. നിരഞ്ജന്റെ ലിവർ റിസീവ് ചെയ്ത ആളാണ്. ഹീ ഈസ് ഓക്കെ നൗ.' ആ ചെറുപ്പക്കാരന്റെ മുഖത്തും ആശ്വാസത്തിന്റെയും കൃതജ്ഞതയുടെയും നറുപുഞ്ചിരി.

അയാളുടെ അടുത്തുത്തന്നെ നീരുകൊണ്ടു വീർത്ത മുഖങ്ങളുമായി, ഒരേ ഛായയുള്ള രണ്ടു യുവാക്കൾ നിന്നിരുന്നു.

ലോറൻസ് സാർ പറഞ്ഞു.

'ഇവർ ട്വിൻസാണ്. നസീറും നവാസും. ജന്മനായുള്ള കിഡ്നി പ്രോബ്ലംസ്. രണ്ടുപേർക്കും നിരഞ്ജന്റെ കിഡ്നികളാണ് യൂസ് ചെയ്തത്. അവരും നോർമലായി വരുന്നു.'

അവൾ ചുറ്റും നോക്കി. നിരഞ്ജന്റെ ശരീരത്തിൽ സ്പന്ദിച്ചിരുന്ന ദൈവകണികകൾ, ഇപ്പോൾ പല രൂപങ്ങളിൽ, പലരിൽ തുടിക്കുന്നു. ആ ജീവകണങ്ങളുടെ ശീതള തരംഗങ്ങളേല്ക്കുമ്പോൾ ഉള്ളിൽ നിർത്താതെ ഒഴുകിക്കൊണ്ടിരുന്ന കണ്ണീരരുവി വറ്റാൻ തുടങ്ങുന്നു.

വാസന്തി പറഞ്ഞു.

'മാഡം ഇതാ ഒരു ഗിഫ്റ്റ് ഉണ്ട്. വരൂ.'

അവളുടെ അടുത്തേക്ക് നിശാന്ത് ഒരു വലിയ പാക്കറ്റുമായി നടന്നു വന്നു. വാസന്തി പറഞ്ഞു.

നിശാന്ത് ഫസ്റ്റ് എം ബി ക്ലാസോടെ പാസായി. പിന്നെ അവനോടു പറഞ്ഞു. 'ഈ പാക്കറ്റ് അഴിച്ചു കാണിക്കൂ മോനെ. ഞങ്ങൾ കാണട്ടെ.'

അവൻ പതുക്കെ അതിന്റെ ഗിൽറ്റ്പേപ്പർ പൊളിച്ചു മാറ്റി.

നിരഞ്ജന്റെ ഛായാചിത്രം. പശ്ചാത്തലത്തിൽ നിറചിരി തൂകി ക്കൊണ്ടു നില്ക്കുന്ന പൊൻവർണ്ണമാർന്ന കൊന്നപ്പൂക്കൾ.

നിശാന്ത് പറഞ്ഞു:

'വിഷുവിന്റെ തലേന്ന്, സാർ എനിക്ക് ഒരുകുല പൂക്കൾ കൊണ്ടുതന്നില്ലേ? വാടിയിട്ടും ഞാനിപ്പോഴും അതു പൂജാമുറിയിൽ സൂക്ഷിച്ചുവച്ചിട്ടുണ്ട്.'

ചിത്രത്തിന്റെ ചട്ടക്കൂട്ടിലിരുന്നു തന്നെ നിർന്നിമേഷനായി നോക്കുന്ന നിരഞ്ജന്റെ ചിത്രം കൈയിലേറ്റുവാങ്ങുമ്പോൾ, അടുത്തുനിന്ന് ആരോ ദേഹത്തോടു ചേർത്തുപിടിക്കുന്നതുപോലെ അവൾക്കു തോന്നി. ആരുടെയോ സാമീപ്യം ഒരു കുളിർകാറ്റുപോലെ, ആശ്വസിപ്പിക്കുന്നതുപോലെ.

നിശാന്ത് കുനിഞ്ഞ് അവളുടെ പാദങ്ങൾ തൊട്ടുതൊഴുതു. അവന്റെ നെറുകയിൽ കൈ ചേർത്തു പ്രാർത്ഥിക്കുമ്പോൾ കർണ്ണികാരപുഷ്പങ്ങളുടെ സൂര്യതേജസ്സും സുഗന്ധവും ഉള്ളിൽ നിറയുന്നത് അവൾ അറിഞ്ഞു.

●

പെൺകളിപ്പാട്ടങ്ങൾ

കേബിൾ കാറിന്റെ ചില്ലുജാലകങ്ങളിൽ മഞ്ഞുതുള്ളികൾ രേഖാചിത്രങ്ങൾ വരച്ച് പാൽപ്പതപോലെ വെൺമേഘങ്ങൾ സൂചിമരങ്ങളുടെ ഇലത്തുമ്പുകളെ, തഴുകി ഒഴുകി പോകുന്നു. പതിനയ്യായിരം അടിയോളം പൊക്കത്തിലേക്ക് താഴെ നിന്ന്, ഒരു കമ്പിയിൽ കോർത്തു കിടക്കുന്ന കേബിൾ കാറിൽ ഉയർന്നു മേലോട്ടു പോകുമ്പോൾ ഒട്ടും പേടി തോന്നുന്നില്ലല്ലോ എന്ന് അപ്സര വിസ്മയപൂർവ്വം ചിന്തിച്ചു. പണ്ടായിരുന്നെങ്കിൽ ഇങ്ങനെയൊരു യാത്രയെക്കുറിച്ച് ആലോചിക്കുക പോലും ഇല്ല. എന്നിട്ടും. അടുത്തിരുന്ന നിശാന്ത് മാത്യു, സഹപാഠി, ചരിഞ്ഞു താഴോട്ടു നോക്കി പറഞ്ഞു.

അപ്സര, തല വെളിയിലേക്കിടരുത്-യുവിൽ ഗെറ്റ് ഫ്രൈറ്റന്റ്- പണ്ടേ പേടിയുള്ള ആളല്ലേ? ഡിസ്കഷൻ ടേബിളിൽ പേടിച്ചു മാറി നില്ക്കുന്നത് ഓർമ്മയുണ്ട്.

ഇരമ്പി വീശുന്ന കാറ്റിൽ പറക്കാനാവാതെ, ചിറകൊതുക്കാൻ പാടുപെടുന്ന ചെറുകിളികളെ നോക്കിയിരിക്കുമ്പോൾ അപ്സര ആലോചിച്ചു.

എന്തിനാണ് ഈ താഴ്വര കാണുമ്പോൾ ഞാൻ ഇപ്പോൾ പേടിക്കുന്നത്?

ഇതിലും അഗാധ ഗർത്തങ്ങളുടെ ഇരുണ്ട വഴികളിൽ തപ്പിത്തടഞ്ഞ് കരകയറിയവൾ ഞാൻ-! ആ ഓർമ്മകളുടെ നടുക്കം ഇനിയും മാറാത്ത ഞാൻ-?

നാലു ദിവസങ്ങൾക്കു മുമ്പ്, സ്വിറ്റ്സർലന്റിന്റെ പ്രസിദ്ധമായ സെവൻസ്റ്റാർ ഹോട്ടലിലെ കോൺഫറൻസ് ഹാളിൽ വച്ച്, സഹപാഠിയായിരുന്ന നിശാന്ത് മാത്യുവിനെ കണ്ടപ്പോൾ, പ്രകടമായ അത്ഭുത

ത്തോടെ അയാൾ ചോദിച്ചു.

–അപ്സരയാണോ ഇത്?

എനിക്ക് തെറ്റിയോ?

പലപ്പോഴും, പഴയ പല പരിചയക്കാരും സുഹൃത്തുക്കളും ചോദിച്ച ചോദ്യം–അതുകൊണ്ടു തന്നെ,

ചെറുപുഞ്ചിരിയോടെ മറുപടി പറഞ്ഞു–

–അതെ, നിശാന്ത്–പഴയ ക്ലാസ്മേറ്റ് അപ്സര തന്നെ. നിശാന്ത് അതേപോലെയുണ്ടല്ലോ കുറച്ചുകൂടി വണ്ണം വച്ചു, അത്രമാത്രം–

നിശാന്ത് ചുണ്ടിൽ വിരൽ വച്ചു

അപ്സരയോ! മൈ ഗോഡ്! യു വേർ സോ, ഫെയർ–വെളുത്ത നിറമൊക്കെ പോയി, ആകെ ഇരുണ്ട്, മെലിഞ്ഞ്–

അപ്സര വീണ്ടും ചിരിവരുത്തി–

–നിശാന്ത് കാലിഫോർണിയയിലെ തണുപ്പിൽ വെളുത്തു തുടുത്ത്, വണ്ണം വച്ചു. ഞങ്ങൾ ഈ ട്രോപ്പിക്കൽ കൺട്രിയിൽ താമസിച്ച് ചൂടും വെയിലുമേറ്റ് കരുവാളിച്ചു.

പക്ഷേ, എന്നിട്ടും എന്നെ മനസ്സിലാക്കിയല്ലോ. താങ്ക് യു. തിരിഞ്ഞു നടക്കുമ്പോൾ ആലോചിക്കുന്നു, കാലാവസ്ഥയല്ല എന്നെ ഈ ഇരുണ്ട രൂപമാക്കിയതെന്ന് നിശാന്തിന് അറിയില്ലല്ലോ.

രാത്രി, ഹോട്ടൽ റൂമിലിരുന്ന് പിറ്റേന്ന് അവതരിപ്പിക്കാനുള്ള ഗവേഷണ പ്രബന്ധത്തിന്റെ അവസാനവട്ട മിനുക്കുപണികൾ ലാപ്ടോപ്പിൽ ചെയ്യുമ്പോൾ മാത്രമാണ്, രാവിലെ നിശാന്ത് പറഞ്ഞത് ഓർക്കുന്നത് എന്ന് അവൾ വീണ്ടും വിസ്മയത്തോടെ വിചാരിച്ചു. പണ്ട് ഇത്തരം അഭിപ്രായങ്ങളുടെ കൂർത്തമുനകൾ ദിവസങ്ങളോളം മനസ്സിന്റെ മൃദുലതകളെ കുത്തിനോവിച്ചുകൊണ്ടിരിക്കുമായിരുന്നു.

ഹൃദയം, ഒരു ഇരുമ്പു ഗോളം പോലെയായത് എന്നു മുതലാണെന്ന് അപ്സര ഓർക്കാൻ ശ്രമിച്ചു.

ഐ സി യുവിൽ ദേഹം മുഴുവൻ കുഴലുകളുമായി നേർത്ത ശ്വാസത്തോടെ കിടക്കുന്ന അച്ഛന്റെ ഓർമ്മ അലോസരപ്പെടുത്തിക്കൊണ്ടു കടന്നു വരുന്നു. നഴ്സ് വിളിച്ചതനുസരിച്ച്, അകത്തേക്ക് കയറുമ്പോൾ, കൂടെ പ്രസാദേട്ടനും ഉണ്ടായിരുന്നു. അച്ഛന്റെ അകന്ന ഒരു സഹോദരിയുടെ മകൻ. വർഷങ്ങളായി ബോംബെയിൽ താമസിക്കുന്നവർ, പ്രസാദേട്ടന്റെ അച്ഛൻ അവിടെ ഒരു ബിസിനസ് ചെയ്യുന്നു–വല്ലപ്പോഴുമേ നാട്ടിൽ വരികയുള്ളെങ്കിലും വിവരങ്ങൾ ഇടയ്ക്കിടെ കൈമാറുന്നവർ.

അച്ഛന് ഹൃദയാഘാതം വന്ന് ഐ സി യുവിലാണെന്ന് അറിഞ്ഞ്, അമ്മയോടൊപ്പം എത്തിയതാണ്, പ്രശസ്തമായ ഒരു ഇൻസ്റ്റിറ്റ്യൂട്ടിൽ എം എസിന് പഠിക്കുന്നു.

അച്ഛൻ തളർന്ന മിഴികൾ പണിപ്പെട്ട് തുറക്കാൻ ശ്രമിക്കുന്നത് കണ്ട് അവൾ സങ്കടപ്പെട്ടുനിന്നു. പുറകിൽ നിന്ന് പ്രസാദേട്ടനെ കൈകാണിച്ച്

അച്ഛൻ അടുത്തേക്ക് വിളിച്ചു. നീ എപ്പോൾ വന്നു? ഇന്ദിര വന്നോ?

അച്ഛന്റെ ക്ഷീണിച്ച ചോദ്യം... പ്രസാദേട്ടൻ അച്ഛന്റെ ഞരമ്പുകൾ എഴുന്നു നില്ക്കുന്ന കൈകൾ തലോടി-സ്ട്രെയ്ൻ ചെയ്യണ്ട അമ്മാവാ. ഞങ്ങൾ രണ്ടു മൂന്നു ദിവസം ഇവിടെ കാണും.

– നീ ഉടനെ പോവില്ലല്ലോ? നീ ഇവിടെ വേണം, ഇവരോടൊപ്പം–

അകന്ന ബന്ധമാണെങ്കിലും ഇന്ദിര അപ്പച്ചിയുടെ മക്കൾ നല്ലവണ്ണം പഠിക്കുന്നെന്നറിഞ്ഞ് അവരോട് പ്രത്യേക വാത്സല്യം പുലർത്തിയിരുന്ന അച്ഛൻ. തീരെ ചെറിയ കുട്ടിയായിരുന്നപ്പോൾ, പ്രസാദേട്ടന് മെഡിസിന് കിട്ടിയെന്നറിഞ്ഞപ്പോൾ ഡോക്ടറായ അച്ഛൻ പറഞ്ഞതോർക്കുന്നു.

–മോളെ നോക്ക്, പ്രസാദിന് ആൾ ഇന്ത്യ ഇൻസ്റ്റിറ്റ്യൂട്ടിലാണ് അഡ്മിഷൻ കിട്ടിയത്. എൻട്രൻസിന് ടോപ് റാങ്കാണ്.

പ്രസാദേട്ടനെ, കാണുന്നത് കുടുംബത്തിലെ ചടങ്ങുകൾക്ക് മാത്രം. എന്നാലും മനസ്സിലെപ്പോഴും ആരാധനയോടെ നോക്കിയിരുന്ന മൂത്ത സഹോദരനായി കണ്ടു. അച്ഛൻ ഇടയ്ക്കു പറയും.

– ഇന്ദിര പോലും അവനെ വല്ലപ്പോഴുമേ കാണാറുള്ളത്രെ. വളരെ സ്റ്റുഡിയസ് ആണവൻ-അവളുടെ ഭാഗ്യം! ഈ വർഷം എം എസി കഴിയും. അതുകഴിഞ്ഞ് പീഡിയാട്രിക് സർജറിയിൽ എം സി എച്ച് ചെയ്യണമെന്നാണ് പറയുന്നത്. അവനോട് എന്റെ ക്ലിനിക്കിൽ വരാമോ എന്നു ചോദിക്കണം. എന്നിട്ടു വേണം ഇത് എക്സ്പാൻഡ് ചെയ്യാൻ-അവൻ വരുമോ എന്തോ.

അച്ഛൻ വർഷങ്ങളായി സ്വന്തമായി നടത്തുന്ന ക്ലിനിക്ക്-എം ബി ബി എസ് കഴിഞ്ഞ് സഹപാഠിയായ അമ്മയെ കല്യാണം കഴിച്ച ഉടനെ രണ്ടുപേരും കൂടി തുടങ്ങിയ ക്ലിനിക്ക്. കൂടുതൽ പഠിക്കാൻ അച്ഛനും അമ്മയ്ക്കും സാധിക്കാത്തതിൽ പിന്നീട് അവർ കുണ്ഠിതപ്പെട്ടു.

അവൾക്ക് മെഡിസിന് അഡ്മിഷൻ കിട്ടിയപ്പോൾ അച്ഛൻ പറഞ്ഞു.

ഈ ക്ലിനിക്കുമായിരുന്ന് ഞങ്ങൾ മുരടിച്ചുപോയി മോളെ. നീ പഠിക്കാവുന്നിടത്തോളം പഠിക്കണം.

പക്ഷേ, നിറമുള്ള കിനാവുകളുടെ ശോഭ കെടുത്തി, അച്ഛന് ആദ്യത്തെ ഹൃദയാഘാതം വന്നു; അത് വേണ്ടതുപോലെ ശ്രദ്ധിക്കാതെ വീണ്ടും ക്ലിനിക്കിൽ പോയിത്തുടങ്ങിയപ്പോൾ പിന്നീട് ശക്തിയായ നെഞ്ചു വേദന വന്ന് അച്ഛൻ ഐ സി യുവിൽ ആയി.

കാർഡിയോളജിസ്റ്റ് പറഞ്ഞു.

ഇനി നിങ്ങൾ ആരെങ്കിലും നല്ലപോലെ സാറിനെ ശ്രദ്ധിക്കണം. ഒരു മാസീവ് അറ്റാക്ക് ആണ്.

അന്ന് മെഡിസിന് സെക്കന്റ് ഈയർ ആയിട്ടേയുള്ളൂ. ഡോക്ടറായിട്ടും, ആകെ തളർന്ന് അമ്മ നിന്നു. അമ്മ പറഞ്ഞുകൊണ്ടേയിരുന്നു;

–എന്നെ അദ്ദേഹം ഒന്നും അറിയിച്ചിട്ടില്ല. ഒന്നും തനിയെ ചെയ്യാൻ

സമ്മതിച്ചിട്ടില്ല-ഞാൻ ക്ലിനിക്കിൽ പോവും, പേഷ്യന്റ്സിനെ നോക്കും, അതല്ലാതെ എനിക്കൊന്നും അറിയില്ലല്ലോ ദൈവമേ-

ഓർക്കാപ്പുറത്ത് തലയ്ക്കു മുകളിലെ മേലാപ്പ് പറന്നുപോയ അങ്കലാപ്പിൽ അമ്മ-

അനിയത്തി നിവർന്നുനിന്നു പറഞ്ഞു.

-ചേച്ചി, ഇങ്ങനെ ഒന്നുംവയ്യ എന്ന് പറഞ്ഞ് എല്ലാവരും നിന്നാൽ പറ്റില്ല. എനിക്കും ചേച്ചിക്കും പഠിത്തം കണ്ടിന്യൂ ചെയ്തേ പറ്റൂ. ഇടയ്ക്കുവച്ച് നിർത്താൻ പറ്റില്ലല്ലോ. നമ്മൾ ക്ലിനിക്ക് മുമ്പോട്ടു കൊണ്ടു പോകണം.

അവളെയും മെഡിസിന് വിടണമെന്ന് അച്ഛന് ആഗ്രഹമായിരുന്നു. പക്ഷേ, അവൾ അച്ഛന്റെ നേർക്ക് നേരെ നോക്കി പറഞ്ഞു.

-എനിക്ക് ഈ ഫീൽഡ് ഇഷ്ടമല്ല അച്ഛാ. ഒരിക്കലും സ്വൈരം കിട്ടാത്ത ജീവിതം. എനിക്ക് വയ്യ. ക്ലിനിക്ക് റൺ ചെയ്യാനും എനിക്കാവില്ല. എനിക്കിഷ്ടമുള്ളതൊക്കെ ചെയ്യാൻ എനിക്ക് എന്റേതായ സമയം വേണം. എഞ്ചിനീയറിങ്ങോ, അല്ലെങ്കിൽ ബാങ്കിലോ, അതൊക്കെ മതി.

അന്ന്, പരാജിതനായി തിരിഞ്ഞു നടന്ന അച്ഛൻ സ്വയം പറഞ്ഞു.

-ഞാൻ പറയുന്നത് അപ്സര അനുസരിക്കുന്നുണ്ട്, അതുമതി. അവൾ പഠിച്ചു വരട്ടെ.

അതുകൊണ്ടാണ്, അന്ന് ഐ സി യുവിൽ വച്ച് പ്രസാദേട്ടന്റെ കൈ പിടിച്ച് അവളുടെ കൈയോടു ചേർത്ത് മുറുക്കിവച്ചപ്പോൾ അപ്സര, ശില പോലെ നിന്നത്-ഈ നിമിഷം ഞാൻ എന്താണ് ചെയ്യേണ്ടത്?

-വളരെ പ്രായവ്യത്യാസമുള്ള ഒരാൾ-

നിന്നെ ഞാൻ എടുത്തുകൊണ്ടു നടന്നിട്ടുണ്ട് എന്ന് കാണുമ്പോഴൊക്കെ ഓർമ്മപ്പെടുത്തുന്ന ഒരു വല്യേട്ടൻ-ഓർക്കാപ്പുറത്ത് അയാളുടെ കൈകളിലേക്ക് ബലമായി തന്നെ, ചേർത്തു കൊടുക്കുമ്പോൾ-

ഐ സി യുവിന്റെ തണുപ്പിലും അവൾ വിയർത്തു കുളിച്ചു.

ഇടറിയ തൊണ്ടയോടെ അച്ഛൻ പറഞ്ഞു.

-പ്രസാദേ, ഇവൾ തീരെ പാവം കുട്ടിയാണ്. ഇളയ ആളെപ്പോലെയല്ല. ഞാൻ പറഞ്ഞതെല്ലാം അതേപടി ചെയ്യുന്ന കുട്ടി.

ഞാനില്ലാതെ അവൾ വിഷമിക്കരുത്-നീ ഇത് ഒരു ഭാരമായി കാണരുത്, അവളെ ഞാൻ നിന്നെ ഏല്പിക്കുന്നു. ഇത് ചെയ്യാൻ പാടില്ല-പക്ഷേ-

ആ 'പക്ഷേ' തന്നെയായിരിക്കും, വിളറി നില്ക്കുന്ന പ്രസാദ് ചന്ദ്രന്റെ മനസ്സിലും-

തീരെ ചെറിയ കുട്ടിയെന്ന്, അനിയത്തിയെന്ന് എപ്പോഴും ഉള്ളിൽ കരുതിയവൾ എങ്ങനെ പെട്ടെന്ന് മറുപാതിയാവും-?!

ഐ സി യുവിൽ നിന്ന് അച്ഛൻ പുറത്തു വന്നില്ല. അവളുടെ കൈ നെഞ്ചോടു ചേർത്തുവച്ച്, യാത്ര പോലും പറയാതെ പോയി.

വെളിച്ചം വറ്റിയ ദിനരാത്രങ്ങൾ–

ഇരുണ്ട സന്ധ്യയിൽ, പറന്നുപോകുന്ന കിളിക്കൂട്ടങ്ങളെ നോക്കി വരാന്തയിലിരിക്കുമ്പോൾ അമ്മ പറഞ്ഞു.

–ഇന്ദിരേച്ചി വിളിച്ചിരുന്നു, പ്രസാദിന് എം സി എച്ചിന് അഡ്മിഷൻ കിട്ടി. ചേരുന്നതിനു മുമ്പ് വിവാഹം നടത്തണമെന്നു പറഞ്ഞു. നിന്റെ അച്ഛന്റെ മരിക്കുന്നതിനു മുമ്പുള്ള ആഗ്രഹമായിരുന്നില്ലെ, ചെറിയ ചടങ്ങായിട്ടുമതിയെന്നു പറഞ്ഞു.

അമ്മ എഴുന്നേറ്റ് പോയപ്പോൾ അനിയത്തി അടുത്തേക്കുവന്നു.

–എന്താ ചേച്ചി ഇത്; ചേച്ചി സമ്മതിച്ചോ ഈ നാടകത്തിന്? ഇത്ര നാളും സ്വന്തം മൂത്ത ചേട്ടനെപ്പോലെ കരുതിയ ആൾ പെട്ടെന്നെങ്ങനെ ഭർത്താവാകും?

എനിക്കു പറ്റില്ല ഇത്–ചേച്ചി പിന്നെ തിരിച്ച് ഒന്നും പറയില്ലല്ലോ.

ഞാൻ എന്താണ് തിരിച്ചു പറയേണ്ടത്?

തീരെ അവശനായി കിടക്കുന്ന അച്ഛനോട്–

ഐ സി യുവിൽ നിന്നിറങ്ങി, രക്തം വാർന്നു പോയപോലെ വിളർത്ത മുഖം തുടച്ച് പ്രസാദ് പറഞ്ഞു,

–എനിക്കൊന്നു ചിന്തിക്കാൻ കൂടി സമയം തന്നില്ല–ഇറ്റ് വാസ് എ ഡയിങ് മാൻസ് വിഷ്. എന്തു ചെയ്യാനാണ്!

പിന്നെ, മിണ്ടാതെ പടിയിറങ്ങിപ്പോയ അയാളെ തിരിച്ചു വിളിക്കാൻ തുനിഞ്ഞിട്ടും, അച്ഛന്റെ നിശ്ചലമായ ശരീരത്തെ ഓർത്ത് അതിനാകാതെ, വരാന്തയിൽനിന്ന് വിങ്ങിപ്പൊട്ടി.

–വിവാഹം കഴിഞ്ഞയുടനെ, തിരിച്ചുപോയ പ്രസാദേട്ടനെ കാണുന്നത് ഒരു വർഷം കഴിഞ്ഞ്–!

അപ്സര ഓർമ്മിച്ചു,

വിവാഹത്തിനു മുമ്പ് അസ്തമിച്ചു തുടങ്ങുന്നത് തിരിച്ചറിഞ്ഞു തുടങ്ങിയിരുന്നു–അമിതമായ ഉൽക്കണ്ഠയ്ക്കും വിഷാദത്തിനും മരുന്നു കഴിക്കുന്ന അമ്മയെ ഇതറിയിക്കാൻ കഴിയില്ല. സ്വന്തം താല്പര്യങ്ങൾ മാത്രം ഗൗനിച്ചു മുമ്പോട്ടുപോകുന്ന അനിയത്തിയോടും പറയാനാവില്ല.

–ഉള്ളിൽ ദഹിക്കാതെ കിടക്കുന്ന, കയ്ക്കുന്ന പദാർത്ഥം പോലെ ആ ചിന്തകൾ വിമ്മിട്ടമുണ്ടാക്കുന്നു. ഛർദ്ദിച്ചു കളയാനാവാത്ത വേദനകൾ. ഒരിക്കൽ ചോദിച്ചു.

–പ്രസാദേട്ടാ, എന്നോടെന്തിനാണ് ഇങ്ങനെ ദേഷ്യം കാണിക്കുന്നത്. ഇത്ര ഇഷ്ടമില്ലാതെ എന്തിനാണ് സമ്മതിച്ചത്?

അയാൾ കറുത്ത മുഖത്തോടെ തിരിച്ചു ചോദിച്ചു.

–സമ്മതിച്ചത് എന്തിനാണെന്നോ? ഞാൻ സമ്മതിച്ചതല്ലല്ലോ. എന്നോട് ഇത് ചെയ്യണം എന്ന് ആവശ്യപ്പെട്ടത് നീയും കേട്ടതല്ലേ?

അയാൾ തുടർന്നു.

–എന്നെ എന്റെ ഫ്രണ്ട്സ് എന്തൊക്കെയാണ് കളിയാക്കി പറയുന്ന തെന്നറിയാമോ? ഇവന്റെ ഭാര്യ എൽ കെ ജി യിൽ പഠിക്കുകയാണെന്ന്. പത്ത് പന്ത്രണ്ട് വയസ്സിന്റെ വ്യത്യാസം ഇപ്പോൾ എവിടെയെങ്കിലു മുണ്ടോ? നിന്റെ കോഴ്സ് കഴിയണമെങ്കിൽ ഇനി നാലുകൊല്ലമെങ്കിലും എടുക്കും. പിന്നെ ആത്മഗതം പോലെ പറഞ്ഞു.

–ഇതുമായി അഡ്ജസ്റ്റ് ചെയ്യാനാവുമോ എന്ന് ശ്രമിക്കുകയാണ്– ഇല്ലെങ്കിൽ–

ഓരോ വരവിലും, അവഗണനയുടെയും വെറുപ്പിന്റെയും വാക്കു കൾ തുപ്പി അയാൾ– ആരുടെയോ മാറാപ്പ് തോളിലേറ്റിയതിന്റെ നീരസം വാക്കിലും പ്രവൃത്തിയിലും–

ഒന്നിലും ഇടപെടാതെ ഒതുങ്ങിക്കൂടുന്ന അമ്മ ഒരിക്കൽ ചോദിച്ചു–

–ഇന്ദിരചേച്ചിക്കും, ദാമോദരേട്ടനും പ്രസന്നനും ഒട്ടും മാറ്റമില്ല. പക്ഷേ, പ്രസാദ്–അവനെന്താ ഇത്ര ദേഷ്യം–അവൻ വല്ലാതെ മാറിയല്ലോ?

എന്താ പ്രശ്നം?

പ്രശ്നമെന്താണെന്ന് മനസ്സിലായത്, ഹൗസ് സർജൻസി കഴിഞ്ഞ് ഇനി എന്തു ചെയ്യണമെന്ന് പ്രസാദേട്ടനോട് ചോദിച്ചപ്പോഴാണ്.

അയാൾ പറഞ്ഞു.

–എന്നോട്, അമ്മാവൻ പറഞ്ഞത്. നിങ്ങൾ രണ്ടുപേരും കുടി ക്ലിനിക്ക് നടത്തണം, അത് ഒരു ഹോസ്പിറ്റൽ ആയി എക്സ്പാന്റ് ചെയ്യ ണമെന്നും ആണ്. ഞാൻ ചെയ്യാം, പക്ഷേ, എല്ലാ സ്വത്തുക്കളും എന്റെ പേർക്ക് എഴുതിവയ്ക്കണം.

എല്ലാവരും സ്തംഭിച്ചു നിന്നു; അയാൾ അവരെ തറച്ചു നോക്കി.

നിങ്ങൾ പറഞ്ഞത് ഞാൻ അനുസരിക്കണമെങ്കിൽ എനിക്കും ചില ഡിമാന്റുകളൊക്കെയുണ്ട്. ഇവളുടെ പഠിത്തം കഴിയട്ടെ എന്ന് വെയ്റ്റ് ചെയ്യുകയായിരുന്നു ഞാൻ. എനിക്കും ഒട്ടും മാച്ച് അല്ലാത്ത കുട്ടിയാ ണിവൾ, പ്രായം കൊണ്ടും രൂപം കൊണ്ടും പഠിത്തം കൊണ്ടും–ഇനി ഇവൾ പോസ്റ്റ് ഗ്രാജ്വേഷൻ കിട്ടി സെറ്റിൽ ചെയ്യുന്നത് എന്നാണ്?

അയാൾ മുഖം അമർത്തിത്തുടച്ചുകൊണ്ട് തുടർന്നു.

നിങ്ങൾ നിങ്ങളുടെ ജീവിതത്തെക്കുറിച്ചു മാത്രമേ ചിന്തിച്ചുള്ളൂ. എന്നെ ഇതുവരെ പഠിപ്പിച്ച എന്റെ അച്ഛനുമമ്മയ്ക്കും ഈ ബന്ധം കൊണ്ടെന്താണ് ലാഭം–? എന്തു ഗുണം?

അനിയത്തി ഒച്ചയുയർത്തി

–എന്താ പ്രസാദേട്ടാ, ഞങ്ങൾ അന്യരാണോ? ലാഭവും നഷ്ടവു മോർത്താണോ കല്യാണം കഴിക്കുന്നത്? ചേട്ടനെ, അച്ഛന് അത്രയ്ക്ക് ഇഷ്ടമായതു കൊണ്ടല്ലേ ഈ കല്യാണം നടക്കണമെന്ന് ആഗ്രഹിച്ചത്?

അയാളുടെ മുഖം ഇരുണ്ട് വികൃതമായി –ഇഷ്ടം!! എന്നെ വിവാഹം കഴിച്ചാൽ എല്ലാം വെറുതെ സാധിക്കുമെന്നുള്ള അതിമോഹം–ക്ലിനിക്ക്

നന്നായി പോകു. ഇവരുടെ രണ്ടുപേരുടെയും പഠിപ്പു നടക്കും.- ഇതാണോ ഇഷ്ടം കൊണ്ടു ചെയ്തത്? സ്വാർത്ഥത അല്ലാതെന്താ? എന്താണ് എന്റെ അനിയനെ കൊണ്ട് വിവാഹം കഴിപ്പിക്കാഞ്ഞത്? അവൻ ചാർട്ടേഡ് അക്കൗണ്ടന്റ് ആണല്ലോ-പ്രായംകൊണ്ടും രൂപം കൊണ്ടും അവനായിരുന്നല്ലോ ചേരുന്നത്? പക്ഷേ, അവനെക്കൊണ്ടി ത്രയൊന്നും സാധിക്കില്ല. ശരിയല്ലേ-?

അമ്മ മരവിച്ചുനിന്നു-കടുപ്പമേറിയ വാക്കുകൾ കൂർത്ത കല്ലുകൾ പോലെ നെഞ്ചിൽ തറച്ച് മുറിവുണ്ടാക്കുന്നു.

പ്രസാദേട്ടൻ നിർത്തുന്നില്ല.

എം സി എച്ച് കഴിഞ്ഞ ഒരു ഡോക്ടറെ മോൾക്ക് വെറുതെ കിട്ടുമോ? എന്നെക്കൊണ്ട് കല്യാണം കഴിപ്പിച്ചാൽ ഒന്നും കൊടുക്കണ്ടല്ലോ. പെങ്ങളുടെ മകനല്ലേ-എല്ലാം കൊണ്ടും ലാഭം! പക്ഷേ, അങ്ങനെ മണ്ടനാകാൻ എന്നെ കിട്ടില്ല എന്ന് അറിഞ്ഞോളൂ.

അകത്തെ മുറിയിൽ, തുറന്നിട്ട ജനലിനരികിൽ ഇരുണ്ടുപോയ സന്ധ്യയെ നോക്കി, വീർപ്പുമുട്ടലോടെ ഇരുന്നു-ആരോപണങ്ങളുടെ തീക്കനൽ ഏറ്റ് ദേഹം പൊള്ളുന്നതുപോലെ തോന്നി-വർഷങ്ങളായി പ്രസാദേട്ടന്റെ ഉള്ളിൽ കെട്ടിനിന്ന അമർഷം, ചലം പോലെ പൊട്ടിയൊഴുകുമ്പോൾ അതിന്റെ ദുർഗ്ഗന്ധത്തിൽ മനസ്സ് വിറങ്ങലിച്ചു നില്ക്കുന്നു-

-ഇതാണോ അച്ഛൻ കൈപിടിച്ചേല്പിച്ച രക്ഷാകർത്താവ്-? ആ രക്ഷ ഇനി എനിക്ക് വേണ്ട!

പതുക്കെ, എഴുന്നേറ്റ് മുൻവശത്തേക്ക് ചെന്നു, മെല്ലെ ചോദിച്ചു.

-പ്രസാദേട്ടാ, എന്നെക്കൊണ്ട് അപ്പോൾ നഷ്ടം മാത്രമേയുള്ളു ഇല്ലേ?

അയാൾ വരിഞ്ഞു മുറുകിയ മുഖത്തോടെ ഞെട്ടിത്തിരിഞ്ഞു, ചതിക്കപ്പെട്ടവന്റെ ഭാവം കണ്ണിൽ-

സംശയമുണ്ടോ? എന്റെ ഫ്രണ്ട്സ്, മറ്റു റിലേറ്റീവ്സ് എല്ലാം എന്നെ കുറ്റപ്പെടുത്തുകയാണ്, ഇങ്ങനെയൊരു ബന്ധത്തിൽ ചെന്ന് ചാടിയതിന്-; അമ്മയ്ക്ക് പിന്നെ ദാമോദരൻ ദൈവമാണല്ലോ-ബുദ്ധിയില്ലാത്തവർ, അല്ലാതെന്ത്!

അവൾ മുഖം തുടച്ചു, മുമ്പിലേക്കു നീങ്ങിനിന്നു.

-ഞാൻ മാറിത്തന്നാലോ? ശല്യം തീരുമല്ലോ?

അമ്മയും അനിയത്തിയും കസേരയിൽ നിന്ന് ഞെട്ടി എഴുന്നേറ്റു.

-എന്താ മോളെ, നീ പറയുന്നത്? നിന്റെ ജീവിതം കൊണ്ടാണോ കളിക്കുന്നത്?

അവൾ തേങ്ങലോടെ പറഞ്ഞു,- ഈ നാലുകൊല്ലവും എനിക്കെന്തു ജീവിതമാണുണ്ടായിരുന്നത്? പ്രസാദേട്ടൻ എനിക്കുവേണ്ടി ത്യാഗം ചെയ്യണ്ട.

അയാൾ വരാന്തയിലേക്ക് ഇറങ്ങി, ദീർഘനിശ്വാസത്തോടെ പറഞ്ഞു.

–ശരി, ശരി. നീയാണല്ലോ സെപ്പറേഷന് തയ്യാറായത്–എനിക്ക് പിന്നെ കുറ്റം വരരുത് അതുമാത്രമേയുള്ളൂ. അമ്മയും കുറ്റപ്പെടുത്തരുത്–എപ്പഴും ബലിയാടാവാൻ എന്നെ കിട്ടില്ല–കേട്ടല്ലോ?!

ഇപ്പോഴും ആ ഓർമ്മയിൽ ഉള്ളു പിടയുന്നു,

കണ്ണുകൾ ഈറനാകുന്നു. എത്ര സമർത്ഥമായി അയാൾ ഒരു മൂലയിലേക്ക് തള്ളിക്കൊണ്ടുപോയി, താഴേക്ക് എറിഞ്ഞു; പിന്നെ തിരിഞ്ഞു നോക്കാതെ പോയി!

അനിയത്തി പറഞ്ഞു.

–ചേച്ചി, എന്ത് വിഡ്ഢിത്തമാണ് ചെയ്തത്? ഒരു കോമ്പൻസേഷനും ചോദിക്കാതെ ഡിവോഴ്സിന് സമ്മതിച്ചു–നമുക്ക് കുറച്ചുകൂടി ആലോചിച്ച് ചെയ്താൽ മതിയായിരുന്നു. വിഡ്ഢികളായ കുറച്ചുപേർ ഉള്ളതുകൊണ്ടാണ് സമർത്ഥന്മാർ എല്ലായിടവും ജയിച്ചു കയറുന്നത്. പ്രസാദേട്ടൻ, ആവശ്യപ്പെട്ടതെല്ലാം കൊടുത്ത്, ഒരു വലിയ ബിസിനസുകാരൻ മകളെ വിവാഹം ചെയ്തുകൊടുക്കാൻ ഒരുങ്ങുന്നതായറിഞ്ഞപ്പോൾ സ്വയം ചോദിച്ചു.

–അച്ഛൻ, എന്തിനാണ് എനിക്ക് അപ്സരയെന്ന് പേരിട്ടത്? അപ്സരസ്സുകൾക്ക് സ്വയം തീരുമാനമെടുക്കാൻ അർഹതയില്ല. ദേവലോകാധിപൻ പറയുന്നത് അനുസരിക്കേണ്ടവരാണ് അവർ. ദേവഗുരു നിന്റെ ഇംഗിതം ധിക്കരിച്ചാൽ അവർക്ക് ശാപമേല്ക്കുന്നു; അവർ ശാപഗ്രസ്തരായി അശരണരായി അലയേണ്ടിവരും–അച്ഛന്റെ ആഗ്രഹം സഫലമാവാത്തതിൽ അച്ഛൻ ശപിച്ചുകാണുമോ?

അങ്ങനെയൊരു ശാപം മൂലമാവുമോ, പിന്നീട് കശ്യപിനെ കണ്ടുമുട്ടാനിടയായത്?

പ്രസാദേട്ടൻ പോയതോടെ വിഷാദരോഗത്തിന്റെ തിരമാലകളിൽ ഉലഞ്ഞാടി, മരുന്നിന്റെ ബലത്തിൽ മാത്രം മുമ്പോട്ടു പോകുന്ന അമ്മയോടു പറഞ്ഞു.

–ഇനി ക്ലിനിക്കിൽ ഇരിക്കേണ്ട അമ്മേ, എനിക്കും ഇത് വയ്യാ, എനിക്ക് മൈക്രോ ബയോളജി ട്യൂട്ടർ പോസ്റ്റ് കിട്ടി. ഞാൻ ജോയിൻ ചെയ്യാൻ പോകുന്നു; ഈ ക്ലിനിക്ക് നമുക്ക് വേറെ ആരെയെങ്കിലും ഏല്പിക്കാം.

അമ്മ, പൊട്ടിക്കരഞ്ഞു, കരച്ചിലിനിടയിൽ ചിതറിപ്പോകുന്ന വാക്കുകൾ.

–ഒരു കുഞ്ഞിനെപ്പോലെ അച്ഛൻ വളർത്തി വലുതാക്കിയ ക്ലിനിക്കാണിത്–നമുക്ക് അതിനെ കൈവിടാനാവുമോ?

അനിയത്തി വീണ്ടും ഒച്ചയെടുത്തു.

–അമ്മേ, എനിക്ക് സ്റ്റേറ്റ്സിൽ പോകാൻ സ്കോളർഷിപ്പ് ശരിയാ

യിട്ടുണ്ട്. അടുത്തമാസം ഞാൻ പോകും. ചേച്ചിക്ക് ഈ സ്റ്റാഫിനെയൊന്നും തനിയെ മാനേജ് ചെയ്യാൻ പറ്റില്ല. വേറെ ആരെയെങ്കിലും കണ്ടുപിടിച്ച് ഇത് ഏല്പിക്കാം. നമ്മൾ പ്രാക്ടിക്കൽ ആയേ പറ്റൂ. ക്ലിനിക്ക് ലീസിന് എടുക്കാൻ ആളെ കണ്ടെത്തിയതും താക്കോൽ കൈമാറിയതും എല്ലാം അനിയത്തി തന്നെ. അവളുടെ താൻ പോരിമയ്ക്കു മുമ്പിൽ, ചെറുതാകുന്നതു പോലെ; ആത്മനിന്ദയോടെ നില്ക്കുമ്പോൾ അവൾ പറഞ്ഞു–ചേച്ചി, ഇനിയെങ്കിലും ആരും പറയുന്നത് കേൾക്കാൻ നില്ക്കരുത്. സ്വയം തെരഞ്ഞെടുക്കുന്ന വഴിയിലൂടെ പോകാൻ പഠിക്കണം. പക്ഷേ, ആലോചിച്ചു വേണം തീരുമാനമെടുക്കാൻ–

അവൾ പറയുന്നതു ശരിയല്ലേ? തല കുനിച്ച് നിന്ന് കേൾക്കുമ്പോൾ, മനസ്സിൽ അത് ഉരുവിട്ടുറപ്പിച്ചു–തെറ്റുകൾ പറ്റാതിരിക്കാൻ ശ്രദ്ധിച്ചേ പറ്റൂ. ഇനിയെങ്കിലും.

എന്നിട്ടും–

ഡിപ്പാർട്ട്മെന്റിൽനിന്ന് വൈറൽ പനിയെക്കുറിച്ച് ഒരു പ്രഭാഷണത്തിന് വേണ്ടി ഒരു ചാനലിൽനിന്ന് ആവശ്യപ്പെട്ടപ്പോൾ പ്രൊഫസർ തന്നോട് പോകാൻ പറഞ്ഞത്.

പോസ്റ്റ് ഗ്രാജ്വേറ്റ് സ്റ്റുഡന്റ് ആയതുകൊണ്ട്, പ്രൊഫസർ പറയുന്നത് അനുസരിക്കാതിരിക്കാനാവില്ല. അപ്സര ആ ദിവസം ഓർത്തു.

–മഴയിൽ കുതിർന്ന ആ ദിവസം, ചാനലിന്റെ സ്റ്റുഡിയോയിൽ ചെന്നിറങ്ങുമ്പോൾ, തെളിഞ്ഞ ചിരിയുള്ള മുഖം എതിരേറ്റു,

–ഞാൻ കശ്യപ്മിത്ര, ഈ ഹെൽത്ത് പ്രോഗ്രാമിന്റെ പ്രൊഡ്യൂസറും ചാനലിന്റെ ക്രിയേറ്റീവ് ഹെഡും ആണ്.

അദ്ദേഹം അകത്തേക്കു കൂട്ടിക്കൊണ്ടു പോയി. വിശദമായി കാര്യങ്ങൾ പറഞ്ഞുതന്നപ്പോൾ തോന്നിയ ആശ്വാസം—തുടക്കക്കാരിയുടെ ആശങ്കയും പരിഭ്രമവും എല്ലാം മാറിയതും, നന്നായി ചോദ്യോത്തരങ്ങൾ കൈകാര്യം ചെയ്യാനായതും അതുകൊണ്ടായിരുന്നു. പരിപാടി സംപ്രേഷണം ചെയ്തു കഴിഞ്ഞപ്പോൾ, പലരും അഭിനന്ദനങ്ങൾ അറിയിച്ചു. മറ്റു ചാനലുകളിൽനിന്നും വീണ്ടും ക്ഷണം വന്നപ്പോൾ, അദ്ദേഹത്തെ വിളിച്ചു, നന്ദി പറയാൻ–

കശ്യപ് പറഞ്ഞു

ഞാൻ ഗൈഡ് ചെയ്തതല്ലേയുള്ളൂ. ഡോക്ടർക്ക് നല്ല എബിലിറ്റി ഉണ്ട്–പ്രസന്റേഷനും സിംപ്ലിഫിക്കേഷനും എല്ലാം നിങ്ങളുടെ കഴിവാണ്. യു ഹാവ് എ ക്രിയേറ്റീവ് പേഴ്സൺ ഇൻയു. വി വിൽ ഡു മോർ–

ആദ്യമായി ആത്മവിശ്വാസം തോന്നിയ നിമിഷമായിരുന്നു, അന്ന്.

അദ്ദേഹം തുടർന്നു.

–ഒരാളുടെ കഴിവ് കണ്ടെത്താനുള്ള തേഡ് ഐ എനിക്കുണ്ടെന്ന്

പലരും എന്നോട് പറഞ്ഞിട്ടുണ്ട്. ഞാനീ പ്രോഗ്രാമിനെക്കുറിച്ചു പറഞ്ഞപ്പോൾ, നിങ്ങളുടെ പ്രൊഫസർ പറഞ്ഞത് അപ്സര വളരെ ഇൻട്രോവർട്ട് ആണെന്നാണ്. ഞാൻ പറഞ്ഞത് ലീവിറ്റ് ടു മി എന്നാണ്. നോക്കൂ, ഹെൽത്ത് ടോക്സിന്റെ രണ്ടു എപ്പിസോഡ് കഴിഞ്ഞപ്പോഴേക്കും റേറ്റിങ്ങിൽ മുമ്പിലെത്തി. ഞാൻ പുതിയ ഒരു ഹെൽത്ത് പ്രോഗ്രാം പ്ലാൻ ചെയ്യുന്നുണ്ട്. നമുക്ക് അത് നന്നായി ചെയ്യാം.

ആദ്യമായി, കൺമുമ്പിൽ സൂര്യൻ പൂർണ്ണപ്രഭയോടെ ഉദിച്ചു നില്ക്കുന്നത് കാണുന്നതുപോലെ തോന്നി–ആ പ്രകാശം പുതിയ ഉണർവ്വ് ഏകുന്നതുപോലെയും–

മറ്റു ഡിപ്പാർട്ടുമെന്റിലെ സുഹൃത്തുക്കളും സഹപാഠികളും പ്രശംസിച്ചു.

–ആരോടും മിണ്ടാതെ ലാബിൽ ഒതുങ്ങി ഇരിക്കുന്ന അപ്സരയെയാണോ ഞങ്ങൾ ടി വിയിൽ കണ്ടത് എന്ന് തോന്നിപ്പോയി. ഇത്രയും കൃത്യമായി കാര്യങ്ങൾ അറിഞ്ഞിട്ടാണോ ഒന്നിലും പങ്കെടുക്കാതെയിരുന്നത്? ഇപ്പോൾ വലിയ സ്റ്റാർ ആയല്ലോ!

പിന്നീട് എത്രയോ ടി വി പരിപാടികൾ! ഒരു ഡോക്ടറേക്കാൾ വിദഗ്ദ്ധമായി കശ്യപ് എല്ലാം കോർഡിനേറ്റ് ചെയ്യുന്നതു കണ്ടപ്പോൾ അത്ഭുതവും മതിപ്പും തോന്നി. ഡിപ്പാർട്ടുമെന്റിലെ അടുത്ത സുഹൃത്ത് ലസിതയോടു പറഞ്ഞു.

–എന്റെ കോൺഫിഡൻസ് ഇത്രമാത്രം ബൂസ്റ്റ് അപ് ചെയ്ത വേറൊരാളില്ല. ഈ സമയത്ത് എനിക്കൊരു ബ്രേക്ക് വേണമായിരുന്നു. താങ്ക് ഗോഡ്.

ആരോ കൈപിടിച്ച്, നിന്ന് അതുവരെ കാണാത്ത അതിമനോഹര ദൃശ്യങ്ങൾ കാണിക്കുന്നു–

വാടിയ ഇതളുകളിൽ, പുതുമഴ വീണ്, തിളങ്ങുന്നതുപോലെ–ഒരു ദിവസം അദ്ദേഹം വിളിച്ചു, അടക്കാനാവാത്ത ആഹ്ലാദം കൊണ്ട് ശബ്ദം വിറകൊള്ളുന്നത് അറിയാം.

–എയ്ഡ്സിനെക്കുറിച്ച് നമ്മൾ ചെയ്ത പ്രോഗ്രാമിന് നാഷണൽ അവാർഡുണ്ട്. റിലയബിൾ സോഴ്സിൽ നിന്നറിഞ്ഞതാണ്. ശരിക്കും യു ഡിസർവ് ദിസ് അവാർഡ്!

പ്രസാദേട്ടൻ മനസ്സിലേക്ക് കോരിയിട്ട അപകർഷതയുടെയും ആത്മനിന്ദയുടെയും കറുത്ത കറകൾ, കഴുകി മാറ്റാൻ കെല്പുള്ള വാക്കുകൾ, ഒരു അവാർഡിനേക്കാൾ വിലപ്പെട്ടത്–

ഡൽഹിയിൽനിന്ന് ഉപഹാരം സ്വീകരിച്ചിട്ട് നേരെ അദ്ദേഹം വീട്ടിൽ വന്നു, അപ്രതീക്ഷിതമായി–ഒരു ചെറിയ കാലയളവ് കൊണ്ട് നല്ല പേരെടുക്കാനായത് ഈ ഹെൽത്ത് പ്രോഗ്രാം കാരണമാണ്. എന്റെ അമ്മ ഡോക്ടറാണ് മലയാളി, അച്ഛൻ ബംഗാളി പ്രൊഫസർ–അവർ കല്ക്ക

ത്തയിലാണ്. അമ്മ ഡോക്ടറായതുകൊണ്ട് എനിക്ക് ഹെൽത്ത് റിലേറ്റഡ് പ്രോഗ്രാംസിനോടു താല്പര്യം കൂടുതലാണ്. അപ്സര സപ്പോർട്ട് മി മോസ്റ്റ്–ആൻഡ് ഐ വാണ്ട് ഹെർ സപ്പോർട്ട് ഇൻ ഫ്യൂച്ചർ ആൾസോ.

അമ്മ ആകെ കുഴങ്ങി നില്ക്കുകയായിരുന്നു. അവൾ തീരുമാനിക്കട്ടെ, എനിക്കറിയില്ല. അനിയത്തി പറഞ്ഞു.

–ചേച്ചിക്ക് ഒരു നല്ല പാർട്ണർ ആയിത്തോന്നുകയാണെങ്കിൽ പ്രൊസീഡ്.

ലസിത പറഞ്ഞു.

–ഞാൻ ആളെക്കുറിച്ച് തിരക്കി–ജീനിയസ് ആണ്, വർക്ക്ഹോളിക് ആണ്, അംബിഷ്യസ് ആണ്, എല്ലാവരും ഇതൊക്കെ പറയുന്നുണ്ടെങ്കിലും, പൊതുവെ അഭിപ്രായം ഇതിനകം മൂന്നോ നാലോ ജോലി മതിയത്രെ–നിനക്ക് കുഴപ്പം വരരുത് എന്നേയുള്ളു– ആലോചിച്ച് തീരുമാനിച്ചാൽ മതി. അപ്സര നിശ്വസിച്ചു, എന്താലോചിക്കാനായിരുന്നു? ഓളങ്ങൾക്കൊപ്പം ഒഴുകി കൂർത്ത കല്ലുകളിൽ തട്ടി മുറിഞ്ഞ്, മുള്ളുകളിൽ കുടുങ്ങി, എങ്ങോട്ടോ പോകുന്ന തടിക്കഷണം പോലെയുള്ള ഞാൻ–?

നീണ്ട രാത്രികൾ ഉറക്കമില്ലാതെ കിടക്കുമ്പോൾ, പേടിപ്പെടുത്തുന്ന സ്വപ്നങ്ങളുടെയും ഇരുണ്ട നിഴലുകളുമില്ലാത്ത ഒരു നിദ്ര മാത്രം കൊതിച്ചു–

അമ്മ പറഞ്ഞു,

കശ്യപിന് നീ ആദ്യം ഒന്ന് വിവാഹം കഴിച്ചതൊന്നും പ്രശ്നമല്ലെന്നാണ് പറഞ്ഞത്. നിന്റെ അനിയത്തിയുടെ കാര്യം നോക്കണ്ടേ? നീ വിവാഹം കഴിക്കാതെ നിന്നാൽ അവൾക്കെങ്ങനെ കല്യാണമാവും–?

അനിയത്തി പറഞ്ഞു,

–ചേച്ചി വിവാഹം കഴിച്ചാൽ, പിന്നെ ഞാൻ വെയ്റ്റ് ചെയ്യില്ല–അറിയാമല്ലോ നരേഷും സ്റ്റേറ്റ്സിലുണ്ട് ഇവിടെ വച്ച് ഞങ്ങൾ മ്യാരി ചെയ്യും. ചേച്ചിയുടെ കാര്യം കഴിയട്ടെ ആദ്യം. ഞങ്ങളെക്കുറിച്ച് വറി ചെയ്യണ്ട.

അവൾ എത്ര വിദഗ്ദ്ധമായാണ് എല്ലാം തീരുമാനിച്ച് വച്ചിരിക്കുന്നത്!. അതോർത്തപ്പോൾ ഉള്ളിൽ വാശി തോന്നി. അവളെപ്പോലെ എനിക്കും ജീവിക്കണം, എനിക്കുവേണ്ടി ആരും ബുദ്ധിമുട്ടണ്ട.

പിറ്റേന്ന് കശ്യപിനെ കാണാൻ സ്റ്റുഡിയോയിൽ ചെന്നു.

കശ്യപ് പറഞ്ഞു.

–അപ്സരയുടെ പാസ്റ്റ് ഒന്നും എനിക്കറിയണ്ട. എനിക്കൊരു കമ്പാനിയൻ–എന്റെ ഡ്രീം എന്താണെന്ന് വച്ചാൽ സ്വന്തമായി ഒരു ചാനൽ, അല്ലെങ്കിൽ ഒരു ഇന്റർനാഷണൽ ചാനലിലെ ടോപ് പൊസിഷൻ–അതിനുള്ള സപ്പോർട്ട് തരുന്ന കമ്പാനിയൻ–യു ഹാവ് ദാറ്റ് പൊട്ടൻഷ്യൽ–

–തളർന്നു കിടക്കുന്ന മൃതകോശങ്ങൾക്ക് ഊർജ്ജം നല്കി ജീവൻ വെപ്പിക്കുന്ന വാക്കുകൾ. ഇനി ഞാൻ തിരിഞ്ഞു നോക്കുന്നില്ല, അവൾ

അമ്മയോടു പറഞ്ഞു-ഞാൻ തീരുമാനിച്ചു കഴിഞ്ഞു, കശ്യപിനെ അറിയിച്ചു.

അമ്മ, പ്രൊഫഷനുമായി-ചേർന്നു പോകുമോ?

അവൾ തലയുയർത്തി

-ഒരു പ്രൊഫഷണലായിരുന്നല്ലോ ആദ്യത്തേത്?

എന്നിട്ടെന്തായി?

തിരിഞ്ഞുനിന്ന് ചോദിച്ച അവളുടെ ചോദ്യം കേട്ട് അമ്മ നിശ്ശബ്ദയായി. ഉള്ളിൽ അടക്കി വച്ച ഒരുപാടു ചോദ്യങ്ങൾ ഉണ്ടായിരുന്നു. എപ്പോഴും കൂർത്ത മുള്ളുകൾകൊണ്ട്, ഹൃദയം മുറിപ്പെടുത്തിയവ-പക്ഷേ, അമ്മയുടെ വിളറിയ മുഖത്തെ ദുഃഖം ചോദ്യങ്ങളുടെ മുനയൊടിച്ചു കളയുന്നു.

അലോസരങ്ങളൊന്നുമില്ലാത്ത അഞ്ചുവർഷങ്ങൾ, മകൾ ജനിച്ചതും അവൾക്ക് അമൂല്യ എന്ന പേരിട്ടതും അമ്മു എന്ന് വിളിച്ചതും കശ്യപ്-അദ്ദേഹത്തിന്റെ നീണ്ട യാത്രകളും, തീരാത്ത ഓഫീസ് ജോലികളും വിഷമിച്ചിരുന്നെങ്കിലും സ്വയം ആശ്വസിച്ചു. ഇത്രയൊക്കെയല്ലേയുള്ളു തോരാത്ത മഴയത്ത്, അടിമുടി കുതിർന്നു നിരാലംബയായി നില്ക്കുമ്പോൾ ഒരു കുട തലയ്ക്കുമുകളിൽ വിടർന്നതിന്റെ ആശ്വാസമുണ്ടല്ലോ -അതുമാത്രം മതി പക്ഷേ-രാത്രി വൈകുവോളം കമ്പ്യൂട്ടറിൽ പരതിക്കൊണ്ടിരുന്ന കശ്യപ്, പെട്ടെന്ന് ഉറക്കെ ഒച്ചയിട്ടുകൊണ്ട് ഓടി വന്നതോർക്കുന്നു.

-അപ്സരാ, എന്റെ ഡ്രീം നടക്കാൻ പോകുന്നു. ഒരു മൾട്ടിലിംഗ്വൽ, ഇന്റർനാഷണൽ ചാനലിലെ ഓഫർ-നമ്മൾ ചെയ്ത സിഡികൾ ഞാൻ സബ്ടൈറ്റിൽ ചെയ്ത് അയച്ചുകൊടുത്തിരുന്നു. അവർ അത് അക്സെപ്റ്റ് ചെയ്തു. ടെലിഫോണിക് ഇന്റർവ്യൂ കഴിഞ്ഞു. ദെ ആർ ഇംപ്രസ്ഡ്.

അപ്സരയ്ക്ക് വിഷമം തോന്നി. അധികം അലരും ചുഴിയുമില്ലാതെ ഒഴുകി നീങ്ങിയ പുഴയിനിയും പ്രക്ഷുബ്ദമാവുമോ? ഒരു മിന്നൽപ്പിണർ ദൂരെയൊളിച്ചിരിപ്പുണ്ടാവുമോ?

ഫോറിൻ കൺട്രീസിലൊക്കെ പോകേണ്ടി വരുമോ? ഉടനെ-?

-ഒഫ് കോഴ്സ്. അവരുടെ ബേസ് സ്റ്റേറ്റ്സിൽ ഷിക്കാഗോയിലാണ്. പിന്നെ ബോട്സ്വാന-അങ്ങനെ പലയിടത്തും; എന്തായാലും ആദ്യത്തെ ഒരു വർഷം പൊക്ടിറ്റ് ഷെഡ്യൂളായിരിക്കും. യു ഹാവ് ടു പുട് അപ് വിത് ഇറ്റ്. ചാനലിലെ സുഹൃത്തുക്കൾ, അഭിനന്ദനങ്ങൾ അറിയിച്ചു കൊണ്ടു പറഞ്ഞു, കശ്യപിന് ഈ ഫ്രീഡവും സപ്പോർട്ടും നല്കിയതിന് അപ്സരയ്ക്ക്, പ്രത്യേകം ആശംസകൾ.

-ഉള്ളം ആനന്ദം കൊണ്ട് നിറഞ്ഞുവെങ്കിലും, കണ്ണുകൾ തുളമ്പി, വീണ്ടും പഴയ അരക്ഷിതാവസ്ഥയിലേക്ക്-?! ഇപ്പോൾ ആറുവയസ്സെത്താ

റായ മകളും കൂടി-ഒടുവിൽ-

പോകാൻ തീരുമാനിച്ചതിന്റെ തലേന്ന്, ധൈര്യം സംഭരിച്ചു പതുക്കെ ചോദിച്ചു-

-പോകാണോ കശ്യപ്? ഇവിടെയും നല്ല വർക്കിങ് കൺഡീഷൻസായിരുന്നില്ലേ? ഒരു ഇന്റർഫിയറൻസും ഇല്ലായിരുന്നല്ലോ?

അദ്ദേഹം ഞെട്ടിത്തിരിഞ്ഞു, ഇതുവരെ കാണാത്ത മുഖഭാവം-

-അപ്സര, നീയെന്താണ് പറയുന്നത്?

ഈ ഓഫർ വേണ്ടെന്ന് വെക്കാനോ?

ആർ യു കാളിങ് മി ബാക്ക്? നീയും കൂടി ചേർന്ന് ചെയ്ത പ്രോഗ്രാംസ് കണ്ടിട്ടാണ് അവർ എന്നെ സെലക്ട് ചെയ്തത്, നല്ല കമന്റ്സും തന്നിട്ടുണ്ട്. ഒരു ടിപ്പിക്കൽ ഇന്ത്യൻ വൈഫിനെപ്പോലെയാകല്ലേ നീ— സ്കൈ ഈസ് ദി ലിമിറ്റഡ് ഫോർ മീ. എന്റെ അംബീഷൻസ്-പ്രിഫറൻസസ് എല്ലാം നിനക്കറിയാം-സോ ഡോണ്ട് ഇന്റർഫിയർ, ഓക്കെ?

പോയിട്ട് ഒരു വർഷത്തോളം, കൃത്യമായി ഫോൺകോളും, മെസേജസും വന്നു. പിന്നീട് അവയുടെ ഇടവേളകൾ നീണ്ടു-

രാത്രികൾ വീണ്ടും കണ്ണീരിൽ കുതിരുന്നു. അമ്മു എന്ന മകൾ ആദ്യമൊക്കെ അച്ഛനെ തിരക്കി വാശി പിടിച്ചു, അതു പറയുമ്പോൾ കശ്യപ് പറയും.

-ഈ തിരക്കൊക്കെ പ്രൊബേഷൻ പീരിഡ് കഴിയുന്നതുവരെ മാത്രം. അതുകഴിഞ്ഞ് ഒരു ബ്രേക് എടുത്തു ഞാൻ വരാം. അവളെ പറഞ്ഞു മനസ്സിലാക്കുക.

പിന്നീടൊരിക്കൽ വന്നു. ഒരാഴ്ചത്തെ ലീവ്. പക്ഷേ, പറയാനുള്ളത് എല്ലാം പ്രൊഫഷനെക്കുറിച്ചു മാത്രം-

കശ്യപ്, ഇത്രയും ജോലിയിൽ ഇൻവോൾവ്ഡ് ആകരുത്. മോൾ എത്ര മിസ് ചെയ്യുന്നു എന്നറിയുമോ?

കശ്യപ് പക്ഷേ, ജീനി കെട്ടിയ കുതിരയെപ്പോലെ, മുമ്പോട്ടു മാത്രം നോക്കി നീങ്ങുന്നു ചുറ്റുപാടുമുള്ളതൊന്നും അദ്ദേഹം കാണുന്നില്ല, അറിയുന്നില്ല-അറിയാൻ താല്പര്യപ്പെടുന്നുമില്ല.

ഫോറിൻ കൺട്രീസിലെ വർക്ക് കൾച്ചർ വേറെയാണ് അപ്സരേ, നിന്നെ ഞാൻ ഒരിക്കൽ കൊണ്ടുപോയി കാണിച്ചു തരാം-അപ്പോൾ നിനക്ക് എന്റെ ബുദ്ധിമുട്ടുകൾ മനസ്സിലാവും.

പക്ഷേ-

അത് ഒരിക്കലും ഉണ്ടായില്ല. വല്ലപ്പോഴും വരുന്ന ഫോൺ കോൾസ്. തിരിച്ചു വിളിച്ചാൽ ഒരിക്കലും തിരികെ കിട്ടാത്ത മറുപടികൾ. പല പല കാരണങ്ങൾ കൊണ്ടും തമ്മിൽ കാണാതെ, വരാതെ കടന്നുപോയ ആറു വർഷങ്ങൾ-

ചാനലിലുള്ള സുഹൃത്തുക്കളോട് അന്വേഷിക്കുമ്പോൾ പറഞ്ഞു.

-കശ്യപ്, ഞങ്ങളെപ്പോലും വിളിക്കാറില്ല. ജോലിയോട് അത്ര അഡിക്ടറ്റഡ് ആണ്.

മറ്റെല്ലാം മറക്കും-മുകളിൽ നിന്നുള്ള പ്രഷറും ഉണ്ടാവും-അവന് ഇവിടെ നിന്നാൽ മതിയായിരുന്നു. കേട്ടില്ല. ഞങ്ങൾ ആവുന്നത്ര പറഞ്ഞതാണ്, ഒരു കുടുംബമൊക്കെ ആയില്ലേ പോകണ്ട എന്ന്, ആരെയും കൂസാത്ത പ്രകൃതമല്ലേ അപ്സരേ-

അവസാനത്തെ ഫോൺകോൾ വന്നത്, അഫ്ഗാനിസ്ഥാനിൽ നിന്ന്-

-ഒരു റിപ്പോർട്ടിന് പുറകേ പായുകയാണ്-ശരിയായാൽ വൈകാതെ കേരളത്തിലെത്തും-ജസ്റ്റ് വെയ്റ്റ്.

അമൂല്യമായത് എന്ന് പറഞ്ഞ് താലോലിച്ചിരുന്ന മകളെപ്പോലും ഓർക്കാത്ത ആ മനസ്സ്, അപ്സരയ്ക്ക് പിടികിട്ടുന്നില്ല.

പൊതുവായ സ്വഭാവങ്ങൾ ഇല്ലാത്ത മനുഷ്യർ ഉണ്ടോ? മകൾക്ക് പത്തുവയസ്സു കഴിഞ്ഞ് മുതിർന്ന കുട്ടിയായിരിക്കുന്നു.

കൈയിൽ കിട്ടിയ കളിപ്പാട്ടത്തിന്റെ പുതുമണം മാറിയപ്പോൾ, വലിച്ചെറിഞ്ഞിട്ടിട്ടു പോയ കുട്ടിയെപ്പോലെയാണ് അച്ഛൻ എന്ന് അവൾ കരുതുന്നുണ്ടാവുമോ? വല്ലപ്പോഴും വരുന്ന ഒരു ഫോൺ കോളിലൂടെ സ്നേഹം പങ്കിടുന്ന അച്ഛനെ, അവൾ എങ്ങനെയാവും ഓർക്കുന്നത്?

ഉത്തരമില്ലാത്ത ചോദ്യങ്ങൾ ഉള്ളിൽ തിങ്ങി നിറഞ്ഞ്, ശ്വാസം മുട്ടിക്കുന്നു.

ഒടുവിൽ-

-ലസിതയാണ് പറഞ്ഞത്

-പറയാൻ മടിയുണ്ട് അപ്സരേ-കശ്യപ് ഇനി തിരിച്ചു വരുമോ എന്നറിയില്ല. അവിടെ ഒരു ജർമ്മൻ ലേഡിയുമായി അഫയർ ഉണ്ടത്രെ, കൂടെ വർക്ക് ചെയ്യുന്ന ജേർണലിസ്റ്റാണ്. അവർ ഒന്നിച്ച് എന്തൊക്കെയോ പ്ലാൻ ചെയ്യുന്നുണ്ടെന്നൊക്കെയാണ് അറിഞ്ഞത്. കൂടെയുണ്ടായിരുന്ന ജിഷ്ണു ന്യൂയോർക്കിൽ വെച്ച് കണ്ടെന്ന് പറഞ്ഞു. പുതിയ വർക്കിന്റെ ഹരത്തിലാണ് കശ്യപ് എന്നാണ് ജിഷ്ണു പറഞ്ഞത്. ബാക്കി ഒന്നിനെപ്പറ്റിയും കേൾക്കാൻ ഇന്ററസ്റ്റ് കാണിച്ചില്ലത്രേ. അവൻ കൂടുതലൊന്നും ചോദിച്ചില്ല-

നടന്നുപോകുമ്പോൾ, ഭൂമി പിളർന്നു മാറി, താഴെ അഗാധതയിലേക്ക് വീണുപോയതുപോലെ-ഉരുൾ പൊട്ടി പോയതു പോലെ-

രാത്രി, വൈകുവോളം, ഒഴുകിത്തീരാത്ത കണ്ണീരിന്റെ നനവിൽ മുഖം ചേർത്ത് ഉറക്കമില്ലാതെ കിടക്കുമ്പോൾ വീണ്ടും വിചാരിച്ചു, പിന്നെയും, ഈ അപ്സരസുകളുടെ ശാപം എന്നെ പിന്തുടരുന്നതെന്തുകൊണ്ട്? പുരുഷനെ പ്രേമിച്ചാൽ, അവരെ പിരിഞ്ഞു പോകട്ടെ എന്ന് ശപിക്കുന്ന ദേവഗുരുക്കൾ-അത് ഉർവ്വശിയായാലും തിലോത്തമയായാലും-ഏത് സംഗ

മനീയ രത്നമാണ് അവരെ ഒന്നിപ്പിക്കാൻ ശാപമോക്ഷവുമായി വരുന്നത്? അതൊക്ക കഥകളിൽ മാത്രം അവൾ പിന്നെയും പിന്നെയും, സ്വയം ചോദിക്കുന്നു.-എവിടെയാണ് വീണ്ടും തെറ്റുകൾ സംഭവിക്കുന്നത്? പൂരിപ്പിച്ചെടുക്കാനാവാത്ത സമസ്യകൾ ആരാണ് മുമ്പിലേക്ക് ഇനിയും ഇട്ടു തരുന്നത്?

ഡിപ്പാർട്ട്മെന്റിൽ, മൈക്രോസ്കോപ്പിലൂടെ നോക്കിയിരിക്കുമ്പോൾ, മിഴിനീരൊഴുകി ലെൻസിന്റെ അറ്റത്ത് തുളുമ്പി ഒലിക്കുന്നു-ഗ്ലാസ് സ്ലൈഡിൽ പിന്നെ ഒന്നും കാണാനാവാതെ, ചില്ലു വാതിലുകൾക്കപ്പുറം, കാറ്റുവന്നു തട്ടുമ്പോഴൊക്കെ നിലവിളിച്ചുകൊണ്ട് വളഞ്ഞാടുന്ന മഞ്ഞ മുളകളെ നോക്കിയിരിക്കുമ്പോൾ ലസിത വന്ന് പുറം തലോടി.

-സാരമില്ല, പോട്ടെ അപ്സരേ-നിനക്ക് ഒരു നല്ല കുട്ടിയുണ്ടല്ലോ- അതുമതി നിനക്ക്-

അങ്ങനെ സമാധാനിക്ക്.

-പക്ഷേ, ആ കുട്ടിയും ഒരു പെൺകുട്ടിയാണ്. കാലം അവൾക്കും കെണിയൊരുക്കി കാത്തിരിക്കുന്നുണ്ടാവുമോ? അപ്സര സ്വയം പറഞ്ഞു.

-എന്നാലും, അവൾ, അവൾ മാത്രമാണ് ജീവിതത്തിനും മരണത്തിനും ഇടയിൽ സ്വർണ്ണനൂൽ കൊണ്ടൊരു പാലം തീർക്കുന്നത്-ഞാൻ ജീവിച്ചിരിക്കുന്നു എന്ന് സ്വയം ബോദ്ധ്യപ്പെടുത്താൻ എന്തെങ്കിലുമൊക്കെ ചെയ്യണമെന്ന് തോന്നുന്നതും അതുകൊണ്ടാണ്. സ്വിറ്റ്സർലന്റിൽ നടക്കുന്ന കോൺഫറൻസിൽ ഈ റിസർച്ച് പേപ്പറിന്റെ വിശദാംശങ്ങൾ പ്രസന്റ് ചെയ്യാൻ തീരുമാനിച്ചതും അതിനാലാണ്, പ്രൊഫസർ അന്ന മാഡം സന്തോഷത്തോടെ പറഞ്ഞു.

-ഈ റിസേർച്ചിന് മുൻകൈ എടുത്തതും, വർക്ക് ചെയ്തതും അപ്സരയല്ലേ? സോ യു പ്രസന്റ് ഇറ്റ് യു കാൻ ഡു ഇറ്റ് ബെറ്റർ ദാൻ മി.

ഞാൻ കോളേജിനെ പ്രസന്റ് ചെയ്തുള്ള പാർട്ടിസിപ്പേഷൻ ലെറ്റർ ഇന്നു തന്നെ മെയിൽ ചെയ്യാം. മൈക്രോ ബയോളജിസ്റ്റുകളുടെയും ഫിസിഷ്യൻസിന്റെയും സംയുക്ത കോൺഫറൻസിൽ പേപ്പർ അവതരിപ്പിക്കാനായി ഡയസിലേക്കു കയറുമ്പോൾ ഒരു നിമിഷം മനസ്സു തേങ്ങി. കശ്യപ് തന്ന ആത്മവിശ്വാസമാണ് ഇതുവരെ എത്തിച്ചത്. എന്നിട്ടിപ്പോൾ ഒരു അവയവം അറ്റുപോയതുപോലെ ആ ഓർമ്മയിൽ, ഉള്ളം നീറുന്നു. പ്രസന്റേഷൻ കഴിഞ്ഞ്, എല്ലാവരുടെയും ചോദ്യങ്ങൾക്കുത്തരങ്ങൾ നല്കി തിരിച്ച് സീറ്റിൽ വന്നിരിക്കുമ്പോൾ, മുമ്പിൽ ഇരുന്ന നിശാന്ത് തിരിഞ്ഞു ഹസ്തദാനം നല്കി.

-വെൽഡൺ! വൈകിട്ടു കാണണം. സന്ധ്യക്ക് ബാൻക്വെറ്റ് ഹാളിൽ എത്തിയപ്പോൾ നിശാന്ത് കാത്തു നില്ക്കുന്നുണ്ടായിരുന്നു.

-അപ്സര, എനിക്ക് തന്റെ ഹെൽപ് വേണം. ഞാൻ മോട്ടോർ ന്യൂറോൺ ഡിസീസിന്റെ സ്റ്റഡി ചെയ്യുന്നുണ്ട്. ഒരു ഇ-ഫൗണ്ടേഷന്റെ ഫണ്ട് ഉണ്ട്. ഈ അസുഖത്തിന് വൈറസിന്റെ റോൾ നമുക്ക് സ്റ്റഡി

ചെയ്യണം.

അയാൾ, താൻ ചെയ്യുന്ന വർക്കിനെക്കുറിച്ച് വിശദീകരിച്ചിട്ടു പറഞ്ഞു.

–ഞാൻ നാളെക്കൂടി ഇവിടെ കാണും. രാവിലെ ആൽപ്സിലേക്ക് പോകുന്നു. അപ്സര പോയിട്ടുണ്ടോ? അവൾ ചിരിച്ചു.

ഇതുപോലെ കോൺഫറൻസിനൊക്കെയുള്ള യാത്രയെയുള്ളൂ. അല്ലാതെങ്ങും പോയിട്ടില്ല.

–എന്നാൽ വരൂ. നമുക്ക് ടിറ്റ്ലിസിൽ പോകാം കേബിൾ കാറുണ്ട്.

ഒരു നിമിഷം അപ്സര പതറി, പിന്നെ വിചാരിച്ചു, നിശ്ചിത വൃത്തത്തിൽ കറങ്ങുന്ന പമ്പരം പോലെയുള്ള ജീവിതം–വീട്, കോളേജ്, മകളുടെ സ്കൂൾ, കോൺഫറൻസുകൾ, അത്രമാത്രം. അതിനു പുറത്തേക്ക് ഒന്ന് പോയാലെന്താണ്–?

മഞ്ഞുറഞ്ഞു കിടക്കുന്ന ആൽപ്സിന്റെ ഏറ്റവും മുകൾത്തട്ടായ ടിറ്റ്ലിസിലേക്ക്–? ഇനി ഇത് സാധിച്ചെന്ന് വരില്ല–

–ശരി, ഞാനും വരുന്നു.

നിശാന്ത് പെട്ടെന്ന് തോളിൽ തട്ടി–

–എന്താണ് ഓർത്തിരിക്കുന്നത്, അപ്സരേ–? ഇറങ്ങൂ, മുകളിലെത്തി.

അപ്സര, സ്മൃതികളിൽ നിന്നുണർന്നു–മുമ്പിൽ മഞ്ഞിന്റെ വിശാലമായ ഭൂമിക–പ്രവേശന കവാടത്തിനടുത്ത്, കറുത്ത മഞ്ഞിൽ ഉയർന്നു നില്ക്കുന്ന ഷാറൂഖാന്റെ വലുപ്പത്തിലുള്ള കട്ടൗട്ട്–പിന്നെ നോക്കെത്താ ദൂരത്തോളം ശുഭ്രഹിമാനിപരപ്പുകൾ. കുറച്ചു താഴെ കുഴമഞ്ഞു കോരി മാറ്റുന്നു യന്ത്രചക്രങ്ങളുടെ ഇരമ്പലുകൾ–മഞ്ഞിലൂടെ ബാലൻസ് തെറ്റാതെ നടക്കാൻ ശ്രമിക്കുന്ന സന്ദർശകർ–ശീതക്കാറ്റ് മുഖത്തേക്ക് ആഞ്ഞടിക്കുമ്പോൾ, നീറുന്ന ചുണ്ടുകൾ–

–അപ്സര ഇവിടെ ആദ്യമായിട്ടാണോ വരുന്നത്? ഞാനിവിടെ മൂന്നാലു തവണ വന്നിട്ടുണ്ട്.

അവൾ ചോദിച്ചു–ഒറ്റയ്ക്കോ? അനീറ്റ വന്നില്ലേ?

നിശാന്ത് ക്ലാസിലെ ഏറ്റവും സമർത്ഥനായ വിദ്യാർത്ഥിയായിരുന്നു. മിടുക്കികളിലൊരാളായ അനീറ്റയുമായി വർഷങ്ങൾ നീണ്ട പ്രണയവും വിവാഹവും എല്ലാവർക്കും അറിവുള്ളതാണ്.

–അനീറ്റ എന്താണ് ഇപ്പോൾ വരാഞ്ഞത്?

നിശാന്ത് ഒരു നിമിഷം നിന്നു, പിന്നെ പറഞ്ഞു

–അനീറ്റ് വളരെ തിരക്കുള്ള ഒരു നെഫ്രോളജിസ്റ്റാണ്. ചില ദിവസങ്ങൾ കാണാറുതന്നെയില്ല. അവൾക്ക് കരിയർ വളരെ ഇമ്പോർട്ടന്റാണ് അതിന് ഒരു കോംപ്രമൈസും ചെയ്യില്ല.

–മക്കൾ–?

–ഒരു മകൻ. അവൻ മെഡിക്കൽ സ്കൂളിലാണ്. അവനും വല്ലപ്പോ

ഴുമേ വരൂ. അമേരിക്കയിൽ ജനിച്ചു വളർന്ന കുട്ടിയല്ലേ-? ഞങ്ങൾ മൂന്നു പേരും ഒന്നിച്ചു കണ്ടിട്ട് വർഷങ്ങളായി.

ഇറ്റ്സ് മൈ ഫേറ്റ്-

നിശാന്തിന്റെ വരണ്ട ശബ്ദത്തിലെവിടെയോ തകർന്നുപോയ സ്വപ്നത്തിന്റെ മണിക്കിലുക്കം ഉണ്ടായിരുന്നു.

പിന്നെ സ്വയം പറഞ്ഞു.

-മിക്ക പ്രൊഫഷണൽസിന്റെയും ലൈഫ് അവിടെ ഇങ്ങനെയൊക്കെത്തന്നെ.

നിശാന്ത് ചെറിയ പുഞ്ചിരിയോടെ അവളുടെ നേരെ നോക്കി

-വാട്ട് എബൗട്ട് യു? ഹസ്ബന്റ്? മക്കൾ?

അപ്സര, മിണ്ടാതെ തണുത്തുറഞ്ഞു കിടക്കുന്ന ഹിമഭൂമിയിലേക്ക് നോക്കി നിന്നു.

-അയാൾ മുഖം തിരിച്ചു പറഞ്ഞു.

-കഴിഞ്ഞ തവണ നമ്മുടെ ബാച്ചിന്റെ ഗെറ്റ് ടുഗദറിന് വന്നപ്പോൾ ചിലതൊക്കെ അപ്സരയെക്കുറിച്ച് കേട്ടിരുന്നു.

സോ, ഇറ്റ്സ് ട്രൂ?

അവൾ, തണുത്ത ഇരുമ്പുകമ്പിയിൽ മുഖമമർത്തി നിന്നു-ചോരയൊലിച്ചു നില്ക്കാത്ത മുറിവുകളിൽ, പിന്നെയും സൂചിത്തലപ്പുകൊണ്ട് പോറുന്നത് എന്തിന്? പക്ഷേ, ഇപ്പോൾ വേദനയും അറിയുന്നില്ല. മരവിപ്പു മാത്രം-

അവൾ മഞ്ഞുപെയ്യുന്ന മാനത്തേക്ക് കൈ നീട്ടിക്കൊണ്ട് മിണ്ടാതെ നിന്നു. കൈകളിൽ ഹിമകണങ്ങൾ നിറയുന്നു. അപ്പോൾ അയാൾ പറയുന്നതവൾ കേട്ടു.

-സോ. വീ ആർ ഇൻ ദി സെയിം ബോട്ട് ഇല്ലേ-?

അവൾ ഞെട്ടി-എന്താണ് നിശാന്ത് പറയുന്നത്?

അയാൾ തലയാട്ടി, അതെ ഏറക്കുറെ അതേപോലെ തന്നെ. അവൾ ഓർത്തു, അവർ തമ്മിൽ, നിശാന്തും അനീറ്റയും എത്ര തീക്ഷ്ണമായ പ്രണയമായിരുന്നു! എല്ലാം കൊണ്ടും ചേർച്ചയുള്ളവരും-എന്നിട്ടും-? പ്രേമത്തിന്റെ വിജയപരാജയങ്ങൾ നിശ്ചയിക്കുന്ന ഘടകങ്ങൾ ഏതാണെന്ന് ആരാണ് ഒന്ന് പറഞ്ഞു തരുന്നത്?

അവൾ മെല്ലെ പറഞ്ഞു.

-എനിക്ക് വിശ്വസിക്കാൻ വയ്യ

നിശാന്ത് പറഞ്ഞു

-എനിക്കും-

അയാൾ മുഖത്ത് ചിരി വരുത്തി.

-പോട്ടെ, പിന്നെ ഞാനിന്നലെ പറഞ്ഞ കാര്യം ഓർമ്മയുണ്ടോ?

എനിക്ക് ഹെൽപ് വേണ്ടിവരും, യു കാൻ ഹെൽപ് മി ഫോർ ദാൻ

എനിബഡി എൽസ്.

അവൾ തലയാട്ടി. അയാൾ പറഞ്ഞു.

–നമുക്ക് റസ്റ്റോറന്റിൽ പോകാം. അവിടെ നല്ല ഇറ്റാലിയൻ കോഫി കിട്ടും. കാപ്പി കുടിച്ചു കൊണ്ടിരിക്കുമ്പോൾ അയാൾ ടിറ്റ്ലിസിൽ നേരത്തെ വന്ന യാത്രയുടെ കഥകൾ പറഞ്ഞു, പഴയ സഹപാഠികളെ കണ്ട കാര്യങ്ങൾ പറഞ്ഞു.

–അപ്സര ഓർത്തു, എത്രയോ നാളായി ഒരാൾ ഇതുപോലെ എന്നോടു സംസാരിച്ചിട്ട്. ഒരു വെൺമേഘം പോലെ മനസ്സിൽ ലാഘവത്വം നിറയുന്നു.

ഒന്നും ആരോടും പറയാനില്ലാതെ, ആർക്കും ഇങ്ങോട്ടും ഒന്നും പറയാനില്ലാതെ, ദിവസങ്ങളിലെ നീണ്ട മണിക്കൂറുകൾ–

–വരൂ, പോകാം.

കേബിൾ കാറിലിരിക്കുമ്പോൾ, താഴെ പൈൻ മരങ്ങളിൽ തുള്ളിയാടുന്ന തുമ്പിച്ചിറകു പോലെയുള്ള പൂവള്ളികൾ കണ്ടു. ഹിമക്കാറ്റിന്റെ കുറുകലും ഇടയ്ക്കു പാറി വീഴുന്ന ചാറ്റൽ മഴയും, ഒട്ടും അസഹ്യപ്പെടുത്തിയില്ല. കടുത്ത തണുപ്പ്, ഒരു സുഖമായി തോന്നിത്തുടങ്ങിയിരുന്നു. താഴെയിറങ്ങി പുൽത്തകിടിയിലൂടെ ഹോട്ടൽ മുറിയിലേക്ക് നടക്കുമ്പോൾ നിശാന്ത് പറഞ്ഞു.

–ലോബിയിലേക്ക് വരൂ. വൺ മിനിറ്റ്.

ലോബിയിൽ, വയലറ്റ് നിറത്തിലുള്ള ചില്ലുപാത്രത്തിൽ ട്യൂലിപ്പ് പൂക്കൾ നിരത്തി വെച്ചിരിക്കുന്നു. അവയുടെ നേർത്തമണം നുകർന്നു കൊണ്ട് കമ്പിക്കസേരയിൽ മുഖാമുഖം ഇരിക്കുമ്പോൾ മുഖവുര കൂടാതെ നിശാന്ത് ചോദിച്ചു.

–കാലിഫോർണിയയിലേക്ക് അപ്സര വരുന്നോ? അവൾ ഞെട്ടി– എന്തിന്–?

അയാൾ അവളുടെ കണ്ണിലേക്കു നോക്കി,– എന്റെ കൂടെ വരുന്നോ

അവൾ വിക്കലോടെ പറഞ്ഞു.

–എനിക്കൊരു മോളുണ്ട് നിശാന്ത്. ഞാൻ തനിച്ചല്ല. ഞാനവളെ അമ്മയുടെ അടുത്താക്കിയിട്ടാണ് വന്നത്.

അയാൾ ഇമയനക്കാതെ പറഞ്ഞു,

ഐ ലൈക് യു–പിന്നെ ഈ ഏകാന്തത, ലോൺലിനസ്, എന്നെ വല്ലാതെ വിഷമിപ്പിക്കുന്നു. എന്റെ വർക്കിലും അത് റിഫ്ളക്റ്റ് ചെയ്യുന്നുണ്ട്– മോട്ടോർ ന്യൂറോൺ ഡിസീസിനെക്കുറിച്ചുള്ള, ഞാൻ പറഞ്ഞ സ്റ്റഡി എന്റെ ഒരു പ്രസ്റ്റീജിയസ് പ്രോജക്ടാണ്. അത് സക്സസ് ആയാൽ ഒരു മൈൽസ്റ്റോൺ തന്നെയാവും, മെഡിക്കൽ ഹിസ്റ്ററിയിൽ; അപ്സര ഒരു വർക്ക് അതിൽ നേരത്തേ ചെയ്തിട്ടുള്ളത് കൊണ്ട് ഇതിലേക്കായി വളരെ കോൺട്രിബ്യൂട്ട് ചെയ്യാൻ പറ്റും.

–പിന്നെ പ്രൊഫഷണൽ ആന്റ് പേഴ്സണൽ ലെവലിൽ അപ്സരയ്ക്ക് മറ്റാരേക്കാളും എനിക്ക് ഹെൽപ് ഫുളായിരിക്കും. എനിക്കത് നേട്ടമേ ഉണ്ടാക്കൂ എന്ന് തോന്നുന്നു. വാട് ഡു യു സേ–?

അവൾ തരിച്ചിരുന്നു.

–എനിക്കെന്താണ് ഈ ബന്ധത്തിൽ നിന്ന് ലാഭം എന്ന് പണ്ട് മുഖത്തുനോക്കി ചോദിച്ച ഒരാൾ–ആ ഒരാൾ, പലപ്പോഴായി പല വേഷങ്ങളിൽ, ലാഭം നേടാൻ മുമ്പിലേക്കു കടന്നു വരുന്നു–പിന്നീട് അപ്രത്യക്ഷരാവുന്നു. വീണ്ടും ഞാൻ തനിച്ചാവുന്നു–

വേണ്ട, ഈ കളി; ഇപ്പോൾ, ഇവിടെ വച്ച്, ഈ കളി നിർത്താം–ഇനിയും കളിയിൽ തോല്വി മാത്രം ഏറ്റുവാങ്ങാൻ എനിക്കാവില്ല–ആകെ കറുത്തു കരുവാളിച്ച് ദുർബ്ബലമായ ഈ ശരീരത്തിന്, ഇനിയും ഇരുട്ടു വിഴുങ്ങാനാവില്ല–അവൾ ഒരു ചുവന്ന ട്യൂലിപ്പ് പുഷ്പം എടുത്ത് അതിന്റെ പകുതി കൂമ്പിയ ഇതളുകൾ പതുക്കെ വിടർത്തി സൗരഭ്യം നുകർന്നു. പിന്നെ മെല്ലെ പറഞ്ഞു.

എന്നെ ക്ഷണിച്ചതിന് നന്ദി–പക്ഷേ, ഞാൻ വരുന്നില്ല, പല കാരണങ്ങൾ കൊണ്ട്–പിന്നെ റിസർച്ചിനുള്ള ഹെൽപ് ഞാൻ ചെയ്യാം. പറഞ്ഞാൽ മതി, വേണ്ടതെന്താണെന്ന്. അതിനപ്പുറം ഒന്നും വേണ്ട–അവൾ സ്ഫടിക പാത്രത്തിൽനിന്നും ആ പൂവ് കൈയിലെടുത്തു; അതിന്റെ സൗമ്യവും, മനോരഞ്ജകവുമായ സുഗന്ധംപോലെ ഈ സൗഹൃദത്തിന്റെ ഓർമ്മ എന്നോടൊപ്പം ഉണ്ടാകട്ടെ. അതുമാത്രം മതി. അവൾ നിശാന്തിനു നേരെ കൈനീട്ടി–പോട്ടെ, ആവശ്യമുള്ളപ്പോൾ വിളിക്കൂ. തിരിഞ്ഞു നടക്കുമ്പോൾ, മിഴികൾ തുളുമ്പുന്നതവൾ അറിഞ്ഞു. സൂചിത്തുമ്പ് പോലെ തണുത്ത കാറ്റ് മുഖത്ത് കുത്തി നോവിക്കുന്നു–ലോബിയിൽ നിന്ന് അപ്സര കല്ലുപാകിയ വഴിയിലൂടെ, മുറിയിലേക്കു നടന്നു, തിരിഞ്ഞു നോക്കാതെ–

●

മഴവിൽ ജന്മങ്ങൾ

മാനം ഇരുണ്ടു തുടങ്ങിയിരിക്കുന്നു. നനഞ്ഞ്, ചാരപ്പൂപ്പൽ പറ്റിപ്പിടിച്ച, പാറക്കെട്ടുകൾക്കപ്പുറത്തുള്ള ചക്രവാളക്കോണിലേക്ക്, പരാജിതനെപ്പോലെ പകൽ പതുക്കെ പുറംതിരിഞ്ഞ് നടന്നകലുന്നു. പറഞ്ഞിട്ടും കരഞ്ഞിട്ടും തീരാത്ത സങ്കടങ്ങളുമായി തിരകൾ കരിമ്പാറക്കെട്ടുകളിൽ ആർത്തലച്ച് വീണ് ചിതറിത്തെറിക്കുന്നു–അന്തിവെയിൽ ആ ജലകണങ്ങളിൽ മഴവിൽ നിറങ്ങൾ ചാർത്തുന്നത് നോക്കി പൂഴിമണ്ണിലിരിക്കുമ്പോൾ അനുരാധയുടെ ഉള്ളുവിങ്ങി.

മനു എന്ന കൃഷ്ണമനോഹർ പറഞ്ഞത് അവൾ ഓർത്തു.

– രാധേ, കറുപ്പും വെളുപ്പും പോലെ ഒരു വർണ്ണരാജിയുടെ അറ്റങ്ങളാണ് പുരുഷനും സ്ത്രീയും– ഇടയ്ക്ക് അദൃശ്യമായി തന്നെ നില്ക്കുന്നു– തിരിച്ചറിയാൻ പ്രയാസമാണ്– എല്ലാ വർണ്ണങ്ങളും ചേർന്നാൽ വെളുപ്പുനിറമാകും– പക്ഷേ, ഒറ്റ നിറത്തിൽ മഴവില്ലുണ്ടാവില്ല.

കഴിഞ്ഞ എത്രയോ ദിനങ്ങളായി, ഈ നനവുമാറാത്ത കടൽപ്പുറത്ത്, കൽക്കൂട്ടങ്ങൾക്കിടയിൽ, പോക്കുവെയിൽ മായുന്നത് നോക്കിയിരിക്കുന്നു; മനു നടന്നുപോയ കാൽപ്പാടുകൾ തിരകൾ മായ്ച്ചിട്ടും വീണ്ടും ആ പാദമുദ്രകൾ തെളിയുമോ എന്ന് ആകാംക്ഷയോടെ കാത്തിരിക്കുന്നു.

–എല്ലാം തുടങ്ങിയതും കഴിഞ്ഞതും പെട്ടെന്ന്– കഷ്ടിച്ച് രണ്ട് സംവത്സരങ്ങൾ.

– അന്ന് ഗാഥയുടെ വിവാഹത്തിനാണ് ഈ മഹാനഗരത്തിൽ വന്നത്. ഗാഥയുടെ മാതാപിതാക്കൾ ഇവിടെ സ്ഥിരതാമസമായിരുന്നു. മെഡിസിന് കൂടെ പഠിച്ചവൾ, ഹോസ്റ്റലിലെ റൂംമേറ്റ്, പോസ്റ്റ് ഗ്രാജേഷനും കൂടെയുള്ളവൾ, ശ്രീധറുമായുള്ള പ്രണയ വിശേഷങ്ങൾ തുടക്കം

മുതൽ തന്നെ പങ്കിട്ടിരുന്ന, ആത്മ സുഹൃത്തായ ഗാഥ-

വിവാഹപ്പിറ്റേന്ന് നടന്ന റിസപ്ഷനിൽ, ഓർക്കാപ്പുറത്ത് ഗാഥയുടെ മൈക്കിൽ കൂടിയുള്ള അനൗൺസ്മെന്റ്- ഞങ്ങളുടെ ക്ലോസ് ഫ്രണ്ടായ അനുരാധ ഞങ്ങൾക്കുവേണ്ടി പാടുന്നു-മെഡിക്കൽ കോളേജിലെ വാനമ്പാടിയാണ് അനുരാധ- ഓർക്കെസ്ട്രാ ടീം പ്ലീസ് ഹെൽപ്പ്!

കൂടെയുള്ള മറ്റു കൂട്ടുകാരുടെ പ്രോത്സാഹനം- ആനന്ദം അലകടലായി തിരയടിച്ച ആ സുന്ദര സായാഹ്നത്തിൽ ഏറ്റവുമിഷ്ടപ്പെട്ട പാട്ടുകൾ അവൾക്കുവേണ്ടി സ്വയംമറന്ന് പാടിയതോർക്കുന്നു.

നിറഞ്ഞ കരഘോഷത്തിന്റെ അകമ്പടിയോടെ, സ്റ്റേജിൽ നിന്നിറങ്ങുമ്പോൾ പ്രകാശം തുളുമ്പുന്ന ചിരിയുമായി ഒരാൾ രണ്ടു കൈകളും നീട്ടി അടുത്തേക്കു വരുന്നു.

– റിയലി മാർവലസ്!!! ഒരു പ്രിപ്പറേഷനും ഇല്ലാതെ എത്ര നന്നായി പാടി- എത്ര നല്ല ശബ്ദം- യു ആർ ബ്ലെസ്സ്ഡ്!

ഗാഥയും ഭർത്താവ് ശ്രീധറും അടുത്തേക്ക് വന്നു.

ശ്രീധർ പറഞ്ഞു.

– അനൂ, ഇത് കൃഷ്ണമനോഹർ എന്ന മനു. എന്റെ അമ്മയുടെ ഫസ്റ്റ് കസിന്റെ മകനാണ്. സംഗീതമാണിവന്റെ പാഷൻ- പിന്നെ ജെനറ്റിക്സും- ഇവിടെ സയൻസ് ഇൻസ്റ്റിറ്റ്യൂട്ടിലെ ജനറ്റിക് സ്റ്റഡീസിൽ അസോസിയേറ്റാണ്-

പിന്നെ ശ്രീധർ കുസൃതിച്ചിരിയോടെ കൃഷ്ണമനോഹറിന്റെ പുറത്തു തട്ടി.

– മോസ്റ്റ് എലിജിബിൾ ബാച്ലർ, അല്ലേ മനൂ?

പക്ഷേ, കൃഷ്ണമനോഹർ, അത് ശ്രദ്ധിക്കാതെ അവളുടെ കൈകൾ കൂട്ടിപ്പിടിച്ച് അഭിനന്ദിക്കുമ്പോൾ ആ മുഖത്ത് നിറഞ്ഞുനിന്ന ആരാധനയും ആത്മാർത്ഥതയും അവൾ ഇപ്പോഴും ഓർക്കുന്നു- അത്രയും ഹൃദയപൂർവ്വമായ ഒരു പ്രോത്സാഹനം ആരും ഇതുവരെ തന്നിട്ടില്ല; സംഗീതം എന്റെ ജീവനാണെന്നറിഞ്ഞിട്ടും ആരും അത് അംഗീകരിച്ചിട്ടില്ല. ആഹ്ലാദം കൊണ്ട് അനുരാധയുടെ മിഴികൾ നിറഞ്ഞു, മുഖം തുടച്ചുകൊണ്ട് അവൾ പതുക്കെ പറഞ്ഞു.

– താങ്ക് യൂ വെരി വെരി മച്ച്- ഞാൻ ഒട്ടും പ്രിപ്പേയഡ് അല്ലായിരുന്നു. നന്നായില്ലെന്നാണ് തോന്നിയത്-

കൃഷ്ണമനോഹർ മുകളിലേക്ക് നോക്കി കൈ കൂപ്പി, പിന്നെ പറഞ്ഞു-

– ദൈവമേ!- നന്നായില്ലെന്നോ? ശരിക്കും ഞാൻ വേറൊരു ലോകത്തായിരുന്നു. യു ആർ റിയലി ടാലന്റഡ്-ഒരു പ്രൊഫഷണൽ സിംഗർ പോലെ തന്നെ- പാട്ടു പഠിച്ചിട്ടുണ്ടോ?

അവൾ നിരാശയോടെ പറഞ്ഞു-

– കുറച്ചു വർഷങ്ങൾക്ക് മുമ്പ്– മെഡിസിന് ചേരുന്നതുവരെ– പിന്നെ സാധകവും പാട്ടും എല്ലാം തീർന്നു– ഇതുപോലെ ഇടയ്ക്കൊക്കെ പാടും അത്രതന്നെ–

അയാൾ പറഞ്ഞു,

– ഞാൻ പഠിച്ചിട്ടുണ്ട്– ഇപ്പോഴും പഠിക്കുന്നു. പക്ഷേ, ഇതുപോലൊന്നും എനിക്ക് പാടാൻ പറ്റില്ല– ഇതൊക്കെ ഒരു ദൈവാനുഗ്രഹമല്ലെ? അസൂയ തോന്നുന്നുണ്ട് എനിക്ക്. പുറകിൽ നിന്ന് മനുവിന്റെ അച്ഛനും അമ്മയും നടന്നുവന്നു. അമ്മ വാത്സല്യത്തോടെ അവളുടെ ചുമലുകളിൽ പിടിച്ചു.

ഗാഥയുടെ ഫ്രണ്ട് അനുരാധ– അല്ലേ? അനു നന്നായി പാടുമെന്ന് അവൾ എപ്പോഴും പറയും–

പക്ഷേ, ഞങ്ങൾ ഇത്രയും പ്രതീക്ഷിച്ചില്ല ലതാമങ്കേഷ്കറോ, ജാനകിയോ ഒക്കെപ്പോലെ മോളേ, ഞങ്ങൾ അതിശയിച്ചുപോയി സത്യത്തിൽ!

പിന്നെ മനുവിനെ നോക്കി പറഞ്ഞു– ഇവന് സംഗീതം എന്നുവച്ചാൽ ഭ്രാന്താണ്– പക്ഷേ, വിചാരിക്കുന്നതുപോലെ പാടാൻ പറ്റുന്നില്ലെന്നാണ് വിഷമം– ആരെയും അവൻ ഇതുപോലെ അപ്രീഷിയേറ്റ് ചെയ്തു കണ്ടിട്ടില്ല. എന്തായാലും മോൾ ഈ ടാലന്റ് വിട്ടുകളയരുത്. ദൈവം തന്നതാണിത്.

അന്ന്, ഒരു പൂവിതൾ പോലെ അനന്തമായ ആകാശത്ത് പറന്ന് പാറിക്കളിക്കുന്നതുപോലെ തോന്നി– വീട്ടിലുള്ളവരോ, മറ്റാരും തന്നെ ഇത്രയധികം സ്നേഹവായ്പോടെ എന്റെ സംഗീതത്തെക്കുറിച്ച് പറഞ്ഞിട്ടില്ല–

ഒരു പാസ്ടൈമിന് അപ്പുറം ആരും ഒരു പ്രാധാന്യവും കൊടുത്തിട്ടില്ല– പഠിത്തമാണ് മുഖ്യം എന്ന് നിരന്തരം ഓർമ്മിപ്പിക്കുന്നവരുടെ ഇടയിൽ ഇതാര് ശ്രദ്ധിക്കാനാണ്!

അതായിരുന്നു തുടക്കം–

– ആ ഓർമ്മകൾ ഒരു മൃതസഞ്ജീവനി പോലെ ശരീരത്തിലെ ഓരോ അണുവിനെയും ത്രസിപ്പിക്കുന്നു.

– അതുകൊണ്ട് തന്നെ സ്മ്യൂളിൽ കൂടെ പാടാൻ ക്ഷണിച്ച് മനുവിന്റെ ഫോൺകോൾ വന്നപ്പോൾ, ആകെ നിലതെറ്റിയതുപോലെ–

പിന്നീടെത്രയോ ഗാനങ്ങൾ ഒന്നിച്ച്– വർണ്ണസാഗരങ്ങളിൽ നീന്തിയ ദിനങ്ങൾ– ജീവിതം സാർത്ഥകമാണെന്ന് തോന്നിയ നിമിഷങ്ങൾ– ഗാഥ ചോദിച്ചു.

– ഇന്നലെ ശ്രീധർ വന്നപ്പോൾ പറഞ്ഞു, മനുവിന്റെ അമ്മയ്ക്ക് നിന്റെ അഭിപ്രായം അറിയണമെന്ന്, നിനക്ക് ഭർത്താവായി ഡോക്ടർ തന്നെ വേണമെന്നുണ്ടോ എന്ന്.

പക്ഷേ,

അയാളുടെ ഫോൺകോളുകൾ കൊതിയോടെ കാത്തിരുന്നിട്ടും, പല വട്ടം മനുവിനോട് സംസാരിച്ചിട്ടും ഒപ്പം സ്മ്യൂളിൽ പാടിയിട്ടും, അയാൾ എന്നെ ഇഷ്ടമാണെന്നോ, വിവാഹത്തിന് താല്പര്യമാണെന്നോ ഒരു സൂചനപോലും തന്നിട്ടില്ല. സമാനമായ ഇഷ്ടങ്ങൾ പങ്കുവയ്ക്കുന്ന ഒരു സുഹൃത്തിന്റെ സന്തോഷം മാത്രമാണയാളുടെ വാക്കുകളിൽ എന്ന് അവൾ വിഷമത്തോടെ ഓർത്തു.

മുപ്പതുകൾ അയാൾ ഇതുവരെ അവിവാഹിതനായി നില്ക്കുന്നത് എന്താണെന്നതും അവൾക്കൊരു പ്രഹേളിക പോലെ തോന്നിയിരുന്നു.

അവൾ ഗാഥയോട് പറഞ്ഞു.

– മനുവിന് ഇഷ്ടമാണോ ഗാഥേ? എന്റെ താല്പര്യമല്ലല്ലോ പ്രധാനം.

ഗാഥ ചിരിച്ചു.

– നിനക്ക് അറിയില്ലല്ലേ, മനു ഒരു പ്രത്യേക സ്വഭാവക്കാരനാണെന്നാണ് ശ്രീധർ പറയുന്നത്. ആരോടും ഇഷ്ടം തുറന്നുകാണിക്കുന്ന പ്രകൃതമല്ലത്രേ. ഒറ്റ പുത്രനല്ലേ–വളരെ ഉൾവലിഞ്ഞ രീതിയാണ്– പേരന്റ്സിനോടാണ് അറ്റാച്മെന്റ്–വേറെ ഫ്രണ്ട്ഷിപ്പൊന്നുമില്ല.

അനുരാധ പറഞ്ഞു,

ഞാനും ഒറ്റക്കുട്ടിയല്ലേ– എല്ലാവരോടും ഞാൻ മിംഗിൾ ചെയ്യുന്നില്ലേ–?

ഗാഥ ശുണ്ഠിയോടെ പറഞ്ഞു.

– എല്ലാവരും ഒരുപോലാണോ? ഒരു മരത്തിലെ ഇലകൾ പോലും സൂക്ഷിച്ചുനോക്കിയാൽ പലതരമല്ലേ? മനുവിന്റെ അച്ഛൻ ഒരു അറ്റാക്ക് വന്ന് ഐ സി യുവിലായിരുന്നു– ഒരാഴ്ചയായി– അതുകൊണ്ടാണ് അമ്മയ്ക്ക് അവന്റെ വിവാഹം നടത്തണമെന്ന് ധൃതി. നിന്നോട് സംസാരിക്കുന്നതും ഒന്നിച്ച് പാടുന്നതും ഒക്കെ അറിഞ്ഞിട്ടാണ് അവർ ചോദിച്ചത്.

അവൾ അത്ഭുതത്തോടെ വിചാരിച്ചു– രണ്ടാഴ്ചയായി അയാൾ വിളിച്ചിട്ട്– അച്ഛന് സുഖമില്ലെന്നൊന്നും അയാൾ പറഞ്ഞില്ല– ഏതോ അദൃശ്യമായ തിരശ്ശീലയ്ക്ക് പുറകിൽ അയാളുടെ ഉള്ള് ഒളിപ്പിച്ചുവച്ചിരിക്കുന്നുവോ? കൂടുതൽ അടുക്കാൻ ആരെയും അനുവദിക്കാത്തതുപോലെ!

ഗാഥ എതിർത്തു–

നീ അധികം കാടുകയറണ്ട, മനു ഒരു ഇൻട്രോവർട്ട് ആണെന്ന് ഞാൻ പറഞ്ഞില്ലേ? അയാളുടെ അമ്മയുടെ ലേറ്റ് മാര്യേജായിരുന്നു– പിന്നെ ലേറ്റ് പ്രഗ്നൻസി, ഒറ്റക്കുഞ്ഞു ജീവിതം ഇതൊക്കെ കൊണ്ടാവാം– നമുക്കാരെയും കുറ്റപ്പെടുത്താൻ ആവില്ല. ആദ്യമായിട്ടാണ് അവൻ ഒരു പെൺകുട്ടിയോട് അടുപ്പം കാണിക്കുന്നതെന്ന്, അമ്മ പറഞ്ഞു.

അനുരാധയ്ക്ക് അപ്പോഴും സന്ദേഹമായിരുന്നു.

–ഗാഥേ, എനിക്ക് ഇഷ്ടമാണ്. ശരിക്കും ഇഷ്ടം തന്നെയാണ്– അത്

ഞാൻ സമ്മതിക്കുന്നു. പക്ഷേ, മനുവിന് എന്നോട് താല്പര്യമുണ്ടോ? വിവാഹം കഴിക്കണോ, എന്നൊന്നും എനിക്ക് അറിയില്ല. ഇത് സംഗീതത്തോടുള്ള സ്നേഹമാണോ? കൃഷ്ണന്റെ ഓടക്കുഴൽ നാദം കേൾക്കുമ്പോൾ എല്ലാം മറന്ന് ഓടിയെത്തുന്ന ഗോപികയുടെ ഭ്രാന്ത് പോലെ–

– ഗാഥയ്ക്ക് വീണ്ടും ദേഷ്യം വന്നു

– എന്താ അനു ഇത്? പറഞ്ഞിട്ടും നിനക്ക് മനസ്സിലാവുന്നില്ലേ? നിന്നെ ഇഷ്ടമാണെന്ന് മനുവിന്റെ അമ്മ, വിജയാന്റിക്ക് തോന്നിക്കാണും – അല്ലെങ്കിൽ എല്ലാം തുറന്നു പറഞ്ഞിട്ടാണോ നമ്മൾ ഇതൊക്കെ അറിയുന്നത്? ചിലതൊക്കെ നമ്മൾക്ക് മനസ്സിലാക്കാൻ പറ്റില്ലേ? നിനക്ക് അയാളെ ഇഷ്ടമാണെന്ന് എനിക്ക് നീ പറയാതെ അറിയാമല്ലോ.

അനുരാധയുടെ അച്ഛൻ അമ്പരപ്പോടെ ചോദിച്ചു

– ഇതെന്താ ഇപ്പോൾ ഇങ്ങനൊരു മനംമാറ്റം?

ഏതു പ്രൊപ്പോസൽ വന്നാലും പി ജി കഴിയട്ടെ എന്നല്ലേ പറഞ്ഞിരുന്നത്? ഇനി രണ്ടുകൊല്ലം കൂടിയില്ലേ? നിനക്ക് അങ്ങോട്ടു കൂടെ പോകാൻ പറ്റുമോ? കൃഷ്ണമനോഹറിന് ട്രാൻസ്ഫറും ഇല്ല– ഇതെങ്ങനെ ശരിയാകും? അവൻ ഡോക്ടറും അല്ല– നീയല്ലേ ഡോക്ടർ തന്നെ മതിയെന്ന് ഒരിക്കൽ പറഞ്ഞത്?

അമ്മയും വിഷമത്തോടെ പറഞ്ഞു–

– എന്താ അനൂ ഇത്? ഇവിടെയുള്ള എത്ര ഡോക്ടർമാരുടെ പ്രൊപ്പോസൽ വന്നതാണ്– നീയപ്പോൾ വേണ്ടെന്നല്ലേ പറഞ്ഞത്? രണ്ടുകൊല്ലം അവർ വെയ്റ്റ് ചെയ്യുമോ? നിനക്കിപ്പോൾ കൂടെ പോകാൻ പറ്റുമോ?

അവൾ നിവർന്ന് നിന്ന് അച്ഛനെയും അമ്മയെയും നോക്കിപ്പറഞ്ഞു.

– അടുത്ത തവണ എൻട്രൻസ് എഴുതി ഞാൻ അവിടത്തെ ഏതെങ്കിലും കോളേജിൽ വാങ്ങിക്കും— എനിക്കതൊക്കെ പറ്റും —ജീവിതമാണ് വലുത്– കല്യാണം നമ്മുടെ ചോയ്സാണ്– നമുക്ക് പറ്റിയത് എപ്പോഴും കിട്ടുമോ? വെയ്റ്റ് ചെയ്താൽ കിട്ടുമെന്നുറപ്പുണ്ടോ? ഒരിക്കലല്ലേയുള്ളൂ വിവാഹം– എനിക്ക് ചേർന്നുപോകാൻ പറ്റുന്ന ഒരാളാണെന്ന് എനിക്ക് തോന്നുന്നു.

ആരോ തിരിവിളക്കുഴിഞ്ഞ് മന്ത്രബദ്ധയാക്കിയത് പോലെ, അവൾ വാശിപിടിച്ചു–പിന്നെയും അമ്മ തടസ്സങ്ങൾ പറഞ്ഞപ്പോൾ അവൾ കോപത്തോടെ എഴുന്നേറ്റു.

– ശരി എങ്കിൽ ഞാൻ ഈ വിവാഹം കഴിക്കുന്നില്ല– ഇത് വേണ്ടെന്ന് വയ്ക്കാം– നൗ ഓർ നെവർ– നിങ്ങൾ ഉദ്ദേശിക്കുന്നതുപോലെ എന്റെ കരിയർ നന്നായി വരട്ടെ– മരണം വരെ ഞാനിവിടെ അതു നോക്കി ജീവിച്ചുകൊള്ളാം– ഇനി ഒരു പ്രൊപ്പോസലും എന്റയടുത്ത് കൊണ്ടുവരരുത്. ഞാൻ സമ്മതിക്കില്ല!– മുഖത്ത് അടിയേറ്റതുപോലെ അച്ഛനും

അമ്മയും സ്തബ്ധരായി നില്ക്കുന്നത് കാണാൻ കൂട്ടാക്കാതെ അവൾ തിരിഞ്ഞു മുറിയിലേക്ക് നടന്നു.

അന്നു രാത്രി അയാൾ ഫോൺ ചെയ്തപ്പോൾ അവൾ പറഞ്ഞു.

– ഞാൻ എന്റെ തീരുമാനം ഗാഥയെ അറിയിച്ചിട്ടുണ്ട്.

അയാൾ അപ്പുറത്ത് നിശ്ശബ്ദനായി നില്ക്കുന്നത് ശ്രദ്ധിച്ച്, അവൾ നിർബ്ബന്ധപൂർവ്വം ചോദിച്ചു.

– പറയൂ, അമ്മ പറഞ്ഞിട്ടാണോ ഇതിന് താല്പര്യപ്പെട്ടത്? എനിക്ക് അതറിയണം. മനു പതുക്കെ പറഞ്ഞു.

– എനിക്ക് അധികം പെൺകുട്ടികളെയൊന്നും പരിചയമില്ല– എനിക്ക് ഇന്റിമേന്റ് ഫ്രണ്ട്സും ഇല്ല, പ്രത്യേകിച്ച് ഗേൾസ്– പക്ഷേ, അനുരാധയുടെ പ്രകൃതം, സംഗീതം എല്ലാം എനിക്ക് കംഫർട്ടബിൾ ആയി ത്തോന്നി. പേരന്റ്സിനും അനുരാധയെ ഇഷ്ടമാണ്. അവരെ എനിക്ക് എതിർക്കാനാവില്ല.

അവൾക്ക് അതും ഒരു സമസ്യപോലെ തോന്നി. ഒറ്റമകളായ ഞാൻ വാശിപിടിച്ച് അച്ഛനെക്കൊണ്ട് ഇതിന് സമ്മതിപ്പിക്കുമ്പോൾ, വഴുതി ഊർന്നു പോകുന്ന മത്സ്യം പോലെ അയാൾ–

വീട്ടിൽ വന്ന് അച്ഛനോട് സംസാരിക്കുമ്പോഴും മനു ആകെ ചിന്താക്കുഴപ്പത്തിലായിരുന്നു എന്നു തോന്നി. അയാൾ പറഞ്ഞു.

– അനുരാധ ആഗ്രഹിച്ചെടുത്ത പി ജി അല്ലേ ഓഫ്ത്താൽമോളജി –രണ്ടുവർഷം വെയ്റ്റ് ചെയ്യാം. പഠിത്തം കഴിയട്ടെ.

അയാളുടെ അമ്മ എതിർത്തു.

– ഇല്ല മനൂ– ഇനി രണ്ടുകൊല്ലം കൂടിയോ?

നിനക്ക് മുപ്പത്തിരണ്ടു വയസ്സുകഴിഞ്ഞ്– അറിയാമോ? ഞങ്ങൾക്കും പ്രായമായി– രോഗങ്ങളും ഉണ്ട്– അനുരാധയ്ക്ക് നല്ല കോൺഫിഡൻസുണ്ട്–അടുത്ത കൊല്ലം എഴുതി അവിടെ ഏതെങ്കിലും കോളേജിൽ വാങ്ങിക്കാമെന്നു പറഞ്ഞല്ലോ. അവൾ മിടുക്കിക്കുട്ടിയാണ്– നീയിനി ഒന്നും തടസ്സം പറയണ്ട.

തന്റെ അച്ഛനും അമ്മയും വിഷമത്തോടെയിരിക്കുന്ന കാണുമ്പോൾ, അവൾ അങ്കലാപ്പോടെ വിചാരിച്ചു

– ഇതെന്തൊരു വിഷമഘട്ടമാണ്! കാത്തിരുന്ന് കൈയിൽക്കിട്ടിയ നിധി, കളഞ്ഞുപോകുമോ എന്ന ഭീതി അയാളുടെ നിസ്സംഗത പേടിപ്പിക്കുന്നു–

വിവാഹം കഴിയുന്നതുവരെ ആ ഭയം തോന്നിയിരുന്നു. പക്ഷേ, മനുവിന്റെ വീട്ടിൽ ചെന്നു കയറിയപ്പോൾ കടൽത്തീരത്തിനോട് അടുത്തുള്ള ആ വലിയ ഭവനം, ആദ്യം മനുവിനെ കണ്ടതുപോലെ, ഇരുകൈകളും നീട്ടി സ്വീകരിക്കുന്നത് പോലെ തോന്നി– രാത്രിയുടെ നിശ്ശബ്ദതയിൽ അകലെ നിന്ന് സമുദ്രത്തിന്റെ മന്ദ്രസ്ഥായിയിലുള്ള സംഗീതം തഴുകുന്ന

വീട്- ഒരു സ്വപ്നംപോലെ തോന്നി അവൾക്ക്.

മനുവിന്റെ വിശാലമായ മുറിയിലേക്ക് ചെന്നപ്പോൾ, സംഗീതത്തിന്റെ വേറൊരു കടൽ- മ്യൂസിക് സിസ്റ്റം- എണ്ണമറ്റ സി ഡികൾ, മ്യൂസിക് ആൽബങ്ങൾ, കീബോർഡ്, തൊട്ടടുത്ത മുറിയിൽ നിറയെ ബുക്ഷെൽഫുകളും പുസ്തകങ്ങളും കമ്പ്യൂട്ടറുമുള്ള ലൈബ്രറി- അതിനപ്പുറം എല്ലാ സൗകര്യങ്ങളുമുള്ള ഒരു ലാബ്.

മനു ചിരിയോടെ പറഞ്ഞു.

– ഇതാണെന്റെ ലോകം- എല്ലാം ഇവിടെ തുടങ്ങുന്നു, ഇവിടെ അവസാനിക്കുന്നു- എന്റെ രണ്ടു പാഷൻസ്- ജെനറ്റിക്സും മ്യൂസിക്കും- വേറെ ആരും ഇവിടെ വരാറില്ല- അച്ഛനും അമ്മയും പോലും-

ഒന്നുനിർത്തി അയാൾ അവളുടെ മുഖത്തേക്ക് നോക്കി, നിറ ചിരിയോടെ പറഞ്ഞു.

– ആദ്യമായി ഒരു പെൺകുട്ടി എന്റെ മുറിയിലേക്ക് വരികയാണ്.

ആരോ ഒരു കുടന്ന മുല്ലപ്പൂക്കൾ നെറുകയിലേക്ക് കുടഞ്ഞിട്ടതു പോലെ അവൾക്ക് തോന്നി. അതിന്റെ സൗരഭ്യത്തിൽ അവൾ സ്വയം മറന്നുനിന്നു- മനസ്സിലെ ഭീതി അലിഞ്ഞുപോകുന്നതു പോലെ-

ഒരു തൂവൽ പോലെയാകുന്നു മനസ്സ്- അവൾ നേർത്ത പുഞ്ചിരിയോടെ പറഞ്ഞു.

– പുരാണത്തിൽ ഒരു സ്ത്രീയെ ആദ്യമായി കാണുന്ന ഒരു കഥാപാത്രമുണ്ട്- ഋശ്യശൃംഗൻ-അതുപോലെയാണോ മനുവേട്ടൻ?

അയാളും നേർത്ത ചിരിയോടെ പറഞ്ഞു.

– ഏതാണ്ട് അതുപോലൊക്കെ തന്നെ- എന്റെ ജീവിതത്തിലേക്കും പിന്നെ ഈ മുറിയിലേക്കും വന്ന ആദ്യത്തെ സ്ത്രീ തന്നെയാണ് അനുരാധ- എനിക്ക് വേറെ ആരെയുംപറ്റി ഇത്ര അറിയില്ല-

കൂടെ പഠിച്ചവരെപ്പോലും. എനിക്ക് അതിലൊന്നും താല്പര്യം തോന്നിയിട്ടില്ല.

പക്ഷേ-

രാത്രി കിടപ്പുമുറിയിലേക്ക്, കുളികഴിഞ്ഞ് ടവൽ കൊണ്ട് നനഞ്ഞ മുടിത്തുമ്പുകൾ തുടച്ചുകൊണ്ട് മനു പറഞ്ഞു.

നീ കിടന്നോളൂ. എനിക്കു കുറച്ചുവർക്ക് അർജന്റായി തീർക്കാനുണ്ട്- ഞാൻ പറഞ്ഞിട്ടില്ലേ, ബ്രെയിൻട്യൂമറിനെക്കുറിച്ചുള്ള ആ പേപ്പർ- അത് ഉടനെ തീർക്കണം. ഡയറക്ടർ വിളിച്ചിരുന്നു- അച്ഛന്റെ അസുഖം, മാര്യേജ് ഒക്കെ കാരണം റഫറൻസ് ഒക്കെ പെൻഡിങ്ങാണ്. ഇന്റർനാഷണൽ ജേർണലിൽ വരാനുള്ള സ്റ്റഡി ആണ്- എന്റെ പ്രസ്റ്റീജ് പ്രോഡക്റ്റ്-

അവൾ അന്ധാളിപ്പോടെ കട്ടിലിൽ എഴുന്നേറ്റിരുന്നു.

– ഇന്നോ? ഈ രാത്രിയിലോ? ലാബിൽ വേറെ അസിസ്റ്റന്റ്സ് ആരു

മില്ലേ? ഒരാഴ്ചയെങ്കിലും കഴിഞ്ഞു ജോയ്ൻ ചെയ്താൽ പോരേ?

ഡയറക്ടർക്ക് അറിയാമല്ലോ മാര്യേജ് ഇപ്പോൾ കഴിഞ്ഞതേയുള്ളു എന്ന്– ഇതെന്തൊരു മനുഷ്യനാണ്!

അയാൾ തിരിഞ്ഞു നടന്നുകൊണ്ടു പറഞ്ഞു,

– രാധേ, രാധ ഞാൻ പറയുന്നത് കേൾക്കൂ.

പെട്ടെന്ന് ആ വിളി കേട്ട് അവൾ നിശ്ചലയായി നിന്നു– എല്ലാവരും അനു, എന്നു വിളിക്കുമ്പോൾ, തീർത്ഥം കുടയുന്നതുപോലെ ഈ വിളി–

ഉള്ളിൽ ഒരു ഹിമകണം അലിഞ്ഞിറങ്ങുന്നതുപോലെ തോന്നി, അവൾക്ക്.

അയാൾ വാതില്ക്കൽ നിന്ന്, തുടർന്നു–

– നീ കുറച്ചുദിവസം ഒന്നു ക്ഷമിക്കണം– എന്റെ ഫ്യൂച്ചർ ഈ വർക്കിലാണ്– ആരെയെങ്കിലും ഏല്പിച്ചാൽ ഇതിന്റെ ക്രെഡിബിലിറ്റി പോകും– ഞാൻ ഒരുപാട് കഷ്ടപ്പെട്ടതാണ്– അതിന്റെ ക്രെഡിറ്റും എനിക്ക് നഷ്ടപ്പെടും.

കതകു ചാരി അയാൾ ലൈബ്രറി മുറിയിലേക്ക് പോയി.

അവൾ പകച്ചുനില്ക്കുകയായിരുന്നു. വിവാഹരാത്രി, അടുത്തുവന്ന് ഒന്നിരിക്കാൻ പോലും സമയമില്ല എന്ന ന്യായം, ദഹിക്കാത്ത ഭക്ഷണം പോലെ അവളെ വിമ്മിട്ടപ്പെടുത്തി.

സങ്കടത്തോടെ അവൾ വിചാരിച്ചു–

ഇപ്പോൾ കൃഷ്ണന്റെ രാധ തന്നെയായിത്തീരുന്നു–

കൃഷ്ണന്റെ എല്ലാ വിചിത്ര രീതികൾക്കും സാക്ഷ്യം വഹിച്ചവൾ–

പിറ്റേദിവസവും അതുപോലെ അയാൾ പോയപ്പോൾ, അവൾ പുറകേ ചെന്നു.

– എന്താ മനുവേട്ടാ ഇത്? ഞാൻകൂടി ഹെൽപ്പ് ചെയ്യാം– ഇന്ന് രാവിലെ തന്നെ ഇൻസ്റ്റിറ്റ്യൂട്ടിൽ പോയി: ലീവ് പോലും എടുക്കാതെ– രാത്രിയും വർക്ക് ചെയ്യണോ? പേപ്പർ വർക്കാണോ? ഞാനും വരാം. കുറച്ചൊക്കെ ഞാനും പഠിച്ചിട്ടുള്ളതല്ലേ ജെനറ്റിക്സ്? ബ്രെയിൻ ട്യൂമറിന്റെ ഡീറ്റെയ്ൽസ് ഒക്കെ എനിക്കുമറിയാം–

അയാൾ തിടുക്കത്തോടെ പറഞ്ഞു.– വേണ്ട രാധേ– പേപ്പർ വർക്ക് മാത്രമല്ല, കുറെ റഫറൻസ് കമ്പ്യൂട്ടറിൽനിന്ന് എടുക്കണം– അങ്ങനെ കുറെ കാര്യങ്ങളുണ്ട്. നീ കുറച്ചു ദിവസം ഒന്ന് അഡ്ജസ്റ്റ് ചെയ്യണേ.

അവൾ വിഷമത്തോടെ പറഞ്ഞു.

– ഞാൻ പി ജിയും കളഞ്ഞിവിടെ വന്നിട്ട് വെറുതെ വീട്ടിലിരിക്കുകയാണ്.

വേറെ എന്തു ചെയ്യാനാണ്?

അയാൾ തലകുനിച്ചുനിന്നു, പിന്നെ പറഞ്ഞു– അയാം സോറി– നമുക്ക് ഈ വർക്ക് കഴിഞ്ഞ് ഒരു മാസത്തിനുള്ളിൽ ഒരു ട്രിപ്പ് പോകാം. അവൾ തുളുമ്പുന്ന മിഴികൾ തുടച്ച് തിരിഞ്ഞുനടന്നു.

പിന്നെ–

ഇത് ഒരു തുടർക്കഥപോലെ ആവർത്തിച്ചപ്പോൾ, ഒരു രാത്രി, അവൾ ലൈബ്രറിയിൽ ചെന്ന് മനുവിന്റെ ചുമലുകൾ അമർത്തിപ്പിടിച്ചു ചോദിച്ചു.

– സത്യം പറയൂ, ഇതെന്താണിങ്ങനെ? വേറെ ആരെയെങ്കിലും ഇഷ്ടമായിരുന്നോ? എങ്കിൽ ഞാൻ തിരിച്ചുപൊയ്ക്കൊള്ളാം.

അയാൾ ഞെട്ടിയെഴുന്നേറ്റു– അവളുടെ കൈകൾ നെഞ്ചത്തു ചേർത്തുവച്ചു.

– എല്ലാം ഉപേക്ഷിച്ച് എന്നോടൊപ്പം വന്നവളാണ് നീ, എനിക്കതറിയാം. ഞാൻ വേറെ ഒരു പെണ്ണിനെയും ഇഷ്ടപ്പെട്ടിട്ടില്ല. പറഞ്ഞിട്ടില്ലേ, എന്റെ ജീവിതത്തിലെ ആദ്യത്തെ സ്ത്രീ നീ തന്നെയാണ് രാധേ– ആദ്യത്തേതല്ല, അവസാനത്തെ സ്ത്രീയും നീതന്നെ.

മനസ്സിലെ അഗ്നിയിൽ ആ വാക്കുകൾ പനിനീർ തളിക്കുന്നു; അവളുടെ കൈകൾ തടവിക്കൊണ്ട് അയാൾ പറഞ്ഞു.

– നാളെ എന്തായാലും നമുക്കൊന്നു പുറത്തുപോകാം–എനിക്ക് നിന്റെ അവസ്ഥ അറിയാം രാധേ–പക്ഷേ, ഈ സ്റ്റഡിയുടെ ടെൻഷൻ കാരണം എനിക്ക് ഒന്നും ചെയ്യാനാവുന്നില്ല. എല്ലാം മനസ്സിലാക്കുന്ന ഒരു പാർട്ണർ ആണ് നീ എന്ന് തോന്നിയതുകൊണ്ടാണ് ഇപ്പോൾ ഈ സമയത്ത് വിവാഹത്തിന് ഞാൻ ഒരുങ്ങിയത്– അത്രമാത്രം സ്ട്രെസ് ഉണ്ട് എനിക്ക്.

ഇരട്ടക്കട്ടിലിന്റെ ഓരത്ത്, ഉറക്കമില്ലാതെ കിടക്കുമ്പോൾ, ഉള്ളിൽ ഒരു സാഗരം ഇരമ്പുകയായിരുന്നു– ജനലിനപ്പുറത്ത്, പാതിരാവിൽ, താനേ ഞെട്ടിവിടരുന്ന പരൽമുല്ലകൾ ചുറ്റും നിറഞ്ഞ കട്ടപിടിച്ച ഇരുട്ടിന്റെ കാളിമ കണ്ട് വിളറി നില്ക്കുന്നു– അവയുടെ മനംമയക്കുന്ന നേർത്ത സുഗന്ധം. ഉന്മാദിയായ കടൽക്കാറ്റിന്റെ ഉപ്പുരസത്തിലലിഞ്ഞില്ലാതാവുന്നു.

മനസ്സിന്റെ ചതുരക്കള്ളികളിൽ കണക്കുകൂട്ടിയും കിഴിച്ചും അവൾ മരവിപ്പോടെ കിടക്കുമ്പോൾ വിചാരിച്ചു. ഇതിനാണോ അച്ഛനെയും അമ്മയെയും ദുഃഖിപ്പിച്ച് സ്വന്തം ഇഷ്ടം നടത്തിയത്?

ഏത് വശീകരണസൂക്തമാണ് ഈ അന്ധകാരവഴികളിലേക്ക് ആനയിച്ചത്?

പക്ഷേ, മനുവിന്റെ അച്ഛനും അമ്മയും വാത്സല്യവും സ്നേഹവും കൊണ്ട് പൊതിയുമ്പോൾ അവൾ ചിന്തിച്ചു–

അവരോട് ഇതെങ്ങനെയാണ് പറയുന്നത്? രോഗാതുരരായ അവരെ വേദനിപ്പിക്കുന്നതെന്തിനാണ്? അവരെങ്ങനെയാണ് ഈ കടംകഥയ്ക്ക് ഉത്തരം നല്കുന്നത്?

പക്ഷേ–

പിന്നീടുള്ള പകലുകൾ ആശ്വാസമേകി– അസാധാരണമായ കരു

തലോടെ എല്ലാം ചെയ്യുന്ന മനു, ഒരിക്കലും ദേഷ്യമോ പിണക്കമോ കാണിക്കാത്ത ആൾ– ഒന്നിച്ച് പുറത്തെവിടെയെങ്കിലും പോയി സായാഹ്നം ചെലവിടുന്ന ആൾ. താഴെ കൽക്കെട്ടുകളിറങ്ങി മൂവന്തിയിൽ ഒന്നിച്ച് കടൽക്കരയിലിരുന്ന് പ്രണയനിർഭരമായ ഗസലുകൾ പാടിത്തരുന്ന ആൾ–

പക്ഷേ–

പിന്നെയും അയാൾ രാത്രിയിൽ മുറിയിൽ വരാതെ, ലൈബ്രറിയിൽ വൈകുവോളം ഇരുന്നു. വീണ്ടും മനസ്സിലെ മുറിവുകൾ ചോരയൊലിപ്പിക്കാൻ തുടങ്ങുന്നു.

– ഗാഥ വിഷമത്തോടെ പറഞ്ഞു.

– ഒരു സൈക്യാട്രിസ്റ്റിനെ കാണണം അനൂ– മാരിറ്റൽ റിലേഷൻഷിപ്പിന് എവിടെയോ ഒരു മെന്റൽ ബ്ലോക്ക് ഉള്ളതുപോലെ തോന്നുന്നു– അതിനുമുമ്പ് ഫിസിക്കലി എന്തെങ്കിലും പ്രോബ്ലം ഉണ്ടോ എന്നും അറിയണം. നീ ഡോക്ടറല്ലേ തുറന്നു ചോദിക്കണം.

അന്നുരാത്രി, അവൾ ലൈബ്രറിയിൽ കമ്പ്യൂട്ടറിന് മുമ്പിൽ ഇരിക്കുന്ന മനുവിന്റെ മുഖം നേർക്കുനേരെ തിരിച്ചുചോദിച്ചു.

–എന്താണിത് മനുവേട്ടാ, എന്തു പ്രശ്നമുണ്ടെങ്കിലും പറയൂ– എന്താണ് എന്റെ അടുത്ത് വരാത്തത്? ടെൻഷൻ മാത്രമാണോ കാരണം? എന്തെങ്കിലും ഫിസിക്കൽ പ്രോബ്ലം ഉണ്ടോ? നമുക്ക് ഒരു യൂറോളജിസ്റ്റിനെ കാണാം.

അയാൾ പതറിനിന്നു– പിന്നെ പറഞ്ഞു. –ഇല്ല രാധേ, നീ വിശ്വസിക്കൂ– എനിക്ക് ശാരീരികമായി ഒരു പ്രശ്നവും ഇല്ല. ഈ സ്ട്രെസ് താങ്ങാവുന്നതിലും അധികമായതുകൊണ്ട് മറ്റൊന്നിനും താല്പര്യം തോന്നുന്നില്ല– നിനക്കുവേണ്ടി ഞാൻ കുറച്ചുസമയം പകൽ ചെലവിടുന്നല്ലോ? ഈ പണി കഴിയുമ്പോൾ ഞാൻ നോർമലാകും.

പക്ഷേ, ഒരാഴ്ച കഴിഞ്ഞ്, ഇൻസ്റ്റിറ്റ്യൂട്ടിൽ നിന്ന് തിരിച്ചു വരുമ്പോൾ അയാളുടെ മുഖം ദീപ്തമായിരുന്നു– അയാളുടെ ആഹ്ലാദം കണ്ടപ്പോൾ ചോദിച്ചു.

– എന്താണിത്ര സന്തോഷം! വർക്കിന്റെ ടെൻഷൻ മാറിയോ? ഡയറക്ടർ അപ്രൂവ് ചെയ്തോ?

അയാൾ പെട്ടെന്ന് എന്തോ മറയ്ക്കുന്നതുപോലെ മുഖം തുടച്ചു– പിന്നെ പറഞ്ഞു.

– അതെ, ഡയറക്ടർ വളരെ നല്ല കമന്റ്സ് പറഞ്ഞു; പിന്നെ എന്റെ കൂടെയുണ്ടായിരുന്ന ഒരു അസിസ്റ്റന്റ് ലീവ് ക്യാൻസൽ ചെയ്തു തിരിച്ചുവന്നു– ഒരു ഫെലോഷിപ്പിന് സ്റ്റേറ്റ്സിൽ പോയതായിരുന്നു–അവന്, അവിടെ അഡ്ജസ്റ്റ് ചെയ്യാൻ പറ്റുന്നില്ല– ഇനി അവൻ എന്റെ കൂടെ തന്നെയുണ്ടാവും– വളരെ ആശ്വാസമായി– ഈ വർക്ക് എല്ലാം അവനും കൂടിയാണ് ചെയ്തത്.

പെട്ടെന്ന് ഫോൺ ചിലച്ചു– ആഹാരം കഴിക്കുന്നത് മതിയാക്കി തിടുക്കത്തിൽ അയാൾ എഴുന്നേറ്റ്, ഫോണുമായി മുറിയിലേക്ക് പോയി. അമർത്തിയിട്ടും വിടർന്നുവരുന്ന പൂച്ചെണ്ടുപോലെ അയാളുടെ മുഖം പ്രസന്നമാകുന്നത് അവൾ ശ്രദ്ധിച്ചു–

എന്നത്തെയുംപോലെ, രാത്രി ഒറ്റയ്ക്ക് ഉറക്കം വരാതെ, ഇരുട്ടിലേക്ക് മിഴിതുറന്നുകിടക്കുമ്പോൾ, ആരോ അടക്കി സംസാരിക്കുന്നത് അവൾ കേട്ടു. അവൾ എഴുന്നേറ്റിരുന്നു, കാതോർത്തു– വരാന്തയിലാണ് ശബ്ദം കേൾക്കുന്നത്.

അവൾ ഒച്ചയുണ്ടാക്കാതെ പതുക്കെ ചാരിയ വാതിലിന്റെ വിടവിലൂടെ മൊബൈൽ മുഖത്തോടു ചേർത്തുവച്ച് മനു ആരോടോ വികാരപൂർവ്വം സംസാരിക്കുന്നു. മാനത്തു നിന്ന് തുളുമ്പിവീണ പാൽ നിലാവിൽ കുതിർന്ന് തിളങ്ങുന്ന അയാളുടെ മുഖം–

–അവൾ ഒച്ചയുണ്ടാക്കാതെ പതുക്കെ ചാരിയ വാതിലിന്റെ വിടവിലൂടെ മൊബൈൽ മുഖത്തോടു ചേർത്തു വച്ച് മനു ആരോടോ വികാരപൂർവ്വം സംസാരിക്കുന്നു. മാനത്തുനിന്ന് തുളുമ്പിവീണ പാൽ നിലാവിൽ കുതിർന്ന് തിളങ്ങുന്ന അയാളുടെ മുഖം–

– അവൾ ആ കാഴ്ചയിൽ നടുങ്ങി– പിന്നെ വിങ്ങുന്ന ഹൃദയത്തോടെ, ചതിയിൽപ്പെട്ട പോരാളിയെപ്പോലെ കട്ടിലിൽ തളർന്നുവീഴുമ്പോൾ, മിഴികൾ പെയ്യുന്നതവൾ അറിഞ്ഞു.

താഴെ, കടൽ നേർത്ത ശബ്ദത്തിൽ നിർത്താതെ ഏങ്ങലടിക്കുന്നു – ജനവാതിലിനപ്പുറത്തു നിന്നുവന്ന ഈറൻ കാറ്റ് എത്തിനോക്കി ദീർഘനിശ്വാസത്തോടെ ഇരുളിലേക്ക് ഒഴിഞ്ഞുപോയി–

ഒരു മിന്നൽപ്പിണർ ഉള്ളിൽ പിടയുന്നു– ഇതാരാണ് ആ മറ്റൊരാൾ? ഇതുവരെ ആരും അറിഞ്ഞിട്ടില്ലാത്ത ആ അജ്ഞാത ശബ്ദം ആരുടേതാണ്?

ഗാഥ പറഞ്ഞു.

– നീ വിഷമിക്കാതെ– ശ്രീധർ ആണയിട്ടു പറയുന്നു, ചെറുപ്പം മുതൽ അറിയുന്ന ആളാണ് മനു എന്ന്– ഇതുവരെ ഒരു ചീത്തപ്പേരും കേട്ടിട്ടില്ല. എന്തായാലും ശ്രീധർ, തിരക്കുന്നുണ്ട്– മനു പഠിച്ച കോളേജിലും ഇൻസ്റ്റിറ്റ്യൂട്ടിലുമൊക്കെ– ഒരാഴ്ച ഒന്ന് വെയ്റ്റ് ചെയ്യൂ.

മൂന്നാലു ദിവസങ്ങൾക്കുള്ളിൽ ഗാഥ വിളിച്ചു.

– ശ്രീധറും ഫ്രണ്ട്സും. വിശദമായി തന്നെ അന്വേഷിച്ചു–ഐ ഐ റ്റിയിലും ഇൻസ്റ്റിറ്റ്യൂട്ടിലും എല്ലാം വളരെ നല്ല അഭിപ്രായമാണ്. ലേഡി കോളീഗ്സിനും മോറൽ സൈഡിനെക്കുറിച്ചൊന്നും ഒരു പരാതിയുമില്ല– ഒരു അഫയർ ഉള്ളതായി ആരും പറഞ്ഞില്ല– പിന്നെ ആകെ കൂടുതൽ അടുപ്പമുള്ളത് കൂടെ ഉണ്ടായിരുന്ന സന്ദീപ് എന്ന റിസർച്ച് അസോസിയേറ്റുമായിട്ടാണ്. ഐ ഐ റ്റിയിൽ ജൂനിയർ ആയിട്ടുണ്ടായിരുന്നു, അന്നുമുതൽ ഉള്ള ഫ്രണ്ട്ഷിപ്പ് ആണെന്നു പറയുന്നു. അയാൾ സ്റ്റേറ്റ്സി

ലായിരുന്നു. ഒരു കൊല്ലത്തെ ഫെലോഷിപ്പിന്– പക്ഷേ, അത്രയും നിന്നി ല്ല–ലീവ് ക്യാൻസൽ ചെയ്തു റിജോയ്ൻ ചെയ്തു– ആകെയുള്ള ഒരു ഫ്രണ്ട് അതു മാത്രമാണെന്ന് കേട്ടു. ആരോടും അധികം അടുക്കാത്ത സ്വഭാവമാണെന്നുമാത്രം– അല്ലാതെ വേറൊന്നും ആരും പറഞ്ഞില്ല–

മനു വളരെ ഇന്റലിജന്റും എഫിഷ്യന്റും ആണെന്നാണ് ഡയറക്ടർ വരെ പറയുന്നത്. ഒരുപക്ഷേ, ഒരു പെർഫെക്ഷനിസ്റ്റ് ആയതുകൊണ്ടാവും ഇത്രയും സ്ട്രസ്–നീ വേറൊന്നും തെറ്റിദ്ധരിക്കണ്ട– അതൊക്കെ മാറും– കുറച്ചുകാലം കൂടി മനു പറയുന്നതുപോലെ ക്ഷമിച്ചിരിക്കുക– അവൾ വൈകിട്ട് ചോദിച്ചു–

– ഇനി കുറച്ച് റിലാക്സ് ചെയ്തുകൂടെ?

സന്ദീപ് ഹെൽപ് ചെയ്യുന്നുണ്ടാവുമല്ലോ?

അയാൾ ഞെട്ടിത്തിരിഞ്ഞു.

–അതെ അതെ–നീ സന്ദീപിനെ കണ്ടോ?

അവൾ പറഞ്ഞു.

–ഇല്ല, ഞാൻ കണ്ടില്ല. പക്ഷേ, സന്ദീപിനെ പണി ഏല്പിച്ച് നേരത്തെ ഇറങ്ങിക്കൂടേ? റിസർച്ച് വർക്കിനു കൂടെ ഉണ്ടായിരുന്ന സയന്റിസ്റ്റല്ലേ, വിശ്വസിക്കാമല്ലോ ഈ പേപ്പറിന്റെ ക്രെഡിറ്റൊന്നും അയാൾ കൊണ്ടുപോവുകയില്ല–

അയാൾ പരവേശത്തോടെ തണുത്ത വെള്ളം നിറഞ്ഞ ഗ്ലാസ് എടുത്ത് ഒറ്റവലിക്ക് കുടിച്ചു– പിന്നെ പറഞ്ഞു.

–നാളെ ഞങ്ങൾ ഡൽഹിക്കു പോകുന്നു; അവിടെ റിസർച്ച് ഫണ്ടിങ് ഏജൻസിയുമായി ഡിസ്കഷൻ വച്ചിട്ടുണ്ട്– രണ്ടുദിവസം കഴിഞ്ഞേ വരൂ–പെട്ടെന്ന് അവിടെനിന്ന് കാൾ വന്നു. ഉടനെ ചെല്ലാൻ പറഞ്ഞു. ഇന്ന് നല്ല തിരക്കാണ് എല്ലാ റിപ്പോർട്ടുകളും കളക്ട് ചെയ്യണം.

അയാൾ ധൃതിയോടെ ലാബിലേക്ക് പോയി.

അവൾ വേദനയോടെ അതു നോക്കിനിന്നു– ഓരോ കുരുക്കുകൾ അഴിക്കുമ്പോഴും മറുവശത്ത് കടുംകെട്ടുകൾ വീഴുന്നതെന്താണ്? ഇതെന്താണ് പെട്ടെന്നൊരു യാത്ര? ഒരു മുന്നറിയിപ്പും ഇല്ലാതെ–?

ഈ ചക്രവ്യൂഹത്തിൽ നിന്ന് പുറത്തു കടക്കാനുള്ള വഴി തുറക്കുന്നത് ഏത് ദിവ്യാസ്ത്രമാണ്?

പിറ്റേന്ന് പുലർച്ചെയുള്ള ഫ്ളൈറ്റിനവർ പോയി– അന്ന് വൈകിട്ട്–

ഒരിക്കലും മറക്കാനാവാത്ത ആ സായാഹ്നം.

ഏതോ ഒരു മെഡിക്കൽ ബുക്ക് തിരഞ്ഞ് കൃഷ്ണമനോഹറിന്റെ ലൈബ്രറിയിൽ ചെന്നതാണ്– ലാബിലേക്കുള്ള വാതിൽ പൂട്ടാതെ പകുതി തുറന്നു കിടക്കുന്നതുകണ്ട് കൗതുകത്തോടെ കയറി– ഇതുവരെ കയറാത്തതുകൊണ്ട് വെറുതെ തോന്നിയ ഒരു താല്പര്യം–കമ്പ്യൂട്ടർ ടേബിളിന് പുറത്ത് ഒരു കവർ കിടന്നു– അതിൽ നിന്ന് തള്ളിനില്ക്കുന്ന ഫോട്ടോ

കൾ– തിടുക്കപ്പെട്ട് അതിരാവിലെ പോയപ്പോൾ മനു തിരിച്ചു വയ്ക്കാൻ മറന്നതാവും.

–അവൾ ഫോട്ടോകൾ എടുത്തുനോക്കി. സുമുഖനായ ഒരു യുവാവിനോട് ചേർന്ന് ആലിംഗനം ചെയ്ത് കൃഷ്ണമനോഹർ നില്ക്കുന്ന ചിത്രങ്ങൾ–ഒന്നിച്ചുപോയ പല യാത്രകളുടെ നിശ്ചല ദൃശ്യങ്ങളാണ് അത് എന്നുവ്യക്തം.

– പകുതി തുറന്ന മേശവിരിപ്പിൽ വെളുത്ത പുറം ചട്ടയുള്ള വലിയ ഡയറി.

അവൾ ഡയറി തുറന്നു.

– വരയിട്ട പേജുകളിൽ നിരന്ന കറുത്ത അക്ഷരങ്ങൾ–അവയിൽ നിന്ന് ചുവന്ന തീജ്ജ്വാലകൾ ഉയരുന്നതുപോലെ അവൾക്കു തോന്നി. ആ ചുടുനാളങ്ങൾ തന്നെ ദഹിപ്പിക്കുന്നതുപോലെ–

പ്രേമവും കാമവും തുളുമ്പുന്ന വരികൾ. ഓരോ സമാഗമത്തിന്റെയും വികാര നിർഭരമായ വിസ്താരങ്ങൾ– വർഷങ്ങൾ നീണ്ട ഒരു പ്രേമബന്ധത്തിന്റെ നേർക്കാഴ്ചകൾ– താളുകൾക്കിടയിൽ കൃഷ്ണമനോഹറിന്റെ ഒരു വർണ്ണച്ചിത്രം– അതിനുതാഴെ അനുരാഗത്തിന്റെ പാൽപ്പത പുരണ്ട വരികൾ; സന്ദീപ് എഴുതി ഒപ്പിട്ടിരിക്കുന്ന–സന്ദീപിന്റെ സ്നേഹോപഹാരം പോലെ–

അനുരാധയ്ക്ക് ശരീരമാകെ വിറയ്ക്കുന്നതുപോലെ തോന്നി. നില്ക്കുന്ന തറ പിളർന്ന് അഗാധഗർത്തത്തിലേക്ക് വീഴുന്നു–താങ്ങാൻ ആരുമില്ലാതെ–

ഗാന്ധാരിയെപ്പോലെ, അന്ധമായ ഭർത്തൃസ്നേഹം കൊണ്ട് കണ്ണു കെട്ടി, കൈപിടിച്ച് കൂടെ നടന്നത് ഇതിനായിരുന്നോ? ചുറ്റും തിരയടിക്കുന്ന ഈ കരിങ്കടലിൽ നിന്ന് ഇനി നീന്തിക്കയറുന്നത് എങ്ങനെയാണ്?

അതുകൊണ്ടാണോ, കൃഷ്ണമനോഹർ തിരിച്ചുവന്ന് മുറിയിലേക്ക് കയറിയ ഉടനെ അനുരാധ ചോദിച്ചത്–മുറിവേറ്റ സർപ്പത്തിന്റെ ചീറ്റൽപോലെ അവളുടെ വാക്കുകൾ–

– അറിഞ്ഞുകൊണ്ട് എന്തിനെന്നെ ഒരു പൊട്ടിപ്പെണ്ണിനെപ്പോലെ കണ്ണുകെട്ടി, കൈപിടിച്ചു നടത്തി? എനിക്ക് നഷ്ടപ്പെട്ട വെളിച്ചം എങ്ങനെ തിരിച്ചു നല്കും? ഞാൻ എന്തു തെറ്റാണ് നിങ്ങളോട് ചെയ്തത്?

അയാൾ അമ്പരപ്പോടെ അവളുടെ പകയും ദുഃഖവും നിറഞ്ഞ കണ്ണുകളിലേക്ക് നോക്കി. അവൾ ചുണ്ടുകൾ മുറുകെ കടിച്ചുകൊണ്ട്, ഡയറിയും ചിത്രങ്ങളും അയാൾക്ക് നേരെ നീട്ടി.

കൃഷ്ണമനോഹർ വൈദ്യുതാഘാതമേറ്റതുപോലെ അസ്തപ്രജ്ഞനായി നിന്നു. മൂകത അവിടെ വിഷവായുപോലെ നിറഞ്ഞു–അതിന്റെ ശ്വാസം മുട്ടലോടെ, പരിക്ഷീണനായി, അയാൾ പറഞ്ഞുതുടങ്ങി.

അതെ രാധേ, ഞാൻ തികച്ചും ഒരു ഹോമോസെക്ഷ്വൽ ആണ്– ഞാനത് തിരിച്ചറിഞ്ഞതുതന്നെ വൈകിയാണ്–പല സ്ത്രീകളും എന്നെ

ഇഷ്ടപ്പെട്ടെങ്കിലും സ്ത്രീകൾ എന്നെ ഒരിക്കലും ആകർഷിച്ചിട്ടേയില്ല- പക്ഷേ, എനിക്ക് ഇത് പുറത്ത് പറയാൻ പറ്റുമോ? ഇത് എന്റെ ഇച്ഛയ്ക്ക് അനുസരിച്ച് സംഭവിക്കുന്നതല്ല എന്ന് കൂടുതൽ പഠിച്ചപ്പോൾ മനസ്സിലായി-എന്റെ ജീനിന്റെ വ്യതിയാനമാണിത്. അത് ഗർഭാവസ്ഥയിൽ തന്നെ നിർണ്ണയിക്കപ്പെട്ടതാണ്. ഇത് മനോരോഗവുമല്ല-അതുകൊണ്ട് ചികിത്സിച്ചാലും മാറുകയില്ല- മനപ്പൂർവ്വം വിചാരിച്ചാലും എനിക്ക് ഇതിൽനിന്ന് രക്ഷനേടാനാവില്ല രാധേ-എന്റെ ബ്രെയിനിലുള്ള മാറ്റങ്ങൾ എനിക്കെങ്ങനെ തിരുത്താനാവും?

മനു വിയർത്തൊലിക്കുകയായിരുന്നു- തളർന്ന് അയാൾ കസേരയിൽ ചുരുണ്ടു കൂടിയിരുന്നു.

– ഒരു എൻജിനീയറുടെയും കോളേജ് പ്രൊഫസറുടെയും ഒറ്റമകൻ, ഐ ഐ റ്റി പ്രോഡക്ട്, സയന്റിസ്റ്റ് സൊസൈറ്റി എന്നെ ഒരു സിംഹാസനത്തിലിരുത്തിയിരിക്കുകയാണ്-അപ്പോൾ എനിക്കെങ്ങനെ ഈ പ്രകൃതം സമൂഹത്തോട് വെളിപ്പെടുത്താനാവും? ഇത് തുറന്നു പറഞ്ഞാൽ പിന്നെ എന്റെ സ്ഥിതി എന്താകും? പേരന്റ്സിന്റെ നില എന്താകും?- എന്റെ ഈ വൈകല്യവുമായി അദൃശ്യനായി നില്ക്കാനേ എനിക്ക് കഴിയൂ-എന്റെ ഈ അവസ്ഥ എംബ്രിയോണിക് സ്റ്റേജിൽ തന്നെ നിശ്ചയിക്കപ്പെട്ടതാണെന്ന് എനിക്കറിയാം-അതിൽ നിന്ന് എനിക്ക് രക്ഷപ്പെടാനാവില്ല; മാറ്റാനുമാവില്ല- മരണം വരെ-

അയാൾ എഴുന്നേറ്റുചെന്ന്, കുനിഞ്ഞിരിക്കുന്ന അനുരാധയുടെ ശിരസ്സ് തലോടി.

– നിന്റെ സംഗീതമാണ് എന്നെ നിന്നിലേക്ക് വലിച്ചടുപ്പിച്ചത്- പിന്നെ ഞാൻ വെറുതെ ഒന്നു പ്രതീക്ഷിച്ചുപോയി- ഇത് ഒരു താല്ക്കാലിക പ്രതിഭാസമാണെങ്കിലോ-? നിന്റെ സാമീപ്യം എനിക്ക് വളരെ ഇഷ്ടമായിരുന്നു-എപ്പോഴും നീ അടുത്തുണ്ടായാൽ, ചിലപ്പോൾ എന്റെ സെക്ഷ്വൽ പ്രിഫറൻസസ് മാറ്റാൻ കഴിയുമെന്ന് ഞാൻ ആഗ്രഹിച്ചു പോയി- എല്ലാം അറിഞ്ഞിട്ടും തോന്നിയ ഒരു അത്യാഗ്രഹം- അങ്ങനെ ഇതിൽ നിന്ന് രക്ഷപ്പെടാമെന്ന പ്രതീക്ഷയിലാണ് ഞാൻ ഈ വിവാഹത്തിന് ഒരുങ്ങിയത്- പക്ഷേ, ഞാൻ തോറ്റുപോയി രാധേ-സന്ദീപിന്റെ ഓർമ്മകൾ മാത്രമാണെന്നെ ഉണർത്തുന്നത്. അവനെ പിരിയാനാവുന്നില്ല- അവനും എന്നെ പിരിഞ്ഞുനില്ക്കാനാകുകയില്ല. അതുകൊണ്ടാണ് അവൻ അമേരിക്കയിൽ നിന്ന് തിരിച്ചുവന്നത്. അവൻ അടുത്തെത്തുമ്പോൾ എനിക്കെന്നെത്തന്നെ നിയന്ത്രിക്കാനാവുന്നില്ല- നമ്മുടെ ജീനിന്റെ വ്യതിയാനങ്ങൾക്ക് മുമ്പിൽ കീഴടങ്ങാനേ നമുക്ക് സാധിക്കുകയുള്ളൂ; നമുക്കതിനെ മറികടക്കാൻ ആവില്ല- പക്ഷേ, മറ്റുള്ളവർ അറിഞ്ഞാലുള്ള നിന്ദ, പരിഹാസം, ഒറ്റപ്പെടൽ, അതെനിക്ക് സഹിക്കാൻ വയ്യ- എന്തു ചെയ്യാനാണ് ഞാൻ-?

തീർത്തും പരാജിതനെപ്പോലെ തലകുനിച്ച് അവശനായി ഇരിക്കുന്ന മനു.

–അവൾ, ദേഹത്ത് ആരോ കനൽ കോരിയിട്ടതുപോലെ വേദന കൊണ്ടു പുളഞ്ഞു. അനേകം ഏകാന്തരാത്രികൾ– ആരുടെയോ ആഗ്രഹത്തിന് വേണ്ടി ബലിക്കല്ലിൽ തലവച്ചു കൊടുത്തവൾ– അയാളുടെ നെഞ്ചിൽ മുഖം ചേർത്തു വിതുമ്പി, അവൾ–ഉരുൾ പൊട്ടൽ പോലെ കൂലം തകർത്തൊഴുകുന്ന അശ്രുധാരയിൽ അയാളുടെ നെഞ്ച്, നനഞ്ഞു–അവ്യക്തമായ വാക്കുകൾ, തേങ്ങലുകളിൽ മുറിഞ്ഞു വീഴുന്നു.

–ഞാൻ എന്തു തെറ്റാണ് ചെയ്തത്? സ്വയം മറന്ന് മനുവേട്ടനെ സ്നേഹിച്ചതോ? ഇനി എന്തിനാണ് ഞാനിവിടെ കടിച്ചുതൂങ്ങി കിടക്കുന്നത്? ആർക്കുവേണ്ടി?

അയാളുടെ കണ്ണുനീർ വീണ് അവളുടെ മുടി നനഞ്ഞൊട്ടി കണ്ഠമിടറി അയാൾ ചോദിച്ചു–

–ഞാനും അതു തന്നെയാണ് ചോദിക്കുന്നത്–

ഞാൻ എന്തു തെറ്റ് ചെയ്തിട്ടാണ് ഇങ്ങനെ ആയത്? നീ ഇവിടം വിട്ടുപോയാൽ എല്ലാവരും ഈ വിവരം അറിയും– പിന്നെ എന്റെ ജീവിതം ഒരിക്കലും പഴയതുപോലെയാവില്ല രാധേ– എന്റെ പേരന്റ്സിന്റെ സ്ഥിതി എനിക്ക്– എനിക്ക് ഓർക്കാൻ പോലും ആവുന്നില്ല. ഞാൻ കാരണം അവർ നാണംകെട്ട് മറ്റുള്ളവരുടെ മുമ്പിൽ–

മനുവിന്റെ മുഖം, വലിഞ്ഞുമുറുകി നിന്നു–കലങ്ങിയ കണ്ണുകൾ, തുടച്ച് അയാൾ അവളുടെ നിറുകെ തലോടിക്കൊണ്ടേയിരുന്നു.

പതിഞ്ഞ ശബ്ദത്തിൽ മന്ത്രജപം പോലെ അയാൾ പറയുന്നത് അവൾ നിശ്ശബ്ദം കേൾക്കുന്നു–

– ആണു മുതൽ പെണ്ണുവരെ മഴവില്ലു പോലെ വിടർന്നു നില്ക്കുന്ന ലിംഗഭേദങ്ങളുണ്ട് രാധേ– രണ്ട് അറ്റങ്ങളിലുള്ളവർ ഭാഗ്യം ചെയ്തവർ– പൂർണ്ണ പുരുഷനും, പൂർണ്ണമായ സ്ത്രീയും– അവരെ സൊസൈറ്റി അംഗീകരിക്കും. ഇടയ്ക്കുള്ള നിറഭേദങ്ങൾ അവർ നിഷ്കരുണം വലിച്ചെറിയും, നിന്ദിക്കും.

അത് പ്രകൃതിയുടെ തന്നെ ഒരു പ്രതിഭാസമാണെന്ന്, തികച്ചും നാച്യുറൽ ആണെന്ന് ആരും മനസ്സിലാക്കുന്നില്ല. ഇതൊന്നും പ്രകൃതി വിരുദ്ധമല്ല രാധേ–സ്പ്രിങ് പോലെ മുടിയുള്ള നീഗ്രോ, കടും നീല കണ്ണുകളുള്ള ഐറിഷ്– ഇതും അതുപോലെ മാത്രമേയുള്ളൂ–എല്ലാവരും മനുഷ്യർ എന്ന ഒറ്റ ജാതിയല്ലേ–വേറെ സ്പീഷീസ് ഒന്നുമല്ലല്ലോ– ആരുടേയും കുറ്റവും തെറ്റും കൊണ്ടല്ല ഇതൊക്കെ സംഭവിക്കുന്നതും–

ഒന്നുനിർത്തി അയാൾ വിങ്ങലോടെ പറഞ്ഞു.

– ഞാൻ വായിച്ചറിഞ്ഞ ഈ കാര്യങ്ങൾ ആര് അംഗീകരിക്കും? നീയെങ്കിലും ഇത് മനസ്സിലാക്കണം രാധേ–

പിന്നെ അയാൾ അവളുടെ കൈകളെടുത്ത് നെഞ്ചോടുചേർത്തു.

–നീ എനിക്കൊരു വാക്കു തരണം. ഇത് ആരോടും പറയരുത്–എന്റെ അച്ഛനും അമ്മയും ഒരിക്കലും അറിയരുത്–അവർ തകർന്നുപോകും. അത് അവർക്ക് താങ്ങാൻ കഴിയില്ല എന്ന് എനിക്കറിയാം.

വാതില്ക്കൽ ഒരനക്കം കേട്ട് അവൾ തിരിഞ്ഞുനോക്കി–കതകിൽ പിടിച്ച് ജീവച്ഛവം പോലെ നില്ക്കുന്ന, മനുവിന്റെ മാതാപിതാക്കൾ–മങ്ങിയ വെട്ടത്തിൽ അവരുടെ ഇരുണ്ട നിഴലുകൾ വരാന്തയിലേക്ക് വികൃതമായി നീണ്ടുകിടന്നു.

മനുവിന്റെ മുഖം വെള്ളിപോലെ വിളറി– അയാൾ അവളുടെ കൈവിട്ട് അകന്നുമാറി, തീവ്രദുഃഖം ഇരുട്ടുപടർത്തിയ അവരുടെ മുഖങ്ങളിലേക്ക് നോക്കാതെ കതക് തുറന്ന് ധൃതിയിൽ പടിക്കെട്ടിറങ്ങി പുറത്തേക്ക് പോകുന്നത് നോക്കി, ചലിക്കാനാവാതെ അനുരാധ നിന്നു–

എന്തോ വീഴുന്ന ശബ്ദം കേട്ടാണവൾ ആ മരവിപ്പിൽ നിന്നുണർന്നത്–തറയിൽ വീണു കിടക്കുന്ന അച്ഛൻ– കൃഷ്ണമണികൾ പുറകോട്ടു മറിയുന്നു– അവൾ വെപ്രാളത്തോടെ ചരിഞ്ഞു കിടക്കുന്ന അദ്ദേഹത്തിന്റെ അടുത്തേക്ക് ഓടി; ഒരു ഹാർട്ട് അറ്റാക്ക് വന്നിട്ട് ആറുമാസം പോലുമായില്ല–

പക്ഷേ–

നിലവിളിയോടെ ആംബുലൻസ് വന്നത്–തണുത്ത, ചേതനയറ്റ ആ വൃദ്ധശരീരം ഐ സി യുവിലേക്ക് കൊണ്ടുപോയത്, ഒടുവിൽ ഒരു വെള്ളപ്പുതപ്പിൽ പൊതിഞ്ഞ്, തിരിച്ചുകൊണ്ടുവന്നത്–

ഒറ്റമകനെ കാണാതുഴറുന്ന അമ്മ, ബന്ധുക്കൾ–എല്ലാം ഒരു പേക്കിനാവ് പോലെ–അനുരാധ ദീർഘനിശ്വാസത്തോടെ തണുത്ത പാറയിലേക്ക് മുഖം ചേർത്തിരുന്നു.

താഴെ വള്ളവുമായി കടലിലേക്ക് പോയ മുക്കുവരാണ് പറഞ്ഞത്. ഇരുളിലൂടെ ഒരാൾ ചുഴിയും കയങ്ങളും നിറഞ്ഞ പാറക്കൂട്ടങ്ങൾക്കപ്പുറത്തേക്ക് നടന്നുപോകുന്നത് കണ്ടകാര്യം. അവർ ഉറക്കെ വിളിച്ചിട്ടും തിരിഞ്ഞു നോക്കാതെ ഇരുൾ തീരങ്ങളിലൂടെ മുമ്പോട്ടു പോയത്–

ദിവസങ്ങൾ നീണ്ട അന്വേഷണങ്ങൾ– ഒടുവിൽ എങ്ങുമെത്താത്ത നിഷ്ഫലമായ തിരച്ചിലുകൾ– സപ്തവർണ്ണങ്ങൾ വിരിയുന്ന മാരിവില്ലിലെ, ചായക്കൂട്ടുകളുടെ അവ്യക്തമായ നേർത്ത അരികുകൾ, നിർണ്ണയിക്കാൻ സാധിക്കാത്തതിന്റെ ഉള്ളുരുക്കത്തിൽപ്പെട്ട് ഉഴറിയ ജന്മവുമായി കൃഷ്ണമനോഹർ തിരകൾ മുറിച്ച് എങ്ങോട്ടാണ് പോയി മറഞ്ഞത്?

പക്ഷേ, അവൾ വേദനയോടെ, കുറ്റബോധത്തോടെ ഓർത്തു–

–ഇത്രയും തീക്ഷ്ണമായി മനുവിനെ വിചാരണ ചെയ്തത് എന്തിനാണ്?

അതിലോലമായ, ഒരു ഹൃദയത്തിന്റെ തുടിപ്പുകൾ അറിഞ്ഞിട്ടും അത് നിഷ്കരുണം മുറിപ്പെടുത്തിയതുകൊണ്ട് എന്തുനേടി?

യുധിഷ്ഠിരൻ വിലപിച്ചതുപോലെ, എന്റെ ഉള്ളിലിരുന്ന് ആരാണെന്നെ ചെയ്യരുതാത്തത് ചെയ്യിക്കുന്നത്? എനിക്കീ കർമ്മപാശത്തിന്റെ കുരുക്കുകളിൽ നിന്ന് രക്ഷപ്പെടാനാവുന്നില്ലല്ലോ–

ആ ഓർമ്മയിൽ, അവൾ നീറി നീറി, വേവുന്നു. നാട്ടിൽനിന്ന് അമ്മയും അച്ഛനും വന്നപ്പോൾ പറഞ്ഞു, നിന്നെ കൊണ്ടുപോകാനാണ് ഞങ്ങൾ വന്നത്. മകന്റെ വിയോഗത്തിൽ മനസ്സു തകർന്ന് കിടപ്പിലായ മനുവിന്റെ അമ്മയുടെ, പുറം തലോടി– അനുരാധ മെല്ലെ പറഞ്ഞു.

– ഞാനിവിടം വിട്ട് എങ്ങോട്ടും പോകുന്നില്ല അമ്മേ– ഞാനിത്രയെങ്കിലും ചെയ്തില്ലെങ്കിൽ–

കൃഷ്ണമനോഹറിനെ ആദ്യമായി കാണുമ്പോൾ നീട്ടിയ ആ കരങ്ങൾ, അദൃശ്യമായി ഇവിടെയെവിടെയോ നിന്ന് എന്നെ ഇവിടെവിട്ട് പോകുന്നതിൽനിന്ന് എന്നെ ഇവിടംവിട്ട് പോകുന്നതിൽനിന്ന് വിലക്കുന്നു.

മാനത്ത് മങ്ങിയ, പിൻനിലാവ് തെളിഞ്ഞ– നനഞ്ഞ മണ്ണിൽ മുക്കുവക്കുട്ടികൾ കളിച്ച സ്ഥലത്ത്, ചെറിയ കുഴികളിൽ വെള്ളം തുളുമ്പി നില്ക്കുന്നു– നക്ഷത്രവെട്ടത്തിൽ അവ നിറനയനങ്ങൾ പോലെ തിളങ്ങി.

കാറ്റ് തേങ്ങലോടെ, തിരകളുടെ നനഞ്ഞ നിറുക തലോടിപ്പോകുന്നു.

– പൊട്ടിയ കണ്ണാടിത്തുണ്ടുകൾ പോലെയുള്ള മണൽത്തരികൾ പറ്റിപ്പിടിച്ച കരിമ്പാറക്കെട്ടിലേക്ക് പാഞ്ഞിരുന്ന്, അനുരാധ അകലേക്ക് ആർത്തിയോടെ നോക്കി– ഇരുളിന്റെ തിരശ്ശീല നീക്കി, ആരോ ഒരാൾ വെളിച്ചത്തിലേക്ക് നീട്ടിയ കൈകളുമായി നടന്നുവരുന്നുണ്ടോ?

മാനത്ത് കരിമുകിലുകൾ വിങ്ങിപ്പൊട്ടി നില്ക്കുന്ന–ദൂരെ എവിടെയോ രാത്രിയുടെ പൊത്തിലിരുന്ന് ഒരു മണൽ കാക്ക നീട്ടിക്കരഞ്ഞു.

–ചാറ്റൽ മഴയുടെ സൂചിമുനകളേറ്റ് അനുരാധ ഇരുട്ടിൽ ഈറനായ കടൽത്തീരത്ത് ഒറ്റയ്ക്കിരുന്നു.

●

ഒരു കണ്ണീർക്കണം പോലെ

മാഘമാസത്തിലെ ഇരുണ്ട യാമിനിയിൽ പടയൊഴിഞ്ഞ കുരുക്ഷേത്രഭൂമിയിൽ എണ്ണവറ്റിയ തീപ്പന്തങ്ങൾ പുകയാൻ തുടങ്ങി. അംഗങ്ങൾ മുറിഞ്ഞ് മൃതരും മൃതപ്രായരുമായി നിരന്നു കിടക്കുന്ന ഭടന്മാരുടെ നടുവിൽ, ശിബിരത്തിന് മുമ്പിൽ ശിഖണ്ഡി വിഷണ്ണനായിരുന്നു. പടയിൽ ശേഷിച്ചവരെല്ലാം കൂടാരത്തിൽ, പാതിമയക്കത്തിലാണ്ടിരിക്കുന്നു; രാത്രിയുടെ അന്ത്യയാമത്തിൽ നിദ്ര അശേഷമില്ലാതെ, ഇടനെഞ്ചുപൊട്ടുന്ന നീറ്റലോടെ, ഏകനായി ഇരിക്കുമ്പോൾ ശിഖണ്ഡി സ്വയം ചോദിച്ചു- ഞാനീ യുദ്ധം നയിച്ചത് ആർക്കെതിരെയാണ്? ഈ പരാജയം വിജയമാണെന്ന് സ്വയം ബോദ്ധ്യപ്പെടുത്താൻ ശ്രമിക്കുന്നത് എന്തിനു വേണ്ടിയാണ്?

ഈ അവമതിയും അവഹേളനവും പുതുതായി അനുഭവിക്കുന്നതല്ല- ജന്മങ്ങൾ മാറിമാറി നവവസ്ത്രങ്ങൾ ധരിപ്പിച്ചിട്ടും, എനിക്ക് ലഭിച്ചത് അനീതി മാത്രം.

ആരാണ് ഇതിന് ഉത്തരവാദി?

ഭീഷ്മർ മാത്രമാണോ? അംബയായും യാജ്ഞാസേനിയായും ശിഖണ്ഡിയായും ജീവിച്ച ജന്മങ്ങളുടെ, തിക്തസ്മരണകൾ ഉള്ളം പൊള്ളിക്കുന്നു.

നിറനേത്രങ്ങൾ മുറുക്കി അടച്ച് ശിഖണ്ഡി, വ്യസനത്താൽ വിങ്ങുന്ന നെഞ്ചിൽ കൈപിണച്ച് കുനിഞ്ഞിരുന്നു- അംബയുടെ രോദനം വീണ്ടും വീണ്ടും ഉള്ളിൽ നിന്നുയരുന്നു-

ഒരു ഹോമാഗ്നിയിൽ നിന്നെന്നപോലെ അംബ ഉയിർത്തെഴുന്നേല്ക്കുന്നു.

അംബയുടെ വിലാപഗാഥ

കാശീരാജാവിന്റെ, രാജമന്ദിരത്തിനു മുമ്പിലെ സ്വയംവര മണ്ഡപത്തിൽ, അപ്പോൾ വിടർന്ന സൗഗന്ധിക പുഷ്പങ്ങൾ കോർത്തെടുത്ത വരണമാല്യവുമായി, കമിതാവായ സാല്വന്റെ മുമ്പിലേക്ക് മന്ദം നടന്നു നീങ്ങുമ്പോൾ, അംബാദേവി, സഭാമദ്ധ്യത്തിലേക്ക് ഗർജ്ജിച്ചുകൊണ്ട്, കുതിച്ചുകയറിയ ദീർഘകായനായ ഭീഷ്മരെ കണ്ട് നടുങ്ങി അദ്ദേഹത്തിന്റെ വാക്കുകളിൽ അഹന്തയും ധൈര്യവും നിറഞ്ഞുനിന്നു–

–ഈ മൂന്നു രാജപുത്രിമാരെയും ഞാൻ എന്റെ സഹോദരനും യുവരാജാവുമായ വിചിത്രവീര്യന് വധുക്കളാക്കാൻ വേണ്ടി കൊണ്ടുപോകുന്നു– തടയാൻ ബലമുള്ളവർക്ക് മുമ്പോട്ടുവരാം.

ആ വെല്ലുവിളി നേരിടാനാവാതെ, സ്വയംവരത്തിനെത്തിയ യുവരാജാക്കന്മാർ പതറി നില്ക്കുമ്പോൾ, തന്റെ കൈ പിടിച്ച്, സുവർണ്ണരഥത്തിലേറ്റുന്ന ഭീഷ്മരോട്, എതിർക്കാനാവാതെ അംബ നിസ്സഹായയായി നിന്നു. പെട്ടെന്നാണ് സാല്വൻ മുമ്പോട്ടുവന്നത്.

– നില്ക്കവിടെ! ദ്വന്ദ്വയുദ്ധത്തിന് ഞാൻ തയ്യാറാണ്. അംബ അതുകേട്ട് ഞെട്ടി.

സ്വച്ഛന്ദമൃത്യുവായ ഈ ദേവാംശ സംഭവനോട് എതിരിടാൻ സാല്വരാജാവിനാവുകയില്ല! എത്രയോ നാളുകളായി ഹൃദയപത്മത്തിൽ വച്ചു പൂജിച്ച ഈ സാല്വകുമാരൻ ഞാൻ കാരണം വീരമൃത്യുവരിക്കാൻ ഇടയാവരുത്.

അംബ, പുഷ്പമാല്യം താഴെയിട്ട് ഭീഷ്മരുടെ കാല്ക്കൽ വീണു.

– അങ്ങ് ക്ഷമിക്കണം– സാല്വ രാജാവിനോട് യുദ്ധം ചെയ്യരുത്. എന്റെ പിതാവിന്റെ പ്രിയസുഹൃത്താണ്. അദ്ദേഹത്തെ വധിച്ചാൽ ഞാൻ എന്റെ പ്രാണൻ വെടിയും– ഉറയിൽ നിന്ന് ഊരിയ ഖഡ്ഗം, തിരിച്ചുവച്ച് ഭീഷ്മർ രഥമേറുന്നതു നോക്കി അംബ ആശ്വസിച്ചു.

പക്ഷേ–

ആ നിമിഷം മുതൽ എന്റെ പതനം തുടങ്ങിയിരുന്നു– നീതിക്കുവേണ്ടി ഓരോ കാലങ്ങളിലും ഓരോ പുരുഷന്മാരോടും യാചിക്കുക–എന്നിട്ടും നീതി ലഭിക്കാതിരിക്കുക! ഇതെന്റെ ദുർവ്വിധിയായത് എന്തുകൊണ്ടാണ്?

ഹസ്തിനപുരിയിലെ, അലങ്കരിച്ച മണിമേടയിൽ നിന്ന്, പട്ടാഭിഷേകത്തിന്റെ ഉത്സവലഹരി തുളുമ്പുന്ന, നിശീഥത്തിന്റെ അന്ത്യയാമത്തിൽ ആരുമറിയാതെ ഭീഷ്മരുടെ ഉറക്കറയിൽ യാചനയോടെ എത്തിയത് അംബ ഓർത്തു.

മഹാരാജാവേ, അങ്ങേക്ക് അജയ്യനാകാനും സ്വച്ഛന്ദമൃത്യുവാകാനുമുള്ള വരങ്ങൾ സ്വപിതാവിൽനിന്ന് ലഭിച്ചിട്ടുണ്ടെന്ന് എല്ലാവർക്കും അറിയാം. പക്ഷേ, ഒരു സ്ത്രീയുടെ വ്യഥകളറിയാനുള്ള കഴിവ് ഇല്ല; ഞാൻ ഒരാളിൽ അനുരക്തയാണ്. എന്നെയും പ്രണയിക്കുന്ന സൗബലരാജാവായ സാല്വനാണ് അത്. ഞാൻ മനസ്സാവരിച്ച അദ്ദേഹമാണ് എന്റെ

ഭർത്താവ്. അതുകൊണ്ട് വിചിത്രവീര്യമഹാരാജാവിന്റെ വധുവാകാൻ എന്റെ നീതിബോധം അനുവദിക്കുന്നില്ല. സാലരാജാവിന്റെ ജീവനു വേണ്ടി ഞാൻ യാചിച്ചത് അതുകൊണ്ടാണ്. ദയവുചെയ്ത് എന്നെ സൗബല രാജ്യത്തേക്ക് പോകാൻ അനുവദിക്കണം.

ഭീഷ്മർ ചിന്താകുലനായി ഇരുന്നു. പിന്നെ പറഞ്ഞത് അംബ ഇന്നും മറന്നിട്ടില്ല.

– എന്നും സ്ത്രീകൾ ഓരോ അഭ്യർത്ഥനകളുമായി വന്ന് എന്നെ തോല്പിച്ചിട്ടേയുള്ളൂ– അജയ്യനാണെന്ന് എല്ലാവരും പറയുന്ന ഭീഷ്മരെ! ആദ്യം മാതാവായ ഗംഗ, പിന്നെ സത്യവതി, ഇപ്പോൾ ഭവതിയും–നിങ്ങൾ സ്ത്രീകൾ ആവശ്യപ്പെടുന്നത് എനിക്ക് നിരാകരിക്കാൻ കഴിയുന്നില്ല– അത് ക്ഷത്രിയ ധർമ്മമല്ല.

പക്ഷേ–

സാലന്റെ ഹൃദയം പിളർക്കുന്ന വാക്കുകൾ കേട്ട് അവൾ പിടഞ്ഞു.

– നിന്നെ ഭീഷ്മർ കരംഗ്രഹിച്ച് രഥത്തിൽ ഏറ്റിയവളാണ്; അദ്ദേഹം എന്നെ യുദ്ധത്തിൽ പരാജയപ്പെടുത്തി നിന്നെ സ്വന്തമാക്കി– നീ ഭീഷ്മരുടെ സ്വത്താണ്. എനിക്ക് നിന്നിൽ ഒരവകാശവുമില്ല. മാത്രവുമല്ല, നിന്നെ ഭീഷ്മർ തിരിച്ചേല്പിച്ചിട്ടില്ല– നീ സ്വമേധയാ വന്നവളാണ്. നിന്നെ സ്വീകരിക്കുന്നത് രാജധർമ്മം അല്ല. ഭീഷ്മരെ തോല്പിച്ചാലേ, നീ എന്റേതാവുകയുള്ളൂ. അജിതനായ ആ ദേവപുത്രനെ പരാജയപ്പെടുത്താൻ എനിക്ക് സാധിക്കുകയില്ല.

അംബ വീണ്ടും വാദിച്ചു.

– അങ്ങ് ഇത് മനസ്സിലാക്കണം, അങ്ങയുടെ ജീവൻ എന്റെ ദാനമാണ്. എന്റെ യാചനകൊണ്ടു മാത്രമാണ് ഭീഷ്മർ അങ്ങയെ വധിക്കാതെ വിട്ടത്. അത്രയും നിറഞ്ഞ സദസ്സിൽ മാനാപമാനം ഒന്നും കണക്കാക്കാതെ, രാജപുത്രിയായ ഞാൻ അങ്ങയെ കൊല്ലരുതെന്ന് ഭീഷ്മരുടെ കാല്ക്കൽ വീണപേക്ഷിക്കുകയായിരുന്നു. എന്റെ പ്രണയം മനസ്സിലാക്കാത്തതെന്താണ്?

സാലൻ നിർവ്വികാരതയോടെ പറഞ്ഞു–ഒരു മഹാരാജാവ്, ബലാൽക്കാരേണ പിടിച്ചുകൊണ്ടു പോയി, അന്തഃപുരത്തിൽ പാർപ്പിച്ച നിന്നെ ഞാൻ എങ്ങനെ പട്ടമഹിഷിയാക്കും? എന്റെ പ്രജകൾ എന്നെ പരിഹസിക്കും.

അംബ മിന്നലേറ്റതുപോലെ, ആപാദചൂഢം വിറച്ചു– ഉള്ളിൽ തിരമാലപോലെ നിറയുന്ന ക്രോധവും ദുഃഖവും അപമാനവും അടക്കാനാവാതെ അവൾ ഉറക്കെ ചോദിച്ചു–

നിങ്ങൾ ക്ഷത്രിയർ!! നിങ്ങൾക്ക് സ്ത്രീയുടെ മുമ്പിൽ ന്യായാന്യായങ്ങൾ നിരവധിയാണ്! ഒരു ക്ഷത്രിയകുലോത്തമനാണ് എന്നെ നിഷ്കരുണം സ്വയംവരമണ്ഡപത്തിൽ നിന്ന് കവർന്നുകൊണ്ടുപോയത്. അദ്ദേഹത്തോട് ഞാൻ ജീവൻ ഇരന്നു വാങ്ങിക്കൊടുത്ത പുരുഷനാണ് സഭ്യാമദ്ധ്യത്തിൽ വച്ച് എന്റെ ചാരിത്ര്യം സംശയിച്ച് ആട്ടിയിറക്കുന്നത്!

തന്നെ, പൊതിയുന്ന ഇരുളിനെ ചെറുക്കാനാവാതെ ചക്രവാളപ്പടിയിൽ, സന്ധ്യ തളർന്നു വീഴുന്നു; ആ സന്ധ്യയിൽ, അപമാനിതയായി, സൗബലരാജ്യത്തുനിന്ന് മടങ്ങുമ്പോൾ, അംബയുടെ ഉള്ളിൽ ഒരു തീപ്പൊരി വീണിരുന്നു. ആ അഗ്നിസ്ഫുലിംഗം, വൈരാഗ്യം കൊണ്ട്, തീക്കട്ടയായി എരിയാൻ തുടങ്ങിയിരുന്നു.

ഒരു ലക്ഷ്യവുമില്ലാതെ, രാജവീഥി വിട്ട് വനാന്തരത്തിൽ അലയുകയായിരുന്നു അംബ. മന്ദരവനത്തിൽ, ഭാവിനി നദിക്കരയിലുള്ള ശൈഖവത്യാശ്രമത്തിൽ വച്ച്, ശൈഖവത്യ മഹർഷിയെ കണ്ട കാര്യം ഓർത്തു – ആശ്രമത്തിൽവച്ച് അതിഥിയായി എത്തിയ പരശുരാമനോട് ദുഃഖം ഉണർത്തിയപ്പോൾ, അദ്ദേഹം പറഞ്ഞ ആശ്വാസവാക്കുകളും ഓർത്തു.

പരശുരാമൻ പറഞ്ഞു.

– എന്റെ ഉത്തമശിഷ്യനാണ് ഭീഷ്മർ, ഭീഷ്മരോട് ഈ രാജകന്യകയെ സ്വീകരിക്കാൻ ഞാൻ കല്പിക്കാം. ദേവവ്രതൻ കാരണമാണല്ലോ കുമാരി നിരാശ്രയയായി അലയേണ്ടിവന്നത്.

ഭീഷ്മർ, സവിനയം അത് നിരസിച്ചു.

– അങ്ങെന്റെ ഗുരുവാണ്. ഗുരുനിന്ദ പാപവുമാണ്. എനിക്കറിയാം. പക്ഷേ, ഞാൻ നൈഷ്ഠിക ബ്രഹ്മചാരിയാണ്. സത്യവതീദേവിക്ക് കൊടുത്ത പ്രതിജ്ഞയാണ് ഇത്. എനിക്ക് അംബയെ വേൾക്കാൻ ആവുകയില്ല.

തന്റെ ആവശ്യം അനുസരിക്കാത്ത ഭീഷ്മരോട്, കോപാക്രാന്തനായി, പരശുരാമൻ യുദ്ധം ചെയ്തതും, ഇരുപത്തിമൂന്ന് ദിനരാത്രങ്ങൾ, ഘോരസംഘട്ടനം നടന്നതും, ഒടുവിൽ മഹാവിഷ്ണുവിന്റെ അനുരഞ്ജനത്തിൽ, നാരദമുനിയുടെ മദ്ധ്യസ്ഥത കൊണ്ട് ഇരുവരും നാശകാരികളായ ദിവ്യാസ്ത്രങ്ങൾ പിൻവലിച്ച്, യുദ്ധം അവസാനിപ്പിച്ചതും അംബ ഇച്ഛാഭംഗത്തോടെ ഓർത്തു.

പരശുരാമൻ പറഞ്ഞു.

– മകളേ, ഇനി എനിക്ക് ഒന്നും ചെയ്യാനാവുമെന്ന് കരുതുന്നില്ല. നീ ഭീഷ്മരെ തന്നെ ആശ്രയിക്കുക. ഭീഷ്മർ മനസ്സുമാറ്റി, നിന്റെ അപേക്ഷ സ്വീകരിച്ചാൽ മാത്രമേ നിനക്കു രക്ഷയുള്ളൂ.

അംബ വേദനയോടെ ഓർത്തു.

ഒരു സ്ത്രീക്ക് നേരിടുന്ന അപമാനത്തിന് ദേവവൃന്ദങ്ങൾക്ക് പ്രതിവിധി കല്പിക്കാനാവുകയില്ലേ? അവർ എന്നും പ്രബലരോടൊപ്പം നില്ക്കുന്നവർ. അവരിൽനിന്ന് എന്തു നീതിയാണ് ആഗ്രഹിക്കേണ്ടത്?

സ്പർശ ലജ്ജ എന്ന ചെറുസസ്യം പോലെ പുരുഷസ്പർശം ഏല്ക്കുമ്പോഴേ കൂമ്പുകയും, പുരുഷന്റെ കാലടികളിൽ നമസ്കരിച്ച് വീഴുകയും ചെയ്യുന്നതാണോ സ്ത്രീയുടെ കുലധർമ്മം? ആ ഗുണമാണോ കുലസ്ത്രീക്ക് വേണ്ടത്?

എതിർത്ത് നില്ക്കാൻ തുടങ്ങുമ്പോഴേക്കും അവളെ സംഹരിക്കാൻ അത്രയും ശക്തിയുള്ള എത്രയെത്ര ബ്രഹ്മശരങ്ങളാണ് പുരുഷന്റെ ആവ

നാഴിയിൽ!

ഉള്ളിലെ കനൽ വീണ്ടും ആളിക്കത്തുന്നു!

ഏതൊരു പുരുഷനും സ്വാർത്ഥനാണ്;

അവൾ പുരുഷവൈരം കൊണ്ടു പുകഞ്ഞുനീറി. സ്വന്തം നിലനില്പും ഉല്ക്കർഷവും കീർത്തിയും മാത്രം അവർ ലക്ഷ്യമിടുന്നു. എല്ലാം അവർക്ക് ഉന്നതിയിലെത്താനുള്ള ചവിട്ടുപടികൾ മാത്രം. സ്വജീവൻ അപകടത്തിലാവുമെന്ന് അറിഞ്ഞപ്പോൾ എനിക്ക് തന്ന വാക്കുപോലും നിറവേറ്റാതെ പിൻവാങ്ങിയ മഹാഗുരുവായ പരശുരാമൻ പോലും.

കുംഭമാസത്തിലെ പൊള്ളുന്ന ചൂടിൽ, യമുനാനദിക്കരയിൽ നിരാലംബയായി ഇരിക്കുമ്പോൾ, ആരോ പുറകിൽ നിന്ന് വിളിക്കുന്നത് അംബ കേട്ടു.

– മകളേ, അംബേ–നീ എങ്ങനെ ഇവിടെയെത്തി?

മാതാമഹനും താപസശ്രേഷ്ഠനുമായ ഹോരുവാഹന മഹർഷി കരുണാപൂർവ്വം അവളുടെ നിറുക തലോടി; തുളുമ്പാതെ തുളുമ്പുന്ന മിഴികളുമായി മുനിവരനെ വണങ്ങി അവൾ നിന്നപ്പോൾ അദ്ദേഹം പറഞ്ഞു.

– പ്രിയപുത്രീ, നീ ശ്രീപരമേശ്വരനെ അഭയം പ്രാപിക്കുക. ത്രിലോകനാഥൻ നിന്റെ ദുഃഖം അറിഞ്ഞു ഇഷ്ടവരം നല്കും. ഞാൻ നിനക്ക് മന്ത്രദീക്ഷ നല്കാം. ഈ യമുനാനദിയുടെ തീരത്ത് തന്നെ നിന്റെ തപസ്സു തുടങ്ങുക.

അംബ കേട്ടിട്ടുണ്ട്. സതീവിരഹ ദുഃഖം സഹിക്കാതെ കേണു നടന്ന ശ്രീരുദ്രന്റെ കദനാശ്രുക്കൾ വീണ് കറുത്തുപോയ കാളിന്ദീനദി. കാളിന്തിയുടെ ഓളങ്ങളിൽ ഉലയാതെ, ഒരു പാദംമാത്രം ആ കണ്ണീർജലത്തിലൂന്നി, അംബ തപസ്സുതുടങ്ങി.

വല്ലപ്പോഴും യമുനയിലൂടെ ഒഴുകിയെത്തുന്ന ഉണക്കിലകൾ മാത്രം ഭക്ഷിച്ച്, ശീകരം മാത്രം പാനം ചെയ്ത് ശ്രീമഹാദേവനെ സങ്കല്പിച്ച് അംബ മനസ്സുനൊന്തു പ്രാർത്ഥിച്ചു– ഇനിയെങ്കിലും എന്റെ തീരാവ്യഥകൾ അവസാനിച്ചെങ്കിൽ!

ദേവവ്രതന്റെ മാതാവ് ഗംഗാദേവി അടുത്തു വന്നതും ശിവധ്യാനത്തിൽ നിന്ന് പിന്മാറണമെന്ന് കല്പിച്ചതും അംബ ഓർത്തു. അതിനു വഴങ്ങാതിരുന്നപ്പോൾ ഭാഗീരഥിയുടെ ശാപം ഒരു അഗ്നിശരംപോലെ ശിരസ്സിൽ പതിച്ചതും അംബ മറന്നിട്ടില്ല.

ഗംഗ ശപിച്ചു. പതിതയായ അംബാനദി എന്ന സരിത്താവട്ടെ നീ. വർഷകാലത്ത് കരകവിഞ്ഞ് എല്ലാം തകർക്കുകയും ഗ്രീഷ്മത്തിൽ നീരൊഴുക്കുവറ്റി മൃതപ്രായയാവുകയും ചെയ്ത്, ജനപദത്തിനാകെ വെറുക്കപ്പെട്ടവളായ നദിയായി നീ മാറും. നിന്റെ അഹങ്കാരം ഇതോടെ ശമിക്കും. ദുഷ്ടയും ക്രോധാവിഷ്ടയുമായവളേ! നിന്റെ ഗർവ്വം ഉപേക്ഷിക്കുക! ആ ശകാരമേല്ക്കുമ്പോൾ അംബ വിചാരിച്ചു. ഈ ദുർവ്വിധി ഏറ്റുവാങ്ങാൻ ഞാൻ എന്തുതെറ്റാണ് ചെയ്തത്?

ഗംഗാപുത്രനായ ഭീഷ്മർ എന്നോട് ചെയ്ത അന്യായത്തിന് പ്രതി

വിധി ചെയ്യാൻ, ദൈവസമക്ഷം, പ്രാർത്ഥിച്ചതാണോ എന്റെ കുറ്റം? സ്വന്തം പുത്രനുവേണ്ടി, സ്വാർത്ഥത കൊണ്ട്, ഗംഗ ചൊരിഞ്ഞ ശാപമേല്ക്കുമ്പോൾ അംബ ആലോചിച്ചു– സ്ത്രീ തന്നെ, സ്ത്രീയുടെ ശത്രുപക്ഷത്തു നിന്നാൽ പിന്നെ എവിടെയാണ് ധർമ്മവും സത്യവും?

– എല്ലാം അറിഞ്ഞപ്പോൾ സൃജയകുല മുനിയായ ഹോത്രവാഹനൻ വീണ്ടും ദയാപൂർവ്വം അരുളി.

– പ്രിയ മകളേ, നീ വിഷമിക്കണ്ട–തപശ്ശക്തികൊണ്ട് നീ നേടിയ ആത്മബലത്താൽ നിനക്ക് ശിവപൂജ തുടരാനാകും. നിന്റെ സൂക്ഷ്മശരീരത്തിന്റെ ഒരു ഭാഗം മാത്രമേ അംബാനദിയായി മാറുകയുള്ളൂ–ഒരു മഹാമന്ത്രം ഞാൻ ഉപദേശിക്കാം. നീ രുദ്രപ്രയാഗയിൽ പോയി തപം നീട്ടുക. അന്നപാനാദികൾ ഉപേക്ഷിച്ചുള്ള ഉഗ്രതപസ്സിന് വിഘ്നം വരുത്തി, ശിവസുതനായ കാർത്തികേയൻ പ്രത്യക്ഷപ്പെട്ടപ്പോൾ അംബ അപേക്ഷിച്ചു.

– എനിക്ക് ഒരു വരം മാത്രം. എന്നെ നിരാശ്രയത്വത്തിലേക്ക് തള്ളിവിട്ട ഭീഷ്മരെ വധിക്കണം.

കാർത്തികേയൻ അസ്വസ്ഥനായി. ദേവസേനാപതിയും യുദ്ധത്തിന്റെ അധിദേവതയും ആയിട്ടും സുബ്രഹ്മണ്യൻ പറഞ്ഞു.

– അംബേ, സ്ത്രീയായ നിന്റെ മുമ്പിൽ ഭീഷ്മർ ആയുധമെടുക്കുകയില്ല. നിരായുധനായി നില്ക്കുന്ന ക്ഷത്രിയനെ നീ വധിച്ചാൽ നിത്യനരകമാണ് നിന്നെ കാത്തിരിക്കുന്നത്. അത് മഹാപാപമാണ്.

അംബ വീണ്ടും ശോകപൂർണ്ണമായ മനസ്സോടെ ചോദിച്ചു.

– എന്നെ വേട്ടയാടുന്നത് എന്റെ സ്ത്രീത്വമാണോ? എനിക്ക് പ്രതികാരം ചെയ്യാൻ പോലും അവകാശമില്ലെന്നോ?

കാർത്തികേയൻ പറഞ്ഞു.

– ഒരു ധീരപുരുഷന് ഞാൻ നല്കുന്ന ഈ ദിവ്യഹാരം നീ നല്കുക. അയാൾക്ക് യുദ്ധത്തിൽ ഭീഷ്മദേവന് അംഗഭംഗം വരുത്താം. സ്വച്ഛന്ദമൃത്യുവായ ഭീഷ്മർ സ്വയംമരണം വരിക്കും. അപ്പോൾ നിന്റെ ആഗ്രഹം സഫലമാകും. ഇന്ദ്രനീലരത്നം പോലെ പ്രകാശിക്കുന്ന നീലത്താമരമാല കൈകൂപ്പി ഏറ്റുവാങ്ങുമ്പോൾ, അംബ തന്റെ മനസ്സിൽ പ്രത്യാശയുടെ കിരണങ്ങൾ നിറയുന്നതറിഞ്ഞു. തന്റെ ഉള്ളിൽ പ്രേമത്തിന്റെ നിലാവ് പടർത്തിയ, ഭീഷ്മരോട്, യുദ്ധത്തിനൊരുങ്ങിയ, വീരപുരുഷനെ ഓർമ്മിച്ചു. സാല്വൻ പറഞ്ഞ കാര്യങ്ങളും ഓർമ്മിച്ചു.

–ഭീഷ്മരെ പരാജയപ്പെടുത്താൻ കഴിഞ്ഞാൽ ഞാൻ നിന്നെ സ്വീകരിക്കാം.

അംബ വേദനയോടെ നിശ്വസിച്ചു.

ആ വാക്കുകളുടെ ബലത്തിൽ ഭീരുവായ സാല്വനെ കാണാൻ പോയ എന്റെ വിഡ്ഢിത്തം.

സാല്വൻ പറഞ്ഞു

–ഈ നീലത്താമരമാല ധരിച്ച്, ഞാൻ ഭീഷ്മരെ പരാജിതനാക്കി

യാൽ പോലും എനിക്ക് നിന്നെ പാണിഗ്രഹണം ചെയ്യണമെന്ന് ഇപ്പോൾ ആഗ്രഹമില്ല. നീ ഈ ദർപ്പണത്തിലേക്ക് നോക്കുക. ഞാൻ മോഹിച്ച അതിസുന്ദരിയായ അംബയല്ല നീയിപ്പോൾ. ദീർഘതപസ്സുകൊണ്ട് വിരൂപിയും, അകാലവാർദ്ധക്യം ബാധിച്ചവളും ആയിമാറി; തീരാത്ത പക മൂലം നീ സ്വയം അപഹാസ്യയായി അംബേ. ഈ വികൃതരൂപത്തെ രാജ്ഞിയാക്കി കൊട്ടാരത്തിൽ വാഴിക്കുന്നത് എനിക്ക് സങ്കല്പിക്കാൻ വയ്യ.

– ഒരു കണ്ണാടി മുമ്പിലേക്ക് നീട്ടി, അത്യന്തം വെറുപ്പോടെ സാല്വൻ പറഞ്ഞ വാക്കുകൾ, കൂർത്ത വാൾത്തുമ്പ് പോലെ അംബയുടെ ഹൃദയം വരഞ്ഞുകീറി. വീണ്ടും അപമാനിതയായി സൗബല രാജ്യത്തെ രാജ്യസദസ്സിൽ നിന്ന് തെരുവീഥിയിലേക്ക് ഇറങ്ങി നടക്കുമ്പോൾ തോരാത്ത മഴപോലെ, കണ്ണുനീർ ഒഴുകിക്കൊണ്ടേയിരുന്നു. ഒടുവിൽ ഹോത്രവാഹനന്റെ ആശ്രമത്തിലെത്തിയപ്പോൾ മുനി പറഞ്ഞു.

– നീ പാഞ്ചാല രാജ്യാധിപനായ ദ്രുപദനോട് സഹായം ചോദിക്കുക. ഹസ്തിനപുരിയോട് കിട പിടിക്കാൻ ഇപ്പോൾ പാഞ്ചാലരാജ്യമേയുള്ളൂ. ദ്രുപദരാജാവിന് നല്ല സൈന്യബലവുമുണ്ട്. ശക്തനാണ് അദ്ദേഹം–

പക്ഷേ–

പാഞ്ചാല നൃപൻ പറഞ്ഞു.

– ഞാൻ നിനക്ക് അഭയം നല്കാം. നിനക്ക് ഒരു കുറവും വരാതെ സംരക്ഷിക്കാം. പക്ഷേ, ഹസ്തിനപുരിയിലെ ഭീഷ്മദേവനെ എതിർക്കാൻ എനിക്കാവുകയില്ല. വീരയോദ്ധാവായ അദ്ദേഹത്തിനെ എതിർത്താൽ എന്റെ രാജ്യം ഛിന്നഭിന്നമാവും. ഒരു സ്ത്രീക്കുവേണ്ടി എന്റെ പ്രജകളെ നശിപ്പിക്കുന്നത് രാജധർമ്മമല്ല. അംബയ്ക്ക് ഉള്ളിൽ തിളച്ചുമറിയുന്ന കോപവും നിരാശയും നിസ്സഹായതയും അടക്കാനായില്ല. മുറിവേറ്റ സർപ്പം പോലെ, പാഞ്ചാല രാജധാനിയിൽ നിന്ന് ഇറങ്ങി സഭാമണ്ഡപത്തിന്റെ മുഖപ്പിൽ നീലകാന്തി വഴിയുന്ന ദിവ്യഹാരം തൂക്കിയിട്ട് അവൾ അവജ്ഞയോടെ സ്വയം പറഞ്ഞു.

– എന്തിനാണ് ഈ ഭീരുക്കളായ പുരുഷന്മാരോട് ഞാൻ ഇനിയും സഹായം അഭ്യർത്ഥിക്കുന്നത്?

ബലവാനായ ശത്രുവിനെ എതിർക്കാനുള്ള ഭീതിമൂലം രാജധർമ്മത്തിന്റെ പടച്ചട്ടയണിഞ്ഞ് ഇവർ രക്ഷപ്പെടാൻ തന്ത്രപൂർവ്വം ശ്രമിക്കുന്നു. അസ്വീകാര്യമായ ന്യായങ്ങൾ നിരത്തുന്നു! സ്ത്രീയെ കബളിപ്പിക്കാൻ അനായാസം കഴിയുന്നു!

വീണ്ടും ഒറ്റയ്ക്കുള്ള യാത്ര–

ലക്ഷ്യമേതുമില്ലാതെ അലയുമ്പോൾ അംബ സ്വയം തീരുമാനിച്ചു.

– ഇനിയും അബലയായ ആശയറ്റ, നിന്ദ്യയും വിരൂപയും ആയ സ്ത്രീയായി ജീവിക്കുന്നതിൽ എന്ത് അർത്ഥമാണുള്ളത്? എന്റെ സ്ത്രീത്വം എനിക്ക് മുതുകിലെ കൂനുപോലെയൊരു ഭാരമാണ്. വലിച്ചെറിയാനാവാത്ത ചുമടുമാത്രം.

ഭയരഹിതമായ പൗരുഷം. എന്തിനും പോന്ന, തന്റേടമുള്ള ഒരു പുരുഷൻ ആയാൽമതി എനിക്ക്. ആ വരം എനിക്ക് ആരുതരും?

– ഒരിക്കൽക്കൂടി, യമുനാതീരത്തെ പർണ്ണാശ്രമത്തിൽ ഹോത്രവാഹനനെ കണ്ട് അവൾ കേണു.

– എനിക്ക് ഇനിയും തപസ്സു തുടങ്ങാനുള്ള മന്ത്രദീക്ഷ തരിക. എനിക്കിനി ഒരു പുരുഷന്റെയും സഹായം വേണ്ട. ഞാൻതന്നെ പുരുഷനായാൽ മതി. അതിനുള്ള പ്രാർത്ഥന തുടങ്ങാൻ പോകുന്നു. അങ്ങ് ഓതിത്തരുന്ന ജപമന്ത്രം ഉരുവിട്ട്, ഞാൻ ശ്രീരുദ്രന്റെ കാലടികളിൽ എന്നെത്തന്നെ സമർപ്പിക്കുകയാണ്. ഈ പത്മഹാരം കഴുത്തിലണിഞ്ഞ്, പുരുഷനായി, ഭീഷ്മരെ ഞാൻതന്നെ വധിക്കും–

ആശ്രമവാടത്തിലെ ഹോമാഗ്നിയേക്കാൾ ജ്വലിക്കുന്ന അവളുടെ മിഴികൾ കണ്ട് ഹോത്രവാഹനൻ അമ്പരന്നു. തന്റെ പൗത്രിയുടെ ദുർദ്ദശ കണ്ട് വിഷാദവാനായി അദ്ദേഹം പറഞ്ഞു. മഹേശ്വരന്റെ പ്രസാദം കൊണ്ട് നിന്റെ ശോകം തീരട്ടെ, മകളേ.

പക്ഷേ–

ശ്രീപരമേശ്വരൻ പ്രത്യക്ഷപ്പെട്ടു പറഞ്ഞ വാക്കുകൾ കേട്ടപ്പോൾ അംബയുടെ ഹൃദയം വീണ്ടും കലുഷമായി.

– സ്ത്രീ ജഗത്ശക്തിയാണ്. സ്ത്രീയായി ജന്മം ലഭിച്ച നിന്നെ പുരുഷനാക്കാൻ സാധിക്കുകയില്ല.

മാതാവിന്റെ ജന്മപുണ്യമാണ്. ആ ജന്മം ബ്രഹ്മകല്പിതമാണ്. ജന്മത്തെ മാറ്റാൻ പ്രകൃതി അനുവദിക്കുകയില്ല. പക്ഷേ, നിന്റെ ഉഗ്രതപസ്സ് മൂലം ലഭിച്ച തപശ്ശക്തിയാൽ പാഞ്ചാലരാജ്യത്ത് തന്നെ നീ സ്ത്രീയായി പുനർജ്ജനിക്കും. ദ്രുപദന്റെ പുത്രിയായി; പക്ഷേ, പിന്നീട് യോഗബലത്താൽ നീ പുരുഷനായിത്തീരും. അപ്പോൾ നിനക്ക് ഭീഷ്മരെ പരാജയപ്പെടുത്താൻ സാധിക്കും.

അംബയ്ക്ക് വീണ്ടും നിസ്സഹായതയുടെ അഗാധഗർത്തത്തിൽ പതിച്ചതുപോലെ തോന്നി. ഇത്രയും പരിശ്രമിച്ചിട്ടും ഇതാ ഈ ജന്മം വിഫലമായിത്തീർന്നിരിക്കുന്നു!

പുതുജന്മത്തിൽ, പുരുഷനായി മാറുന്നതുവരെ കാത്തിരിക്കുക. പിന്നെ ഭീഷ്മ നിഗ്രഹത്തിനുള്ള അവസരം കിട്ടുന്നതുവരെ ക്ഷമിക്കുക!

കാറ്റിൽ പാറിയടർന്നുവീണ പൂവിതൾ പോലെ പൂഴിമണ്ണിലുരുണ്ട്, ആരുടെയൊക്കെയോ കാലടികൾക്കടിയിൽ വീണ് ചതഞ്ഞ ഒരു ജീവിതം.

ഇനി വയ്യ. ഈ യാതന അവസാനിപ്പിക്കാൻ പോകുന്നു. ദുഃഖങ്ങൾ ഒഴിയാത്ത ഈ നാടകം തുടരുന്നതെന്തിന്?

– യമുനാതീരത്തെ യാഗാഗ്നിയിലേക്ക് സ്വയം ഹോമിക്കാൻ തീരുമാനിക്കുമ്പോൾ, പ്രതികാരദാഹത്തിന്റെ അഗ്നിജ്വാലയിൽ അവൾ നീറിത്തുടങ്ങിയിരുന്നു–

ശിഖണ്ഡിനിയുടെ ദുഃഖം

രാജമന്ദിരത്തിലെ സഭാമണ്ഡലത്തിന്റെ മുഖപ്പിൽ, വെട്ടിത്തിളങ്ങുന്ന നീലനളിനഹാരം നോക്കിയിരിക്കെ, ശിഖണ്ഡിനിയുടെ മാനസത്തിൽ വീണ്ടും പൂർവ്വജന്മസ്മൃതികളുണർന്നു. എത്രയോ സംവത്സരങ്ങൾ, എത്ര എത്ര ദേശാടനങ്ങൾ, നീണ്ട തപസ്സുകൾ,

അവസാനം, പലരുടെയും ശാപങ്ങളേറ്റുവാങ്ങിയ സ്ത്രീജന്മം സ്വയം അഗ്നിയിൽ ഹവിസായി അർപ്പിച്ചപ്പോൾ പ്രാർത്ഥിച്ചത് അടുത്ത ജന്മം പുരുഷനായി ജനിക്കാൻ വേണ്ടിമാത്രം. പുരുഷത്വം ആഗ്രഹിച്ചത് ഭൗതികസുഖങ്ങൾ ആസ്വദിക്കാൻ വേണ്ടിയല്ല. സ്വയം അനുഭവിച്ചുതീർത്തതിനും അന്യായത്തിനും പകരം ചോദിക്കാനുള്ള പോരാട്ടത്തിന്.

പക്ഷേ, ആ നിയോഗം എന്ന് സാദ്ധ്യമാകും എന്നുമാത്രം അറിയുന്നില്ല എന്ന് ശിഖണ്ഡിനി സങ്കടത്തോടെ ഓർത്തു. എന്നാണ് എന്റെ സ്ത്രീത്വം, പുരുഷത്വത്തിന് വഴിമാറുന്നത്?

ദ്രുപദ മഹാരാജാവ് പറഞ്ഞത് ഓർത്തപ്പോൾ ഉള്ളിൽ ആശാമുകുളങ്ങൾ വിടരുന്നതവൾ അറിഞ്ഞു.

– മകളേ യാജ്ഞസേനിയെന്നും ശിഖണ്ഡിനിയെന്നും പേർ ചൊല്ലി ഞങ്ങൾ വിളിക്കുമ്പോഴും നിന്നെ ശിഖണ്ഡിയെന്ന രാജകുമാരനായാണ് എല്ലാവരും അറിയുന്നത്. നീ ജനിച്ചത് പെൺകുട്ടിയായിട്ടാണെന്ന് എനിക്കും രാജ്ഞിക്കും മാത്രം അറിയാവുന്ന രഹസ്യമാണ്. അത് ആരെയും അറിയിക്കാതെ രാജകുമാരനായിട്ട് തന്നെയാണ് ഞങ്ങൾ നിന്നെ വളർത്തുന്നത്. കാരണം ഞാൻ നടത്തിയ പുത്രകാമേഷ്ടിയാഗത്തിന് ശേഷം അഗ്നിദേവൻ പ്രത്യക്ഷപ്പെട്ടുതന്ന വരമാണിത്. ദേവാധിപൻ പറഞ്ഞത്, ശ്രീമഹാദേവന്റെ അനുഗ്രഹംമൂലം, എനിക്കു പിറക്കുന്ന പുത്രി, യഥാകാലം പുരുഷനായിത്തീരുമെന്നും, യുവരാജാവായി വാഴുമെന്നുമാണ്. പക്ഷേ, അത് എന്നാണെന്ന് അറിയുകയില്ല. ചിലപ്പോൾ യൗവനാരംഭത്തിലാകും

ശിഖണ്ഡിനി ഖേദത്തോടെ ഓർത്തു.

–ആ ധൃതി കാരണമാണോ, ദ്രുപദ മഹാരാജാവ് പ്രിയസുഹൃത്തായ, ദശാർണ്ണവരാജ്യാധിപരായ ഹിരണ്യവർമ്മനോട് പുത്രിയെ മംഗല്യത്തിനായി ആവശ്യപ്പെട്ടത്.

പാഞ്ചാല രാജൻ മാതാവിനോട് പറയുന്നത് ശിഖണ്ഡി കേൾക്കുന്നുണ്ടായിരുന്നു.–എന്റെ പ്രിയതോഴൻ ഹിരണ്യവർമ്മൻ ശിഖണ്ഡിയെന്ന എന്റെ പുത്രനുവേണ്ടി മകളെ നല്കാൻ സമ്മതമാണെന്ന് ദൂതൻ വശം സന്ദേശം നല്കിയിട്ടുണ്ട്. പരിണയത്തിനുള്ള സന്നാഹങ്ങൾ എത്രയും വേഗം ആരംഭിക്കണം.

ഈ പരിഗ്രഹണത്തോടെ ശിഖണ്ഡിനി പുരുഷനായി മാറാനുള്ള സമയമാകുമെന്നാണ് എന്റെ പ്രതീക്ഷ. അത് സത്യമായിത്തീരാൻ അധികം താമസമില്ല എന്ന് വിചാരിക്കുന്നു.

എന്നാൽ

–അശ്വാരൂഢനായി രാത്രിയുടെ, ഇരുളിമയിൽ ആരുമറിയാതെ ഘോര വനാന്തരങ്ങളിലേക്ക് പാലായനം ചെയ്യുമ്പോൾ ശിഖണ്ഡിനി ഖേദിച്ചു.

– ഈ ജന്മത്തിലും ഒളിച്ചോട്ടം തുടരുന്നു; പല കാരണങ്ങൾ–

– യൗവനാരംഭമായിട്ടും പുരുഷപ്രാപ്തി ലഭിക്കാത്തതിനാൽ

– ഹിരണ്യ വർമ്മന്റെ പുത്രിയായ ദൂചീകയിൽനിന്ന് സ്ത്രീത്വം ഒളിപ്പിക്കാനാവാത്തതിനാൽ

– മഹാശക്തനായ ദശാർണ്ണവ രാജാവ്, മകളുടെ വരൻ സ്ത്രീയാണെന്ന് അറിഞ്ഞപ്പോഴുള്ള ക്രോധംമൂലം പാഞ്ചാല രാജാവിനെതിരെ നടത്താൻ തുടങ്ങുന്ന പടയൊരുക്കത്തിൽ നിന്ന് രക്ഷനേടാൻ– നിബിഡ വനത്തിനുള്ളിൽ വച്ച്, വീണ്ടും മുജ്ജന്മസ്മൃതികൾ ശക്തമാകുന്നു. ഹോത്രവാഹനമഹർഷി ജപിച്ചുകൊടുത്ത മഹാരുദ്രമന്ത്രം ഉരുവിട്ട് പുരുഷത്വത്തിനുവേണ്ടി തപസ്സ് പുനരാരംഭിക്കാൻ തുടങ്ങുമ്പോൾ, തേജസ്വിയായ ഒരു യുവാവ് മുമ്പിൽ നില്ക്കുന്നതുകണ്ടു.

അദ്ദേഹം ചോദിച്ചു.

– ആരാണ് നീ? കുബേരന്റെ സ്വന്തമായ ഈ വനമേഖലയിൽ അതിക്രമിച്ചുവന്നത് എന്തിനാണ്?

ശിഖണ്ഡിനി മറുചോദ്യം ചോദിച്ചു.

– താങ്കൾ ആരാണ്? താങ്കൾ എന്തിനാണ് ഇവിടെ നില്ക്കുന്നത്?

അദ്ദേഹം പറഞ്ഞു

– ഞാൻ കുബേരന്റെ സ്വത്തിന് കാവൽ നില്ക്കുന്ന സ്ഥൂണ കർണ്ണനെന്ന യക്ഷനാണ്. ഈ വനവും മറ്റു പ്രദേശങ്ങളും കുബേരന്റേതാണെന്നറിയുക.

നിന്റെ ഉദ്ദേശം എന്താണ്–?

എന്തെങ്കിലും സഹായം അഭ്യർത്ഥിക്കാൻ വന്നതാണെങ്കിൽ പറയുക. അത് സാധിക്കാൻ ഞാൻ സന്നദ്ധനാണ്.

ശിഖണ്ഡിനി വിചാരിച്ചു.

–മാനവകുലത്തിലുള്ള ഒരു പുരുഷനും എനിക്ക് നിരുപാധികമായ സഹായം വാഗ്ദാനം ചെയ്തിട്ടില്ല. സഹായിച്ചിട്ടും ഇല്ല. ഉപദേവതാകുലത്തിലുള്ള ആ യക്ഷന്, എനിക്ക് എന്തെങ്കിലും ഉപകാരം ചെയ്യാൻ കഴിയുമോ?

അവൾ കഥകൾ യക്ഷനെ കേൾപ്പിച്ച ശേഷം പറഞ്ഞു.

–ഈ ജന്മം സ്ത്രീയായി ജനിച്ച്, പിന്നിട് തപോബലം കൊണ്ട് പുരുഷനായി മാറാൻ സാധിക്കും എന്നാണ് യോഗേശ്വരൻ തന്ന വരം. അത് എന്നാണെന്ന് മാത്രം അരുളി ചെയ്തില്ല. പുരുഷനായാൽ മാത്രമേ എനിക്ക് ഭീഷ്മനിഗ്രഹം നടത്താൻ കഴിയുകയുള്ളൂ.

യക്ഷൻ മഹാമനസ്കതയോടെ, ദയാപൂർവ്വം പറഞ്ഞു.

– ശിഖണ്ഡിനി, നിന്റെ സങ്കടം ഞാൻ മനസ്സിലാക്കുന്നു. നിനക്ക് ഞാനെന്റെ പുരുഷത്വം നല്കാം. നിന്റെ സ്ത്രീത്വം പകരം തരിക.

ദ്രുപദരാജനോട്, ചതി ചെയ്തതിന് പടനയിച്ച നിന്റെ ശ്വശൂരൻ ഹിരണ്യവർമ്മന്റെ, മരണത്തിനുശേഷം എനിക്ക് നിന്റെ പുരുഷത്വം തിരികെ നല്കിയാൽ മതി. നിന്റെ ജന്മോദ്ദേശ്യം നിറവേറട്ടെ–

വിധി നിയോഗം അനുസരിച്ച് ഒടുവിൽ, പുരുഷപ്രാപ്തി നേടി, പാഞ്ചാലദേശത്ത് തിരികെ എത്തുമ്പോൾ നീതി ലഭിച്ചു എന്ന സംതൃപ്തി ഉണ്ടെങ്കിലും ശിഖണ്ഡിക്ക് ഉള്ളിൽ ഭീതി ഉണ്ടായിരുന്നു.

അംബയുടെ സ്ത്രീമാനസം ഉള്ളിൽ വഹിക്കുന്ന എന്റെ ബാഹ്യ പൗരുഷം പിന്നെയും അപമാനത്തിന് ഇടയാക്കുമോ? അംബ എന്ന സ്ത്രീയുടെ പ്രതികാരത്തിനുവേണ്ടി കെട്ടിയ ഈ പുരുഷവേഷം വീണ്ടും മാനഹാനിക്ക് കാരണമാകുമോ?

മകളുടെ പുരുഷപ്രാപ്തിയിൽ സന്തുഷ്ടനായ ദ്രുപദരാജാവിന്റെ നിർദ്ദേശാനുസരണം, ശസ്ത്ര വിദ്യകൾ അഭ്യസിക്കാൻ സ്വന്തം പേര് മറച്ചുവച്ച് ദ്രോണാചാര്യരുടെ അടുത്ത് ചെല്ലുമ്പോഴും, ലിംഗത്വം വച്ചു മാറിയ സ്ഥൂണകർണ്ണനെന്ന യക്ഷൻ, കുബേര ശാപംമൂലം സ്ത്രീയായി തുടരേണ്ടി വന്നുവെന്നുള്ള വാർത്ത ശ്രവിച്ചപ്പോഴും തന്റെ ഈ പുരുഷത്വം ഇനി സ്ഥിരമാണെന്ന് അറിഞ്ഞപ്പോഴും ശിഖണ്ഡിനിക്ക് ഉള്ളിൽ ആശങ്കയായിരുന്നു. പൂർവ്വ ജന്മത്തിലെ അവമതികൾ ഈ പുരുഷജന്മത്തിലും പിന്തുടരുന്നുണ്ടോ?

ഇതും ഒരു ശാപജന്മമാകുമോ?

ശിഖണ്ഡിയുടെ വ്യഥകൾ

കുരുക്ഷേത്രത്തിൽ, ചുട്ട നിണത്തിന്റെ തീക്ഷ്ണഗന്ധം ശ്വസിച്ച്, മുറിവേറ്റു വീണ പോർമൃഗങ്ങളുടെ രോദനങ്ങൾ കേട്ട്, കരിന്തിരി കത്തുന്ന കുത്തുവിളക്കുകളുടെ വിറയൽ കണ്ട്, ഏകനായി ശിബിരത്തിൽ ശിഖണ്ഡി ഇരുന്നു. പതിനെട്ടു ദിവസങ്ങൾ മുമ്പ്, യുദ്ധത്തിൽ ഭീഷ്മർ നയിക്കുന്ന പടയ്ക്ക് എതിരിടാനായി അർജ്ജുനനോടൊപ്പം നില്ക്കണമെന്ന് ശ്രീകൃഷ്ണഭഗവാൻ നിർദ്ദേശിച്ചപ്പോൾ ആ ക്ഷണം അത്യാഹ്ലാദത്തോടെ സ്വീകരിച്ചത് ഓർക്കുന്നു. ജന്മസ്മൃതികൾ വേട്ടയാടുന്ന ഈ ജീവിതത്തിന് ഒരു അവസാനം. സകല ദുഃഖങ്ങൾക്കും കാരണഭൂതനായ ശാന്തനുപുത്രന് സ്വന്തം കൈകൾകൊണ്ട് ഉദകക്രിയ നടത്താനുള്ള അവസരം.

ഭീഷ്മവധം വരെ, വാടാതെ, വിടർന്നു നില്ക്കുമെന്ന ദൈവാനുഗ്രഹം ലഭിച്ച നീലപത്മമാല്യം ശിഖണ്ഡി അണിഞ്ഞു. ഭീഷ്മർ പടനയിക്കുന്ന, പത്താംദിനത്തിൽ, ഉള്ളിൽ തിങ്ങിവിങ്ങുന്ന ഉത്സാഹത്തോടെ അയാൾ കൃഷ്ണരഥത്തിൽ, പാർത്ഥന് മുമ്പിൽ നിന്നു. മഹാശംഖങ്ങൾ യുദ്ധധ്വനി മുഴക്കുമ്പോൾ, രഥചക്രങ്ങൾ വായുവേഗത്തിൽ ഉരുണ്ടു പൊങ്ങുമ്പോൾ, തുരഗങ്ങളും ദന്തികളും പോരാളികളെ പുറത്തേറ്റി ശത്രുനിഗ്രഹത്തിനായി പായുമ്പോൾ, കുലയ്ക്കാൻ ഓങ്ങിയ വില്ലും ശരവും തേരിന്റെ പടിമേൽ വച്ച് നിരായുധനായി, മാറ് മറച്ച് പോർച്ചട്ട അഴിച്ചു

വച്ച്. നീണ്ട ബാഹുക്കൾ നെഞ്ചിൽ കുറുകെ വച്ച് നില്ക്കുന്ന ശാന്തസ്വരൂപനായ ഭീഷ്മപിതാമഹനെ ശിഖണ്ഡി കണ്ടു. വർദ്ധിച്ച ആമോദത്തോടെ, ഗുരുവന്ദനം ചൊല്ലി, ദിവ്യാസ്ത്രമെയ്യാൻ തുടങ്ങുമ്പോൾ, ഭീഷ്മർ അവജ്ഞ തുളുമ്പുന്ന അർദ്ധഹാസത്തോടെ പറയുന്നത്, അങ്കത്തട്ടിലെ പടഹധ്വനികൾക്കിടയിലും അയാൾ വ്യക്തമായി കേൾക്കുന്നു.

–ഹേ ശിഖണ്ഡി! നീ ശരം തൊടുക്കുക നിന്റെ വൈരം തീരുവോളം യുദ്ധം ചെയ്യുക. ഞാൻ എതിർക്കുകയില്ല. നിനക്ക് അറിയാവുന്ന ശസ്ത്രവിദ്യകളെല്ലാം പ്രയോഗിക്കുക. ഞാൻ ആയുധം താഴെവച്ച് തേർത്തട്ടിൽ നില്ക്കും. നിന്നെ ബ്രഹ്മാവ് സ്ത്രീയായിട്ടാണ് സൃഷ്ടിച്ചത്. ആണും പെണ്ണും കെട്ടവനായ, അമംഗളനായ നിന്നോട് യുദ്ധം ചെയ്യാൻ ക്ഷത്രിയകുലത്തിൽ പിറന്ന എനിക്ക് സാധിക്കുകയില്ല. സമന്മാരോടു മാത്രമേ ഞാൻ പോരിന് നില്ക്കുകയുള്ളൂ– നീ എനിക്ക് എതിരാളിയെ അല്ല. നിന്റെ മുമ്പിൽ ആയുധം ഇല്ലാതെ ഞാൻ നിന്നുതരുന്നു.

– മർമ്മം പിളർക്കുന്ന വേൽമുന പോലെയുള്ള ആ വാക്കുകൾ, ഹൃദയത്തിൽ തറച്ച് ശിഖണ്ഡി പിടഞ്ഞു. ഇതെന്തൊരു ക്രൂരതയാണ്?! സ്ത്രീയായി ജീവിക്കുമ്പോഴും അപമാനം. പുരുഷനായി മാറിയാലും പരിഹാസം. സ്ഥിരലിംഗത്വമില്ലാത്തവർ ഇത്ര അവഹേളിക്കപ്പെടേണ്ടവരാണോ? അവർ മനുഷ്യജാതിയിൽ പിറന്നവരല്ലേ?

ശത്രുപാളയത്തിൽ, നിരാധാരനായി എത്തിപ്പെട്ടതുപോലെ ദ്രൗപദേയൻ വേപഥു കൊണ്ടു. ഈ ജന്മശാപത്തിൽനിന്ന് ഞാൻ എന്നാണ് മുക്തനാവുന്നത്?

അർജ്ജുനൻ ഉറക്കെ വിളിച്ചുപറഞ്ഞു.

– ശിഖണ്ഡീ, നീ മടിച്ചു നില്ക്കാതെ അസ്ത്രം തൊടുക്കുക. നിന്നെ ജന്മാന്തരങ്ങൾ തോറും ചവുട്ടിയരച്ച് വെറും ധൂളിയാക്കിയ നിത്യശത്രുവാണ് നേർമുമ്പിൽ. പതറാതെ മുമ്പോട്ടു പോകുക.

–ശ്രീകൃഷ്ണൻ രഥം, നിയന്ത്രിച്ച് തിരിഞ്ഞു നോക്കി പുഞ്ചിരിച്ചു.

–അതെ, പാഞ്ചാലാ, നീ തളരരുത്. നിന്റെ ഊഴമാണിനി–നീ അനുഭവിച്ചുതീർത്ത ദുരിതകോടികൾക്ക് പ്രതിഗ്രഹം ചെയ്യാൻ ഒരു സുവർണ്ണാവസരം. നിന്റെ നിയോഗം നീ ഓർക്കുക.

ഉള്ളിൽ പ്രതികാരാഗ്നി ജ്വലിച്ചുയർന്നു. ആളിക്കത്തുന്നത് ശിഖണ്ഡി അറിഞ്ഞു. അലറിയടുക്കുന്ന മദയാനയെപ്പോലെ ഭീഷ്മർക്ക് നേരെ ശരമാരി പെയ്യുമ്പോൾ, തീരാത്ത പകമാത്രമായിരുന്നു മനസ്സിൽ.

ഒടുവിൽ ദേവാംശസംഭവനായ ഗംഗാപുത്രൻ തളർന്നു താഴെ വീഴുന്നത് ശിഖണ്ഡി കണ്ടു. ഇനിയും ഒഴിയാത്ത തന്റെ ആവനാഴിയിലേക്ക് തൊടുക്കാത്ത ബാണങ്ങൾ തിരികെയിടുമ്പോൾ അയാൾ ഭീഷ്മർ ഗംഭീരശബ്ദത്തിൽ പറയുന്നത് വ്യക്തമായി കേട്ടു.

–ശിഖണ്ഡി, നീ ആവനാഴി താഴെ വയ്ക്കരുത്. ഇനിയും അസ്ത്രങ്ങൾ തൊടുക്കുക. പക്ഷേ, എന്നെ മുറിപ്പെടുത്തിയതും, ആലസ്യത്തിലാക്കിയതും ഒന്നും നിന്റെ ബാണങ്ങളല്ല. വജ്രസൂചികൾ പോലെ എന്റെ

സന്ധിബന്ധങ്ങൾ പിളർക്കുന്ന അമ്പുകളയച്ചത് അർജ്ജുനനാണ്. നിന്നെ മുമ്പിൽ നിർത്തി എന്നെ ശരംകൊണ്ട് മൂടിയത് പാർത്ഥനാണ്. നീ പൂർണ്ണ പുരുഷനല്ലാത്തതിനാൽ നിന്റെ ആയുധങ്ങൾക്കൊന്നും അജയ്യനായ എന്നെ തളർത്താൻ സാധിക്കുകയില്ല. ഇഷ്ടമൃത്യുവായ ഞാൻ അർജ്ജുനബാണങ്ങളുടെ ശയ്യയിൽ തന്നെ വിശ്രമിക്കും. ഇനിയെങ്കിലും നിന്റെ ജന്മങ്ങൾ നിഷ്ഫലമായി എന്ന് നീ മനസ്സിലാക്കുക. ഒരു സ്ത്രീക്ക് എന്നോട് എതിർക്കാൻ കഴിയുകയില്ല. പുരുഷവേഷം ധരിച്ച സ്ത്രീയാണ് നീ. ജനനത്തിൽ കിട്ടിയ ലിംഗത്വം നീ നിനക്കെങ്ങനെ ഇല്ലാതാക്കാൻ സാധിക്കും? നീ വീണ്ടും പരിഹാസ്യനായി.

നിന്റെ വൈരാഗ്യം തീരുന്നതുവരെ നീ യുദ്ധം ചെയ്യുക. പക്ഷേ, അത് വെറുതെയാണെന്നു കൂടി ഇനിയെങ്കിലും മനസ്സിലാക്കുക!

ഗംഗാപുത്രന്റെ മന്ദസ്വരത്തിലുള്ള വാക്കുകൾ കേൾക്കെ ശിഖണ്ഡി അശനിപാതമേറ്റതുപോലെ സ്തംഭിച്ചുനിന്നു.

–എന്തിനായിരുന്നു ഈ യുദ്ധം–?

ഈ യുദ്ധത്തിൽ ആരാണ് ജയിച്ചത്? പാർത്ഥനുവേണ്ടി, ഒരു വിദൂഷകനെപ്പോലെ തേരിനു മുമ്പിൽ, നിന്നത് എന്തിന്? ലക്ഷ്യം കാണാതെ ആകാശത്തേക്കു പായുന്ന അമ്പുകൾകൊണ്ട് ആവനാഴി നിറച്ചത് എന്തിന്? നിഴലിനോടാണോ ഞാൻ പടവെട്ടിയത്? പക്ഷേ, ജഗത് ജനനിയും ബ്രഹ്മകാരിണിയുമാണെന്ന് സ്ത്രീയെ വാഴ്ത്തുമ്പോഴും സ്ത്രീക്കെതിരെയുള്ള അനീതികൾ കണ്ടില്ലെന്ന് പുരുഷൻ നടിക്കുന്നത് എന്തുകൊണ്ടാണ്? സ്ത്രീയായി പിറന്ന നീ എനിക്ക് ചേർന്ന പോരാളിയല്ല എന്ന്, യുദ്ധഭൂമിയിൽ എല്ലാവരും കേൾക്കെ നിന്ദിച്ചത് കേട്ട് പരിഹസിക്കാൻ എത്രപേർ ഒരു ആശ്വാസവാക്കു പറയാനും സ്ത്രീയുടെ അഭിമാനത്തെ സംരക്ഷിക്കാനും ആരും തയ്യാറാവുന്നില്ല എല്ലായിടവും സ്ത്രീക്ക് തിരസ്കാരങ്ങൾ മാത്രം.

ത്രിലോകങ്ങളിലും പൂർണ്ണ പുരുഷനുമാത്രം വിജയങ്ങൾ. ലിംഗസ്ഥിരതയില്ലാത്തവൻ എന്നും അശുഭനും അമംഗളനും! ഈ ചിന്തയിൽ ഉരുകി ഉരുകി, ഇല്ലാതാകാൻ തുടങ്ങിയിട്ട് ഇന്ന് എട്ടു ദിവസങ്ങളാകുന്നു. ധർമ്മയുദ്ധം എന്ന് എല്ലാവരും വാഴ്ത്തുന്ന ഈ മഹാരണത്തിൽ ഭീഷ്മരെ, ആയുധമെടുപ്പിക്കാതിരിക്കാനും, തദ്വാരാ പാർത്ഥന് ഗംഗേയനെ തോല്പിക്കാനുമുള്ള അവസരം നല്കാനും ഉപയോഗിച്ച ഉപകരണം മാത്രമായിരുന്നു എന്ന് വൈകിമാത്രം അറിയുന്ന മഠയനാണ് ഞാൻ. എല്ലാം മഹാതന്ത്രശാലിയായ ശ്രീകൃഷ്ണന്റെ നയജ്ഞതയോടെയുള്ള കൗശലങ്ങൾ മാത്രം. എന്റെ പിന്നിൽ സാമർത്ഥ്യത്തോടെ ഒളിച്ചിരുന്ന് പാണ്ഡവന്, ഭീഷ്മരെ എയ്തുവീഴ്ത്താൻ വേണ്ടിയുള്ള സൂത്രം. നിരായുധനായ ഗംഗാദത്തന്റെ ദുർബ്ബലഭാഗങ്ങളിലേക്ക് ഉന്നം തെറ്റാതെ ബാണങ്ങളെയ്ത് അദ്ദേഹത്തെ മോഹാലസ്യപ്പെടുത്തിയത് അർജ്ജുനനായിരുന്നു. അർജ്ജുനൻ മാത്രം!

ഞാൻ ജന്മാന്തരങ്ങൾ തപസ്സുചെയ്തതും, അവിശ്രമം അലഞ്ഞ

തും ഒന്നും ഫലവത്തായില്ലെന്ന് അറിഞ്ഞ നിമിഷം. പാർത്ഥനും പാർത്ഥ സാരഥിയും പലതും പറഞ്ഞ് എന്നെ പ്രകോപിപ്പിച്ചത് അവർക്ക് വിജയം ഉറപ്പാക്കാനായിരുന്നു എന്നും അറിഞ്ഞ നിമിഷം.

ഒടുവിൽ, ഭീഷ്മപതനത്തിന്റെ സൽക്കീർത്തി ധനഞ്ജയനുമാത്രം.

ദേഹമാസകലം തറഞ്ഞ ബാണങ്ങളിൽ, നിലംതൊടാതെ ശന്തനുപുത്രൻ കിടക്കുന്നു. കുലശ്രേഷ്ഠനായ പിതാമഹന്റെ ശിരസ്സിന് ഉപധാനമായി മൂന്ന് ദിവ്യാസ്ത്രങ്ങൾ ധനഞ്ജയൻ തൊടുത്തതും, നീറുന്ന മുറിവുകൾ കൊണ്ടുള്ള പരവേശം മാറ്റാൻ, ഗാണ്ഡീവം കുലച്ച് ജലധാരയുണ്ടാക്കി അദ്ദേഹത്തിന്റെ വരണ്ട ചുണ്ടുകൾ നനച്ചതും ഭീഷ്മർ പാർത്ഥനെ അനുഗ്രഹിക്കുന്നതും നോക്കിനില്ക്കുമ്പോൾ ശിഖണ്ഡി ആത്മനിന്ദയിൽ എരിഞ്ഞു. വിജയങ്ങളെല്ലാം വിജയനുമാത്രം; നിത്യക്ലേശത്തോടെ അലഞ്ഞതും, വർഷങ്ങൾ നീണ്ട തപസ്സു ചെയ്തതും. സ്ത്രീത്വം പകരം നല്കി പുരുഷത്വം സ്വീകരിച്ചതും എല്ലാം ജലരേഖകൾ പോലെ.

സ്വന്തം കുറ്റം ഒന്നുമില്ലാതെ ഇത്രമാത്രം അവമതികൾ എന്നും വാങ്ങേണ്ടിവരുന്ന ദൈന്യത ആരറിയുന്നു? പല പല കാലങ്ങളിൽ, പല രീതിയിൽ, പല ജന്മങ്ങളിൽ നിരന്തരം നീതിക്കായി അലഞ്ഞിട്ടും അന്തിമമായി പരാജയപ്പെടാൻ വിധിക്കപ്പെട്ടവന്റെ ആത്മരോദനം ആര് കേൾക്കുന്നു?

പെട്ടെന്ന് നിറഞ്ഞലയുന്ന അസംഖ്യം അഗ്നി ശിഖകൾ, ശിബിരത്തെ ലക്ഷ്യമാക്കി, അന്ധകാരം കീറിമുറിച്ച് പാഞ്ഞുവരുന്നത് ശിഖണ്ഡി കണ്ടു.

അത് കൃതവർമ്മാവും, കൃപരും, അശ്വത്ഥാമാവും ആണെന്ന് അയാൾ തിരിച്ചറിഞ്ഞു.

എല്ലാം നശിപ്പിക്കാൻ, കൗരവരുടെ പരാജയത്തിന് പ്രതിക്രിയ ചെയ്യാൻ, മൂവരും പൈശാചിക ശക്തിയോടെ മാരകായുധങ്ങളുമായി, പാണ്ഡവപ്പടയിൽ ശേഷിച്ചവരെ വധിക്കാൻ ലക്ഷ്യമിട്ട് കുതിച്ചുവരുന്നു.

കോപാക്രാന്തനായി, തന്റെ നേരെ അലറിയടുക്കുന്ന, ചിരഞ്ജീവിയായ അശ്വത്ഥാമാവിനെ നോക്കി നിർവ്വികാരനായി ശിഖണ്ഡി നിന്നു.

ദ്രോണപുത്രൻ, മിന്നൽപ്പിണർ പോലെ തിളങ്ങുന്ന ഉടവാൾ തന്റെ ഗളത്തിന് നേർക്ക് ആഞ്ഞുവീശുന്നത് തടയാൻ ശ്രമിക്കാതെ ശിഖണ്ഡി ശിരസ്സ് കുനിച്ചുകൊടുത്തു.

ആരുടെയൊക്കെയോ ഉച്ചത്തിലുള്ള നിലവിളികൾ മുഴങ്ങുന്ന, രണഭൂമിയിൽ, കെട്ടുപോയ തീപ്പന്തങ്ങളുടെ ധൂപച്ചുരുളുകൾ നിറയുന്നു.

അംബരാന്തത്തിൽ, കബന്ധങ്ങൾ പോലെ കാർമേഘക്കൂട്ടങ്ങൾ നിരന്നുകിടന്നു.

●

മുൾക്കിരീടം ചൂടിയവർ

ഇരുൾ മേഘലങ്ങൾ കൂട്ടംകൂട്ടമായി വിഴുങ്ങാനടുക്കുന്നതു കണ്ട് ഭയചകിതനായി, ചന്ദ്രക്കല ചക്രവാളക്കോണിൽ വിളറി നില്ക്കുന്നു. ജാലകത്തിന്റെ ഒരു പാളി മെല്ലെ തുറന്ന് മൃദുല പുറത്തേക്ക് നോക്കി. ആശുപത്രിക്കെട്ടിടത്തിന്റെ കൂറ്റൻ ഗേറ്റിന് അരികിൽ നീളത്തിൽ പന്തലിട്ട് ഒരു പ്രമുഖ രാഷ്ട്രീയ പാർട്ടിയുടെ യുവനേതാക്കൾ നിരന്നിരിക്കുന്നു. തറയിലെമ്പാടും തലങ്ങും വിലങ്ങും കിടക്കുന്ന പോസ്റ്ററുകൾ, നിരാഹാര സത്യഗ്രഹത്തിന്റെ ബാനറുകൾ– മൃദുല ക്ലോക്കിലേക്ക് നോക്കി. പാതിരാത്രി കഴിഞ്ഞിരിക്കുന്നു. എന്നിട്ടും നിറയെ വിളക്കുകൾ തെളിച്ച് മിഴികൾ പൂട്ടാതെ, ഉറങ്ങാതെ, ആഹാരം കഴിക്കാതെ, അവർ എന്റെ രക്തത്തിനുവേണ്ടി മുറവിളികൂട്ടുന്നു. കഴിഞ്ഞ ഒരാഴ്ചയായി സമരം ചെയ്യുന്നവർ.

അതുകൊണ്ടാണ് ആശുപത്രി സൂപ്രണ്ട് ജേക്കബ് സാർ രണ്ടുദിവസത്തിനുമുമ്പ് അതീവരഹസ്യമായി ഫോൺ ചെയ്തറിയിച്ചത്.

മൃദുലേ, മറ്റന്നാൾ വിജിലൻസ് ഡയറക്ടർ വരും, എൻക്വയറിക്ക്. പക്ഷേ, മൃദുല ഹോസ്പിറ്റലിൽ കയറാനവർ സമ്മതിക്കില്ല. വന്നാൽ ഉടനെ കരി ഓയിൽ നിങ്ങളുടെ രണ്ടുപേരുടെയും തലയിൽ ഒഴിക്കുമെന്നാണ് ഭീഷണി. എൻക്വയറി ഒന്നും വേണ്ട സർവ്വീസിൽനിന്ന് നീക്കണം, അവർക്ക് കോമ്പൻസേഷൻ കൊടുക്കണം എന്നൊക്കെയാണ് ഡിമാന്റ്. അതും വലിയ ഒരു എമൗണ്ട്. അതുകൊണ്ട് ഒരു കാര്യം ചെയ്യൂ. തലേന്ന് രാത്രി തന്നെ പോരണം. ഇവിടെയെവിടെയെങ്കിലും ഞാൻ ഒളിപ്പിക്കാം. വരുന്നതവർ അറിയരുത്. ഞാൻ എല്ലാം അറേഞ്ച് ചെയ്യാം. എൻക്വയറി നടക്കണം. അതാണാവശ്യം, നമുക്ക്.

മൃദുലയ്ക്ക് നെഞ്ചുപൊട്ടുന്നതുപോലെ തോന്നി. കഴിഞ്ഞ രണ്ടാഴ്ചയായി വീട്ടിൽനിന്ന് പുറത്തിറങ്ങാതെ കഴിയുകയാണ്. മൂന്നാലു ദിവ

സങ്ങൾ മുമ്പുവരെ വീട്ടിനുചുറ്റും പേപിടിച്ച ചെന്നായ്ക്കൂട്ടങ്ങളെപ്പോലെ വളഞ്ഞു ഭയപ്പെടുത്തുന്ന ആൾക്കൂട്ടമായിരുന്നു. കേട്ടാലറയ്ക്കുന്ന മുദ്രാവാക്യങ്ങളും പോർവിളികളും. മതിലു ചാടിക്കടന്നും ജനൽച്ചില്ലുകൾ തകർത്തും അവർ താണ്ഡവമാടുകയായിരുന്നു. ഒടുവിൽ പൊലീസെത്തിയാണ് രംഗം ശാന്തമാക്കിയത്.

വീർപ്പുമുട്ടലോടെ അടച്ചിട്ട മുറിക്കകത്ത് ഭർത്താവിന്റെ അടുത്ത് ഇരിക്കുമ്പോൾ, ഉള്ളിൽ സങ്കടക്കടൽ ഇരമ്പുകയായിരുന്നു. നീണ്ട ഇരുപതുവർഷങ്ങൾ!! ഇടയ്ക്ക് ഒന്നോ രണ്ടോ തവണ പ്രൊമോഷൻ ആയപ്പോൾ പുറത്തുള്ള മറ്റു ഗവൺമെന്റ് ആശുപത്രികളിലേക്ക് സ്ഥലം മാറ്റമാകുമ്പോൾ പഞ്ചായത്തു ഭാരവാഹികളും നാട്ടുകാരും പരിശ്രമിച്ച് തിരിച്ച് ഈ ആശുപത്രിയിലേക്ക് തന്നെ കൊണ്ടുവരുന്നു.

അവർ പറയും, മൃദുല ഡോക്ടർ പോയാൽ ഇവിടെ ഇതുപോലെ ആരും ഇരിക്കത്തില്ല. ഇതുപോലെ ആരും ഞങ്ങളെ നോക്കുകയുമില്ല.

ഗൈനക്കോളജിയിൽ ബിരുദാനന്തരബിരുദം നേടിയിറങ്ങി, പോസ്റ്റിങ്ങിനായി, മന്ത്രിയെ കാണാൻ ചെന്നപ്പോൾ അദ്ദേഹം പറഞ്ഞു, എന്റെ നാട് ഒരു മലയോര ജില്ലയിലാണ്. അവിടെ കൂടുതൽ കുടിയേറ്റക്കാരും ആദിവാസികളുമാണ്. അവരുടെ വലിയ ഒരു ആവശ്യമാണ് ജില്ലാ ആശുപത്രിയിലെ ഗൈനക്കോളജി വിഭാഗം ശക്തിപ്പെടുത്തണമെന്ന്. ആരും അവിടെ സ്ഥിരമായി ഇരിക്കാറില്ല, സൗകര്യം കുറവാണെന്നുപറഞ്ഞ് എല്ലാവരും മാറ്റം വാങ്ങിപ്പോകും. ആ പാവങ്ങൾ കഷ്ടപ്പെടുകയാണ്. അമ്പതോളം കിലോമീറ്റർ ദൂരെയാണ് മെഡിക്കൽകോളേജ്. ഒരു സീരിയസ് കേസ് അവിടെ എത്തുമ്പോഴേക്കും മരണം ഉറപ്പാണ്. ഈ ആശുപത്രിയിൽ മൂന്നുവർഷം തുടർച്ചയായി ഇരിക്കാമെങ്കിൽ ഞാൻ ഇപ്പോൾ തന്നെ പോസ്റ്റിങ് തരാം. ഹസ്ബന്റ് അനസ്തറ്റിസ്റ്റ് അല്ലേ? രണ്ടുപേർക്കും അവിടെ ഇരിക്കാം. ചെയ്യാവുന്നതെല്ലാം ഞാൻ ചെയ്യാം, ആശുപത്രിക്കുവേണ്ടി.

ആ ഹോസ്പിറ്റലിനെക്കുറിച്ച് കേട്ട കഥകൾ, പേടിപ്പിക്കുന്നവ ആയിരുന്നു. എപ്പോഴും സംഘർഷം ഉണ്ടാക്കുന്ന നാട്ടുകാർ. പരിമിതമായ സൗകര്യങ്ങൾ ഉള്ള ജില്ലാ ആശുപത്രി. ആവശ്യത്തിന് ജീവനക്കാർ ഇല്ലാത്ത സ്ഥാപനം. പെട്ടെന്ന് ചെന്നെത്താൻ സാധിക്കാത്ത ടാറിടാത്ത മൺപാതകൾ. ശീതകാലത്ത് മലയിൽ നിന്ന് താണിറങ്ങുന്ന കോടമഞ്ഞ്, മഴക്കാലത്തെ ഉരുൾപൊട്ടലുകൾ.

അഞ്ചുവയസ്സിനു താഴെയുള്ള രണ്ടു കുഞ്ഞുങ്ങളെയുംകൊണ്ട് അങ്ങോട്ടുപോയാൽ എങ്ങനെയാണ്? ആശങ്കപ്പെടുമ്പോൾ ഭർത്താവ് പറഞ്ഞു.

പാവങ്ങൾക്കും ചികിത്സ കിട്ടണ്ടേ മൃദുലേ? ഈ പട്ടണത്തിൽ മാത്രം ജോലി ചെയ്താൽ എന്ത് പ്രയോജനം? ഇവിടെ ഇഷ്ടംപോലെ സ്ഥാപനങ്ങളുണ്ട്. ആൾക്കാർക്ക് ട്രീറ്റ്മെന്റിന് ബുദ്ധിമുട്ടില്ല, എന്നാൽ അവിടെയോ? എന്തായാലും സൂപ്രണ്ട് അവിടെ ഒരു ഫിസിഷ്യനായി

ട്ടുണ്ട്. പീഡിയാട്രീഷ്യനും ഉണ്ട്, നമുക്ക് ഒരു ബ്ലഡ് ബാങ്ക് കൂടി തുടങ്ങാൻ മിനിസ്റ്ററോട് പറയാം. പോയി ജോയിൻ ചെയ്യാം. വരുന്നപോലെ വരട്ടെ.

ആശുപത്രിക്കടുത്തുള്ള മൂന്നുമുറിയും വരാന്തയും അടുക്കളയുമുള്ള ക്വാർട്ടേഴ്സിൽ താമസമാക്കിയത് അങ്ങനെയാണ്.

അന്നെന്താണ് തോന്നിയത്? പഠിച്ചിറങ്ങിയ ഉടനെ കിട്ടിയ ജില്ലാ ആശുപത്രിയിലെ ജോലി. അതിന്റെ സന്തോഷവും അമ്പരപ്പും. ഒരു പ്രസവമുറി മാത്രമുള്ള ആശുപത്രിയിൽ ഓപ്പറേഷൻ തിയേറ്ററും കൂടുതൽ വാർഡുകളും ബ്ലഡ്ബാങ്കും എല്ലാം തുടങ്ങാനുള്ള ശ്രമങ്ങൾ, തീർത്താലും തീരാത്ത രോഗികളുടെ നീണ്ടനിര. വൈകി വീട്ടിലെത്തുമ്പോൾ, അവിടെയും രോഗികളുടെ ബാഹുല്യം. ഇരുപത്തിനാലു മണിക്കൂർ പോര എന്നുതോന്നിയ ദിനങ്ങൾ.

അവൾ വ്യസനത്തോടെ ഓർത്തു, പാലുകുടി മാറാത്ത ഇളംകുഞ്ഞിന്റെ അടുത്തുനിന്നും ആശുപത്രിയിൽനിന്ന് കോൾ വന്ന് എഴുന്നേറ്റുപോകുമ്പോൾ, നിർത്താതെ കരയുന്നത് കേട്ടിട്ടും തിരിഞ്ഞുനോക്കാതെ ഓടി ഹോസ്പിറ്റലിൽ എത്തുന്നത്; രാത്രി വൈകിവരുമ്പോൾ ഉറക്കച്ചടവോടെ ഗേറ്റുതുറക്കുന്ന ജോലിക്കാരി സരോജത്തിന്റെ തോളിൽ മൂത്തകുഞ്ഞ് ചാഞ്ഞുകിടക്കുന്നത്.

അന്നൊന്നും അത് മനസ്സിനെ അലട്ടിയില്ല. അപ്പോൾ ലേബർ റൂമിൽ രക്തം വാർന്നു കിടക്കുന്ന രോഗിയെക്കുറിച്ചോ പ്രസവിച്ച ഉടനെ കരയാത്ത കുഞ്ഞിനെക്കുറിച്ചോ ഉള്ള വേവലാതിയായിരുന്നു. ചില ദിവസങ്ങളിൽ ഭർത്താവും കൂടി ഓപ്പറേഷനുവേണ്ടി ഒപ്പം വരുമ്പോൾ ജോലിക്കാരികളുടെ കൂടെ കിടക്കുന്ന കുഞ്ഞുങ്ങൾ.

അന്നൊക്കെ ആളുകൾ പറഞ്ഞ. മൃദുല ഡോക്ടർ പുണ്യവതിയാണ്. ഇത്രയും കൈപ്പുണ്യം ആർക്കുമില്ല, ഒന്നുതൊട്ടാൽ മതി, എല്ലാം നേരെയാവാൻ. ആരും ഇതുപോലെ ഇതുവരെ ഇരുന്നിട്ടുമില്ല.

അന്ന് അഹങ്കാരത്തോളമെത്തുന്ന ആത്മവിശ്വാസമായിരുന്നു. തൊട്ടുപിന്നിൽ കന്മതിൽ പോലെ എപ്പോഴും താങ്ങിനിർത്താൻ ഒരു പിടി ആൾക്കാർ ഉണ്ടെന്ന വിശ്വാസമായിരുന്നു.

ഇപ്പോൾ ആലോചിച്ചുപോകുന്നു, മകൾ ആദ്യമായി പിച്ച വയ്ക്കുന്നതോ, മകൻ കുഞ്ഞുസൈക്കിൾ ചവിട്ടുന്നതോ ഒന്നും കാണാനോ അറിയാനോ സമയം കണ്ടെത്തിയിട്ടില്ല. ഞാൻ രാത്രി വൈകുവോളം രോഗികളെ പരിശോധിച്ച് ഇരിക്കുമ്പോൾ, ഒരു പരാതിയും പറയാതെ തന്നത്താൻ ആഹാരം വിളമ്പിക്കഴിച്ച്, ഉറങ്ങാൻ കിടക്കുന്ന ഭർത്താവ്. വീട്ടുകാര്യങ്ങളെല്ലാം നോക്കി നടത്തുന്ന സരോജവും രാധയും. എന്നിട്ടും ഒരു കുറ്റബോധവും തോന്നാതെ, അതിലൊന്നും ശ്രദ്ധകൊടുക്കാതെ, സൂര്യനെ ചുറ്റുന്ന ഭൂമിയുടെ ഏകാഗ്രതയോടെ ആശുപത്രിയിലെ വാർഡിലും ഒ പിയിലും ലേബർറൂമിലും ഓപ്പറേഷൻ തിയേറ്ററിലുമായി ചെലവിട്ട വർഷങ്ങൾ. അതൊരു ഭാരമായി തോന്നിയില്ല. സ്വപ്നം സാക്ഷാൽക്ക

രിച്ചതുപോലെ.

ഒരു ദിവസം.

രാത്രി, കട്ടിൽപ്പടിയിൽ ഉറങ്ങാതെ വെറുതെ പുറത്തേക്ക് ഭർത്താവ് നോക്കിയിരിക്കുന്നതു കണ്ടപ്പോൾ ചോദിച്ചു.

എന്താ ശശാങ്കൻ ചേട്ടാ, എന്താ ഉറങ്ങാതെയിരിക്കുന്നത്? സുഖമില്ലേ? അദ്ദേഹം മ്ലാനമായ മുഖത്തോടെ മിണ്ടാതെയിരിക്കുന്നതു കണ്ട് വീണ്ടും ചോദിച്ചു.

എന്തുപറ്റി? നെഞ്ചുവേദനയോ മറ്റോ?

അയാൾ വരണ്ട ശബ്ദത്തിൽ പറഞ്ഞു, ഒന്നുമില്ല, മൃദുലേ, ഞാൻ ആലോചിക്കുകയായിരുന്നു, എന്തൊരു ജീവിതമാണിത്!!

ഞങ്ങളുടെ ബാച്ചിന്റെ ഗെറ്റ് ടുഗദർ നടക്കുകയാണ്, ഇന്ന്, നമുക്ക് മെഡിക്കൽകോളേജിൽ പോകാൻ പറ്റുന്നുണ്ടോ?

ഒന്നു രണ്ടു സീരിയസ് കേസില്ലേ നിനക്ക്? ഇവിടെ വന്നതിൽ പിന്നെ എന്തെങ്കിലും സ്വസ്ഥമായി ചെയ്യാൻ പറ്റിയിട്ടുണ്ടോ? ഒരു സിനിമ സമാധാനമായി കാണാൻ പറ്റിയിട്ടുണ്ടോ?

അപ്പോൾ ഒരു കോൾ വരും. നാട്ടിൽ പോലും പോയിട്ട് എത്രനാളായി. അച്ഛനുമമ്മയുമൊക്കെ ഇടയ്ക്കിങ്ങോട്ടു വരുന്നതുകൊണ്ട് അവരെ കാണുന്നു. വെറും യന്ത്രം പോലെ, ചക്കാട്ടുന്ന കാളകൾ പോലെ, ജോലി മാത്രം! നമ്മൾ ഒരു യാത്ര ഒന്നിച്ചുപോയിട്ട് എത്രനാളായി?

അദ്ദേഹത്തിന്റെ വാക്കുകളിൽ, നഷ്ടബോധത്തിന്റെ നനവുറിയിരുന്നു. പക്ഷേ, അന്ന് അത്ഭുതമാണ് തോന്നിയത്. നമുക്ക് നഗരത്തിന് പുറത്ത് ഈ മലയോര ജില്ലയിൽ വന്ന് ജോലി ചെയ്യാമെന്ന് ഉത്സാഹിച്ച ആളാണ്. ഇതെന്തുപറ്റി ഇപ്പോൾ?

ഒന്നുമില്ല, മൃദുലേ– പ്രായമായിത്തുടങ്ങുമ്പോൾ നമുക്ക് ആരുമില്ലെന്ന് ചിലപ്പോൾ തോന്നിത്തുടങ്ങും. എന്തുകൊണ്ടോ എല്ലാവരും അടുത്തുവേണമെന്നൊക്കെ. മക്കൾ ദൂരെ പഠിക്കാൻ പോയതിൽ പിന്നെയാണ് ഇങ്ങനെ. ഇതിലൊന്നും ഒരർത്ഥവുമില്ലെന്ന് തോന്നിത്തുടങ്ങുന്നു. ജീവിതം കൈവിട്ടുപോകുന്നതുപോലെ.

അന്ന് അദ്ദേഹത്തിനോടു പറഞ്ഞു.

ഇല്ല, നമ്മൾ ഈ ചെയ്യുന്നതൊന്നും വെറുതെയാവില്ല. എത്രയോ ജീവൻ രക്ഷപ്പെടുത്തി. നമ്മൾ പണമുണ്ടാക്കാൻ വേണ്ടി ഈ പ്രൊഫഷൻ ഉപയോഗിച്ചില്ലല്ലോ. എത്രയോ പേരുടെ പ്രാർത്ഥനകൾ നമ്മളോടൊപ്പമുണ്ട്. നമ്മുടെ ചെറിയ സന്തോഷങ്ങൾ അത്ര പ്രധാനമല്ല. സ്വാർത്ഥതകൊണ്ടാണ് ഇങ്ങനെയൊക്കെ. നമ്മളും മനുഷ്യരല്ലേ, ചിലപ്പോൾ ഇങ്ങനെയൊക്കെ വിചാരിച്ചുപോകും. പക്ഷേ, എല്ലാം ജലരേഖകളായിരുന്നുവെന്ന് ഇപ്പോൾ തിരിച്ചറിയുന്നു. മകൻ കഴിഞ്ഞദിവസം നേർക്കുനേരെ നിന്ന് ചോദിച്ചു.

അമ്മേ, അമ്മയും അച്ഛനും ഇത്രനാൾ ഊണും ഉറക്കവുമില്ലാതെ, ഞങ്ങളെപ്പോലും വേണ്ടപോലെ ശ്രദ്ധിക്കാതെ, രോഗികളെന്നും പറഞ്ഞു

നടന്നല്ലോ? എന്തു നേടി എന്നിട്ട്? മാലാഖയെന്നുപറഞ്ഞവർ തന്നെയല്ലേ ഇപ്പോൾ കൊലയാളി മൃദുല എന്ന് വലിയ ഫ്ളക്സ് ബോർഡ് വച്ചത്? ഞാൻ അതുകൊണ്ടാണ് അമ്മയും അച്ഛനും എത്ര നിർബ്ബന്ധിച്ചിട്ടും ഈ പ്രൊഫഷൻ എടുക്കാത്തത്. അച്ഛനും അമ്മയും വെറും വിഡ്ഢികളാണ്! എനിക്ക് എന്റെ ജീവിതം ഇങ്ങനെ മെഴുകുതിരിപോലെ എരിച്ചുകളയാൻ വയ്യ.

അതെ, അതാണ് സത്യം. അതു വൈകിയാണ് മനസ്സിലാക്കിയത്. മൃദുലയ്ക്ക് നെഞ്ചുപിളരുന്നതുപോലെ തോന്നി?

വർഷങ്ങൾക്കുമുമ്പ് രക്തം വാർന്നു മരിക്കാറായ രോഗിയെ അവൾ ഓർത്തു. റബ്ബർ തോട്ടത്തിൽ ജോലി ചെയ്തിരുന്ന സലോമി; ആദ്യത്തെ പ്രസവം.

ഒ പിയിലായിരിക്കുമ്പോൾ ലേബർറൂമിന്റെ ചാർജ്ജുള്ള കന്യാസ്ത്രീ സിസ്റ്റർ എമറിറ്റ വെപ്രാളപ്പെട്ടു ഓടിവന്നു.

മാഡം ഉടനെ വരണം സലോമിക്ക് ബ്ലീഡിങ് നില്ക്കുന്നില്ല.

എ ബി നെഗറ്റീവ് ഗ്രൂപ്പാണ്. ഉടനെ ബ്ലഡ് കിട്ടാൻ വഴിയില്ല. അപ്പോൾ പെട്ടെന്നു പറഞ്ഞതോർക്കുന്നു.

ഞാനും എ ബി നെഗറ്റീവാണ്. തല്ക്കാലം ഞാൻ തരാം സിസ്റ്റർ.

ആ പാവങ്ങൾക്ക് ഡോണർ ഒന്നും കാണത്തില്ല. ഞാൻ ബ്ലഡ് കൊടുക്കാം. പേടിക്കണ്ട, മൃദുല ഓർക്കുന്നു. ഒ പിയിൽനിന്ന് നേരെ പോയി ബ്ലഡ് കൊടുത്തിട്ട്, ലേബർ റൂമിൽ ചെന്ന് സലോമിയുടെ അടുത്ത് വൈകുവോളം അപകടാവസ്ഥ തരണം ചെയ്യുന്നതുവരെ ഇരുന്നത്.

കഴിഞ്ഞയാഴ്ച പ്രസവമുറിയുടെ മുമ്പിൽ ഉച്ചത്തിൽ, മുദ്രാവാക്യം വിളിക്കുന്ന മെലിഞ്ഞുകറുത്ത ചെറുപ്പക്കാരനെ ചൂണ്ടി സിസ്റ്റർ എമറിറ്റ പറഞ്ഞു:

– മാഡം ഓർമ്മയുണ്ടോ അവനെ? അന്ന് അവനെ പ്രസവിച്ചപ്പോഴാണ് ആ സലോമി, ബ്ലീഡിങ് കാരണം മരിക്കാറായത്. അന്ന് മാഡമാണ് സലോമിക്ക് ബ്ലഡ് കൊടുത്തതും രക്ഷപ്പെടുത്തി എടുത്തതും. അല്ലാരുന്നേൽ സലോമി ചത്തുപോയെനെ. അവനെ അപ്പോതന്നെ മെഡിക്കൽ കോളേജിൽ ഇൻക്യുബേറ്ററിൽ വെക്കാൻ ഞാനാ ആംബുലൻസിൽ കൂടെ പോയത്. അവനാണ് ഇപ്പോൾ മാഡത്തിനെ ഉടനെ അറസ്റ്റ് ചെയ്യണമെന്ന് അലറുന്നത്. കൊലപാതകി എന്ന് വിളിക്കുന്നത്! എന്തൊരു കഷ്ടം!

മൃദുലയ്ക്കിപ്പോഴും ഇതൊന്നും ഉൾക്കൊള്ളാനാവുന്നില്ല;

അവൾ ഓർത്തു, കഴിഞ്ഞ ഒരു വർഷമായിട്ട് എല്ലാ മാസവും കാണുന്ന സീതയെന്ന ഗർഭിണി, ആദ്യത്തെ പ്രസവം, സിസേറിയനായിരുന്നു, മൃദുല തന്നെ ചെയ്തത്, കുറച്ച് ബുദ്ധിമുട്ടായിരുന്നു ഓപ്പറേഷനും, അതുകഴിഞ്ഞുള്ള അവസ്ഥയും. ഇനി ഉടനെ ഗർഭിണിയാവരുതെന്ന് ഉപദേശം കൊടുത്തതും മൃദുല ഓർക്കുന്നു. വീണ്ടും ഗർഭിണിയായി അവൾ വന്നപ്പോൾ മൃദുല അതോർമ്മിച്ചു പറഞ്ഞു. സീതേ അന്നു

ഞാൻ കുറെ പാടുപെട്ടതാണ്. വീണ്ടും ഗർഭിണിയാവരുതെന്നല്ലേ അന്ന് പറഞ്ഞുവിട്ടത്. സീതയുടെ ഭർത്താവ് സുകുമാരൻ പറഞ്ഞു.

മൂത്തവൾക്ക് പന്ത്രണ്ട് വയസ്സായി ഡോക്ടറേ, അവൾ എപ്പോഴും വഴക്കാ, വാവ വേണമെന്ന് പറഞ്ഞ്. പിന്നെ പത്തു പന്ത്രണ്ടുവർഷമായി ല്ലേ, കുഴപ്പമൊന്നും ഇനി വരത്തില്ല എന്ന് വിചാരിച്ചു.

സീത ഇടയിൽ കടന്നുപറഞ്ഞു: അതല്ല ഡോക്ടറേ, മൃദുല ഡോക്ട റാണെങ്കിൽ ഒരു കുഴപ്പവും വരത്തില്ലെന്ന ഒരു ധൈര്യത്തിലാ ഞാൻ ഒരു കുഞ്ഞുകൂടെ ആവാമെന്ന് വിചാരിച്ചത്. അന്ന് എങ്ങനെയാ എന്നെ രക്ഷപ്പെടുത്തിയത് എന്ന് എനിക്കറിയാം. എന്റെകൂടെ ഓപ്പറേഷൻ വാർഡിൽ രണ്ടുദിവസം ഡോക്ടർ ഇരുന്നത് എനിക്ക് മറക്കാനൊക്കുമോ? മരിക്കുന്നതുവരെ മറക്കത്തില്ല.

സുകുമാരന്റെ അമ്മ പറഞ്ഞു. സുകുവും സീതയും ഇവിടല്ല ഇപ്പോൾ –

അവരിവിടുന്ന് പോയി ഡോക്ടറേ സുകുവിന് ഇപ്പോൾ മലേടെ അക്കരെയുള്ള തോട്ടത്തിലാ ജോലി. അവിടെ കമ്പനിവക ആശുപത്രിയും ഡോക്ടർമാരും ഒക്കെയുണ്ട്. പക്ഷേ, ഇവള്, സീത ഒറ്റ നിർബ്ബന്ധമായി രുന്നു. ഞാൻ പ്രസവിക്കുന്നെങ്കിൽ മൃദുല ഡോക്ടറുടെ അടുത്തേ പോവു ള്ളെന്ന്.

അതുകേട്ടപ്പോൾ അന്ന് ഉള്ളിൽ തെളിഞ്ഞ ആഹ്ലാദത്തിന്റെ തിരി നാളം, കരിന്തിരിയായി പുകയാൻ തുടങ്ങിയത് പ്രസവത്തിന്റെ ഡേറ്റിനു മുമ്പ് വേദന തുടങ്ങി സീതയെ അഡ്മിറ്റ് ചെയ്തപ്പോഴാണ്. പ്രസവമു റിയുടെ വാതില്ക്കൽ മൂത്തകുട്ടിയെ ചേർത്തുപിടിച്ച് ഉൽക്കണ്ഠയോടെ നില്ക്കുന്ന സുകുമാരനോട് പറഞ്ഞു ആദ്യത്തെ തവണ, കുഞ്ഞ് പുറ ത്തുവരാൻ ബുദ്ധിമുട്ടായിട്ടാണ് സിസേറിയൻ ചെയ്തത്. ഗർഭപാത്രത്തിൽ മുഴകളുണ്ടായിരുന്നു. രക്തവും കുറേ അധികം പോയി. ഇതിനും 2-3 കുപ്പി ബ്ലഡ് കരുതണം, കുഞ്ഞ് കുറച്ചു വലുതാണ് ഇത്തവണയും. എന്നാലും ഞാൻ എന്റെ കഴിവുപോലെ എല്ലാം ചെയ്യാം, ധൈര്യമായി രിക്ക്. അയാൾ ഭവ്യതയോടെ പറഞ്ഞു.

അതുകൊണ്ടല്ല്യോ ഡോക്ടറേ, ഞങ്ങള് കമ്പനി ആശുപത്രീൽ പോവാതെ ഇവിടെത്തന്നെ വന്നത്. ഞങ്ങൾക്കിവിടെ വലിയ ബുദ്ധിമുട്ടാ. ഞങ്ങടെ അമ്മമാര് പ്രായമായവരാ. വേറെ സഹായത്തിനാരുമില്ല. മൂത്ത കൊച്ചിനേം സീതേമൊക്കെ ഞാൻ തന്നെ നോക്കണം. എന്നാലും ഡോക്ടറുടെ അടുത്തായാൽ സമാധാനമുണ്ടല്ലോ. ഞങ്ങൾക്കെല്ലാം ആ ധൈര്യമുണ്ട്. പക്ഷേ, ആ ഉറപ്പും വിശ്വാസവുമെല്ലാം എത്ര പെട്ടെന്നാണ് ചോർന്നുപോയത്.

ഓപ്പറേഷൻ തിയേറ്ററിൽ കയറ്റിയ സീത, അസഹ്യമായ വേദന യോടെ കുഴഞ്ഞുവീണത് പെട്ടെന്നായിരുന്നു. താണുപോകുന്ന ബ്ലഡ് പ്രഷർ, എണ്ണി നോക്കാൻ പറ്റാത്തവിധം ദുർബ്ബലമായ പൾസ്, നേർത്ത ശ്വാസഗതി.

മൃദുല ഓർത്തു

ഇപ്പോഴും ആ ദിവസത്തിന്റെ ഓർമ്മ നെഞ്ചിൽ തീകോരിയിടുന്നു.

പ്രകൃതിയുടെ അതിസാധാരണ സംഭവമായ ഗർഭധാരണവും പ്രസവവും; എല്ലാ ജീവികളിലും സംഭവിക്കുന്ന ഈ സാധാരണ പ്രക്രിയയിൽ മനുഷ്യനിൽ മാത്രം അസാധാരണമായ വ്യതിയാനങ്ങൾ സംഭവിക്കുന്നതെന്തുകൊണ്ടാണ്. എപ്പോഴും എന്തും സംഭവിക്കാമെന്ന അവസ്ഥ വരുന്നതെന്താണ്? വിശദീകരണങ്ങളില്ലാത്ത ഈ സമസ്യകൾക്ക് ആരാണ് ഉത്തരം നല്കുന്നത്? പ്രവചനങ്ങൾക്ക് അതീതമായ ഈ പരിണാമങ്ങൾ മുൻകൂട്ടി ആർക്ക് കണ്ടുപിടിക്കാനാവും? ഇതൊക്കെ ഒരു ഡോക്ടറുടെ കുറ്റമാണോ? മറ്റുജീവികളിൽ ഇതൊന്നും കാണാത്തത് എന്തുകൊണ്ടാണ്? ചോദ്യങ്ങൾ സ്വയം ചോദിക്കുന്ന ഈ മുനകൂർത്ത ചോദ്യങ്ങൾക്കുമുമ്പിൽ പകച്ചു നില്ക്കുന്ന ഉത്തരങ്ങൾ ആരുടെയും കൈവശം ഇല്ല.

ഫിസിഷ്യൻ ജയശങ്കറും പീഡിയാട്രിഷ്യൻ സുനിതയും പാഞ്ഞെത്തുന്നു. അവർ നിസ്സഹായരായി നില്ക്കുമ്പോൾ സൂപ്രണ്ട് പറഞ്ഞു:

മൃദുല വിഷമിക്കാതെ, നമുക്ക് ശാന്തി ഹോസ്പിറ്റലിലെ അന്നാ ചെറിയാൻ മാഡത്തിനെക്കൂടി വിളിക്കാം.

മെഡിക്കൽകോളേജിൽ നിന്ന് ഗൈനക്കോളജിയുടെ ഹെഡ് ആയി റിട്ടയർ ചെയ്തശേഷം, കുറച്ചകലെയുള്ള മിഷണറി ഹോസ്പിറ്റലിൽ ജോലി ചെയ്യുന്ന അന്ന ചെറിയാൻ മാഡം വരുന്നതുവരെ കാത്തിരിക്കാനാവുമായിരുന്നില്ല. പെട്ടെന്നുതന്നെ സിസേറിയൻ ചെയ്യുമ്പോൾ കണ്ട കാഴ്ചയിൽ, ശിലപോലെ മരവിച്ചുപോയത് മൃദുല ഓർക്കുന്നു. സീതയുടെ വീർത്ത ഗർഭപാത്രം കയറുപിരിഞ്ഞതുപോലെ പിണഞ്ഞു കിടക്കുന്നു!

അപൂർവ്വങ്ങളിൽ അപൂർവ്വമായ ടോർഷൻ യൂട്ടറസ് എന്ന പ്രതിഭാസം. പുസ്തകങ്ങളിൽ പഠിച്ചു മാത്രം അറിവുള്ള ഈ അവസ്ഥയിൽ, ഇനി എന്തുചെയ്യണമെന്നറിയാതെ തരിച്ചു നിന്നു, അവൾ.

തിടുക്കപ്പെട്ട് എത്തിയ അന്ന ചെറിയാൻ മാഡം പറഞ്ഞു.

മൃദുലേ പെട്ടെന്ന് കുഞ്ഞിനെ എടുക്ക് പേഷ്യന്റ് കാർഡിയാക്ക് അറസ്റ്റിലേക്ക് പോകുന്നുവെന്നു തോന്നുന്നു.

സൂപ്രണ്ട്, പതറിയ ശബ്ദത്തിൽ പറഞ്ഞു കുഞ്ഞിനെ എടുത്തിട്ട് ക്ലോസ് ചെയ്ത് നമുക്ക് ആംബുലൻസിൽ മെഡിക്കൽ കോളേജിലേക്ക് വിടാം.

അന്ന ചെറിയാൻ ശബ്ദം ഉയർത്തി. എന്താ ജേക്കബേ ഇത്? ഞാൻ പോലും ടോർഷൻ യൂട്ടറസ് ഒന്നോ രണ്ടോ കണ്ടിട്ടുള്ളൂ. പേഷ്യന്റ് ഷോക്കിലാണ്. ഇപ്പോൾ ഷിഫ്റ്റ് ചെയ്യാനോ? ഇമ്പോസിബിൾ. കുഞ്ഞിനെയെങ്കിലും രക്ഷപ്പെടുത്താം. സാധാരണ ഫുൾടേം യൂട്ടറസിൽ ടിസ്റ്റ് വന്നാൽ കുഞ്ഞും അമ്മയും രക്ഷപ്പെടുമോ? ഇവിടെ കുഞ്ഞിനെയെങ്കിലും കിട്ടിയല്ലോ. പെട്ടെന്ന് ഓക്സിജൻ കൊടുക്ക്. പെട്ടെന്ന്, വേഗം

കൺമുമ്പിൽ എവിടെ നിന്നെല്ലാമോ ഗർഭപാത്രത്തിലേക്ക് ചാലിട്ട് നിറയുന്ന രക്തപ്പുഴകൾ. ഗവൺമെന്റ് ആശുപത്രിയിലെ പരിമിതമായ സൗകര്യങ്ങൾകൊണ്ട് അതുതടുക്കാൻ നോക്കുമ്പോഴും, താഴ്ന്നുപോകുന്ന രക്തസമ്മർദ്ദവും. അബോധാവസ്ഥയിലേക്കു പോയ സീതയെ ഉണർത്താനാവാതെ മണിക്കൂറുകൾ, നിശ്ശബ്ദം ഇഴഞ്ഞുനീങ്ങുന്നു.

ഒടുവിൽ,

നിലയ്ക്കാത്ത നിലവിളികൾ കേൾക്കാൻ ധൈര്യമില്ലാതെ ലേബർറൂമിലെ കുളിമുറിയിലെ ഷവർ പൈപ്പ് ശക്തിയോടെ തുറന്നുവിട്ടിട്ട് അതിന് താഴെ ഭ്രാന്തിയെപ്പോലെ നിന്ന് ഏങ്ങലടിക്കുമ്പോൾ അനന്തതയിലേക്ക് കൈകൂപ്പി നിരന്തരം ചൊല്ലിയ പ്രാർത്ഥനകൾക്ക് ഫലം നല്കാത്തതെന്തേ എന്ന് ഉള്ളിലിരുന്ന് ആരോ അലമുറയിടുന്നു. സ്വയം ഒടുങ്ങി ഇല്ലാതാവണമെന്നും പാതാളത്തിലേക്ക് ഭൂമി പിളർന്നു താഴ്ന്നുപോകണമെന്നുമൊക്കെ തോന്നിയ കൊടിയ നൈരാശ്യത്തിന്റെ നിമിഷങ്ങൾ.

എന്തൊക്കെയോ തട്ടിത്തകരുന്ന ഒച്ചകൾ ചീറ്റിച്ചിതറുന്ന ജലധാരയുടെ ശബ്ദത്തിനിടയിലും ഉറക്കെ കേട്ടപ്പോഴാണ് ആ അർദ്ധബോധാവസ്ഥയിൽനിന്ന് ഉണർന്നത്.

സിസ്റ്റർ എമറിറ്റ കതകിൽ തട്ടി.

മാഡം, ഇറങ്ങിവരരുത് പുറത്തു വലിയ ബഹളമാണ്. എല്ലാം കത്തിക്കുമെന്ന് പറഞ്ഞാണ് ആളുകൾ. അന്ന ചെറിയാൻ മാഡം പോലും പേടിച്ചു ഇവിടെത്തന്നെ നില്ക്കുകയാ. പൊലീസിനെ വിളിച്ചിട്ടുണ്ട്. മൃദുല സ്തബ്ധയായി നിന്നു. ബാത്ത്റൂമിലെ ചെറിയ കിളിവാതിലിലൂടെ എത്തിനോക്കി. ആശുപത്രി വളപ്പുമുതൽ പുരുഷാരം. ആരൊക്കെയോ കല്ലുകൾ വലിച്ചെറിയുന്നു. കസേരകൾ ചവിട്ടി ഒടിക്കുന്നു. ചെടികൾ വെട്ടിക്കൂട്ടുന്നു. എല്ലാം തകർക്കുന്ന നാശത്തിന്റെ ശബ്ദങ്ങൾ!

മൃദുല അതുകാണാനാവാതെ കണ്ണുകൾ മുറുക്കെ അടച്ചു. കണ്ണുനീർ ഒഴുകി കവിൾത്തടം പൊള്ളുന്നു.

ദൈവമേ, ഞാൻ എന്തു തെറ്റാണു ചെയ്തത്? ഒരാൾ ലേബർറൂമിന്റെ വാതില്ക്കൽ നിന്ന് ഒച്ചത്തിൽ അലറിവിളിക്കുന്നു.

–ഇറക്കി വിട് അവളെ, ആ മൃദുലയെ, അവരുടെ ഭർത്താവിനെ. ശശാങ്കനെ–രണ്ടുംകൂടി ഒരു സ്ത്രീയെ കൊന്നില്ലേ? ഇനി അവര് ആരെയും കൊല്ലരുത്. എല്ലാ മാസവും വീട്ടിൽ ചെന്ന് കണ്ട് കാശ് കൊടുത്തിട്ടും അവൾക്കിതെങ്ങനെ ചെയ്യാൻ തോന്നി?

അവളെ ഞങ്ങൾ വെറുതെ വിടത്തില്ല. രണ്ടിനേം കൊല്ലും.

മൃദുല ഓർത്തു

സിസേറിയൻ കഴിഞ്ഞ്, ലേബർ റൂമിന്റെ വാതില്ക്കൽ കാത്തുനില്ക്കുന്ന സുകുമാരനെ വിളിപ്പിച്ചു. വാക്കുകൾ തൊണ്ടയിൽക്കിടന്ന് പൊള്ളുന്നു. ഒന്നും പറയാനാവുന്നില്ല. എന്നിട്ടും പറഞ്ഞു സീതയുടെ കണ്ടീഷൻ കുറച്ച് സീരിയസാണ്. ഗർഭപാത്രം കുഞ്ഞിനോടൊപ്പം വയറ്റിൽ കിടന്ന് തന്നത്താൻ പിണഞ്ഞ് തിരിഞ്ഞു. ഭാഗ്യത്തിന് കുഞ്ഞിനെ

രക്ഷപ്പെടുത്താൻ പറ്റി. പക്ഷേ, ബ്ലീഡിങ് നില്ക്കുന്നില്ല. ബോധം തിരിച്ചു കൊണ്ടുവരാനും പറ്റുന്നില്ല. പ്രഷറ് താണുകൊണ്ടിരിക്കുന്നു, യൂട്ടറസ് എടുത്തിട്ടും ഒന്നും പറയാനാവുന്നില്ല. വളരെ ക്രിട്ടിക്കലാണ് കണ്ടീഷൻ.

പെട്ടെന്ന് അയാൾ അടിയേറ്റ സർപ്പത്തിനെപ്പോലെ ക്രുദ്ധനായി തല യുയർത്തി. അയാളുടെ വാക്കുകൾക്ക് വിഷപ്പല്ലുകളേക്കാൾ മൂർച്ചയുണ്ടായിരുന്നു. മുഖത്ത് ഇതുവരെ കാണാത്ത പകയുടെ രൗദ്രഭാവം, നിങ്ങൾക്ക് ഇത് നേരത്തേ അറിഞ്ഞുകൂടായിരുന്നോ? അവസാനം വരെ വെച്ചിട്ട് ഇപ്പോൾ ഓരോന്നു പറയുന്നു! ഒമ്പതുമാസവും പറയുന്നതെല്ലാം ചെയ്തു. സ്കാൻ ചെയ്തു, ബ്ലഡ് നോക്കി, എന്നിട്ടും നിങ്ങൾക്കിത് കണ്ടുപിടിക്കാനായില്ലല്ലോ? പിന്നെന്തിനാ ഈ കൊഴലും തൂക്കിയിട്ട് നടക്കുന്നത്? പാവങ്ങളെ പരീക്ഷണ വസ്തുക്കളാക്കല്ലേ ഡോക്ടറേ. നിങ്ങൾ ഒരിക്കലും ഗതിപിടിക്കത്തില്ല. കാശ് കൂടുതൽ വേണമാരുന്നേൽ അത് പറഞ്ഞാൽ മതിയായിരുന്നല്ലോ. ഇങ്ങനെയൊന്നും ഇനി ആരോടും ചെയ്യരുത്. സുകുമാരന്റെ അമ്മയും കടുത്ത സ്വരത്തിൽ പറഞ്ഞു.

കമ്പനി ആശുപത്രിയിൽ എത്ര മിടുക്കര് ഡോക്ടർമാരുണ്ടായിരുന്നു. നിങ്ങളെക്കൊണ്ട് ഏല്പിച്ചതാ ഞങ്ങള് ചെയ്ത തെറ്റ്. സീത നിങ്ങളെ വിശ്വസിച്ചു പോയി. അതിന്റെ ശിക്ഷയാണ് ഇത്. സുകുമാരൻ മൃദുലയുടെ മുഖത്തേക്ക് വിരൽ ചൂണ്ടി ഭീഷണമായ ശബ്ദത്തിൽ പറഞ്ഞു. 'എന്റെ സീതയ്ക്കെന്തെങ്കിലും സംഭവിച്ചാൽ പിന്നെ ഞാൻ....' നിന്ന നില്പിൽ കൊടും ചൂടിൽ കരിഞ്ഞ്, വെറും ഭസ്മമായിപ്പോയ നിമിഷങ്ങൾ. മാലാഖയെന്നു വിളിച്ചവർ, ചെകുത്താനെന്ന് ആക്രോശിക്കുന്നതു കേൾക്കുമ്പോഴുള്ള നടുക്കം ഇനിയും മാറിയിട്ടില്ല.

ഓരോ ദിവസവും മുറുകിവരുന്ന പ്രക്ഷോഭങ്ങൾ. മാധ്യമങ്ങളിലെ ചർച്ചകൾ, വാർത്തകൾ, വിവരണാതീതമായ നശീകരണ പ്രവൃത്തികൾ കണ്ട് ജേക്കബ് സാർ ഖേദത്തോടെ പറഞ്ഞു.

– 'നമ്മളുടെ തെറ്റാണ് ആ പേഷ്യന്റിന് കുറച്ചു ബി പി കൂടിയപ്പോൾ നേരെ മെഡിക്കൽകോളേജിലയക്കാമായിരുന്നു. അവിടെവച്ച് എന്ത് സംഭവിച്ചാലും ഇത്രയും റിയാക്ഷൻ ഉണ്ടാവില്ല.'

അന്നാ ചെറിയാൻ മാഡം എതിർത്തു. 'ഷോക്കിൽ പോയ പേഷ്യന്റിനെ അത്രയും ദൂരം അയക്കാനോ? വഴിയിൽ വെച്ചേ ആൾപോവും. അത് ഇതിലും വലിയ അപകടം ആയേനെ. പക്ഷേ, കാർഡിയാക് അറസ്റ്റിലേക്കു പോയ പേഷ്യന്റിനെ സിസേറിയൻ ചെയ്ത് എടുത്ത മൃദുലയുടെ ധൈര്യം സമ്മതിച്ചേ പറ്റൂ. അതുകൊണ്ട് കുഞ്ഞിന് ജീവൻകിട്ടി. ഞാൻ കണ്ട ടോർഷൻ യൂട്ടറസ് പേഷ്യന്റ്സ് അപ്പോൾ തന്നെ മരിച്ചിട്ടേയുള്ളൂ. ഒന്നും രക്ഷപ്പെട്ടിട്ടില്ല. ഇതിന്റെ സീരിയസ്നസ് മനസ്സിലാക്കാതെയാണല്ലോ ഈ രാഷ്ട്രീയക്കാർ മൃദുലയെയും ശശാങ്കനെയും കൊല്ലും തിന്നും എന്നൊക്കെ പറയുന്നത്. എന്തൊരു കഷ്ടമാണിത്. എൻക്വയറിവരട്ടെ എന്നാലേ സത്യം പുറത്തുവരൂ.'

മൃദുല വിങ്ങിപ്പൊട്ടി, വാക്കുകൾ കണ്ണീരിൽ കുതിർന്നു. എത്ര

വർഷങ്ങൾ. മാഡം എന്റെ വീട്ടിൽ ഞാൻ ഇരിക്കുന്നതിൽ കൂടുതൽ സമയം ഞാനീ ആശുപത്രിയിലും പരിസരത്തുമാണ് ചെലവിട്ടത്. ഞാൻ കൈയിലെടുത്ത് നല്കിയ കുഞ്ഞുങ്ങളാണ് ഈ ദേശമാകെ. രണ്ടുമൂന്നു രോഗികൾക്ക് കോംപ്ലിക്കേഷൻസ് വന്നപ്പോൾ ഞാൻ തന്നെ മെഡിക്കൽകോളേജിൽ കൊണ്ടുപോയത് ഒഴിച്ചാൽ ബാക്കിയുള്ള കേസ് എല്ലാം ഞാനും എന്റെ അസിസ്റ്റൻസുമാണ് ഇവിടെയുള്ള സൗകര്യങ്ങൾ വച്ച് മാനേജ് ചെയ്തിട്ടുള്ളത്. ഞാനിതുവരെ ആരെയും കൊന്നിട്ടില്ല. ആരും മരിച്ചിട്ടുമില്ല, ജീവിച്ചിട്ടേയുള്ളൂ! അന്ന ചെറിയാൻ മാഡം മൃദുലയുടെ ശിരസ്സ് തലോടി.

'എനിക്കറിയാം മൃദുലേ. ഞാൻ ഒരുപാട് കേട്ടിട്ടുണ്ട്. ശശാങ്കനും മൃദുലയും സ്വന്തം കാര്യം പോലും നോക്കാതെയാണ് ഇവിടെക്കിടന്ന് കഷ്ടപ്പെട്ടിട്ടുള്ളത്. നിങ്ങൾ ചെയ്തിട്ടുള്ളതൊക്കെ ഇവർ ഇത്ര പെട്ടെന്ന് മറന്നല്ലോ! നന്ദികെട്ട വർഗ്ഗം! ഇതെന്തൊരു ലോകമാണ് കർത്താവേ–'മൃദുല ഓർത്തു, മക്കൾ പറയുന്നത് സരോജം ചേച്ചിയും രാധമ്മുമ്മയും ഇല്ലായിരുന്നെങ്കിൽ ഞങ്ങൾക്ക് ആഹാരം പോലും കിട്ടത്തില്ലായിരുന്നു. അച്ഛനുമമ്മയും ആശുപത്രിയിൽ പോയാപിന്നെപ്പഴാ വരുന്നത്! അപ്പോൾ അവരോട് ശശാങ്കൻ പറയും – ഇല്ല മക്കളേ, നിങ്ങൾക്ക് എല്ലാക്കാര്യവും നോക്കി ചെയ്തുതരാൻ സരോജവും രാധമ്മയും ഉണ്ട്. പക്ഷേ, ഇവിടെ വരുന്ന പേഷ്യന്റ്സിനും അവരുടെ മക്കൾക്കും ആരുമില്ല, പണമില്ല, ആഹാരമില്ല. അസുഖം വന്നാൽ കൂട്ടിരിക്കാൻ പോലും ആരുമില്ല. അവരെ നമ്മൾ നോക്കണ്ടേ? അതിന്റെ പുണ്യം കിട്ടുന്നത് നിങ്ങൾക്കാണ്. പാവങ്ങളെയാണ് നമ്മൾ നോക്കേണ്ടത്, പണക്കാരെയല്ല.

ടി വിയിൽ ആശുപത്രി അടിച്ചു തകർക്കുന്ന ദൃശ്യങ്ങൾ കണ്ടപ്പോൾ, ഹൗസ് സർജൻസി ചെയ്യുന്ന മകൾ ഫോൺ ചെയ്തുചോദിച്ചു.

ഇതാണോ അച്ഛൻ പറയാറുള്ള പാവങ്ങൾ? ൃഞാനെന്തായാലും എം ബി ബി എസ് കഴിഞ്ഞ് ഇതുപോലെയുള്ള സേവനങ്ങൾ ചെയ്യാൻ പോകുന്നില്ല. എനിക്ക് തല്ലുകൊള്ളാൻ വയ്യ. സ്വസ്ഥമായി സൗകര്യമായി ജോലി ചെയ്യുന്നിടം മതി എനിക്ക്. മൃദുല മേശപ്പുറത്ത് തലവെച്ച് കമഴ്ന്നുകിടന്നു. തുടം വച്ചൊഴുകുന്ന കണ്ണീർ മുഖമാകെ നനയ്ക്കുന്നു.

പെട്ടെന്ന് ആരോ തോളിൽ കൈ വയ്ക്കുന്നതുപോലെ തോന്നി. സിസ്റ്റർ എമറിറ്റ. അവർ പെൻ ടോർച്ചിന്റെ നേർത്ത വെട്ടത്തിൽ മേശപ്പുറത്ത് ഫ്ളാസ്ക് വെച്ചു.

'കുറച്ചു പാലും ഹോർലിക്സുമാണ്. മാഡവും സാറും ഒന്നുംകഴിച്ചു കാണത്തില്ലെന്നറിയാം.

എങ്ങനെയാണ് എത്തിയത്?

സൂപ്രണ്ട് എന്നെ വിളിച്ചിരുന്നു.

അവൻമാര് കണ്ടോ?'

മൃദുലയ്ക്ക് സങ്കോചം തോന്നി. ഞാൻ എങ്ങനെയാണത് പറയുക? ജേക്കബ് സാർ പറഞ്ഞതനുസരിച്ച് ആബുലൻസിന്റെ സീറ്റിനടിയിൽ

പതുങ്ങിക്കിടന്നാണ് ഞങ്ങൾ ആശുപത്രിയിലേക്ക് വന്നതെന്ന് എങ്ങനെയാണ് പറയുക? ലേബർ റൂമിനടുത്തുള്ള ചെറിയ മുറിയിൽ ഞങ്ങൾ രണ്ടുപേരും ഒളിച്ചിരിക്കുകയാണെന്ന് എങ്ങനെ പറയും? മൃദുല ഓർത്തു.

പണ്ടു ക്വാർട്ടേഴ്സിൽനിന്ന് ആശുപത്രി വരെ നടന്നുപോകുമ്പോൾ, സ്നേഹം തുളുമ്പുന്ന എത്ര എത്ര മുഖങ്ങൾ. സന്തോഷവും ബഹുമാനവും കാണിച്ച് വഴിയിലേക്കു ഒതുങ്ങി മാറുന്നവർ.

ആ ആശുപത്രിയിലേക്ക് ഇപ്പോൾ കൊടുംകുറ്റവാളിയെപ്പോലെ ആംബുലൻസിന്റെ സീറ്റിന് താഴെ പതുങ്ങിയിരുന്ന് രാത്രിയിൽ – മൃദുല അസഹ്യമായ ഹൃദയവേദനയോടെ തലകുടഞ്ഞു. ഈ ഉള്ളം പിളർക്കുന്ന നീറ്റലിൽനിന്ന് ആരാണ് എന്നെ രക്ഷപ്പെടുത്തുന്നത്?

ഒറ്റത്താരകം പോലും തെളിയാത്ത, മൂടിക്കെട്ടി നില്ക്കുന്ന മാനത്തേക്ക് അവൾ ജനൽപ്പാളിയിലൂടെ നോക്കി. ഇരുട്ടിൽ കാറ്റ് പാഞ്ഞുവന്ന് പിടിച്ചു കുലുക്കുമ്പോൾ ഒച്ചത്തിൽ കരയുന്ന കാറ്റാടി മരങ്ങൾക്കപ്പുറം, ആശുപത്രിയുടെ മുമ്പിലെ പള്ളികണ്ടു. പള്ളിയുടെ മുമ്പിൽ കൈവിടർത്തി ആലിംഗനം ചെയ്യാൻ ഒരുങ്ങി നില്ക്കുന്ന യേശുക്രിസ്തുവിന്റെ കരുണാർദ്രമായ മുഖം മങ്ങിയ നിലാവിൽ തിളങ്ങി.

മൃദുല, ക്രിസ്തു കടന്നുപോയ ഏറ്റവും വ്രണിതമായ കാലഘട്ടത്തെ ഓർത്തു. കാൽവരിയിലേക്ക് കുരിശിന്റെ ഭാരം താങ്ങാനാവാതെ ഇഴഞ്ഞുപോയതോർത്തു.

ഓരോ മനുഷ്യപുത്രനും അവന്റെ കനമാർന്ന മരക്കുരിശ് താങ്ങുകയും സഹനത്തിന്റെയും കണ്ണീരിന്റെയും വഴിയിൽക്കൂടി കുന്നിൻ നെറുകയിലേക്ക് ഇഴഞ്ഞു കയറുകയും വേണമെന്ന് ആരാണ് എഴുതിയത്?

അവൾ ആശുപത്രി കവാടത്തിലേക്ക് നോക്കി. അവിടെ ആൾക്കൂട്ടം ഉറങ്ങാതെ കാത്തിരിക്കുകയാണ്. പറഞ്ഞുതീരാത്ത ഭർത്സനങ്ങളുടെ കറുപ്പായ ഞങ്ങളുടെ നെറുകയിൽ കോരിയൊഴിക്കാനായി.

ജേക്കബ് സാർ ഓർമ്മിപ്പിച്ചു.

മൃദുല എങ്ങനെയെങ്കിലും വരണം; അല്ലെങ്കിൽ എൻക്വയറി നടക്കില്ല. എൻക്വയറി നടത്തിയാലേ സത്യാവസ്ഥ എല്ലാവർക്കും മനസ്സിലാവുകയുള്ളൂ. പക്ഷേ, അവർ നാളെ എന്താണ് ചെയ്യുന്നതെന്നാണ് ഞാൻ ഭയക്കുന്നത്. മൃദുലയെയും ശശാങ്കനെയും കരിഓയിൽ ഒഴിക്കുമെന്നും, മണ്ണെണ്ണയൊഴിച്ചു കത്തിക്കുമെന്നും ഒക്കെയാണല്ലോ ഭീഷണി. എന്തായാലും രാവിലെ പൊലീസുകാരെ എത്തിക്കാൻ പറഞ്ഞിട്ടുണ്ട്.

മൃദുല തേങ്ങി, കുരിശിൽ കിടന്ന് പിടഞ്ഞ ക്രിസ്തുവിന്റെ വിലാപം അകലെ നിന്ന് കേൾക്കുന്നതുപോലെ തോന്നി, അവൾക്ക്. എന്റെ ദൈവമേ എന്റെ ദൈവമേ, എന്നെ കൈവിട്ടതെന്തേ?

പെട്ടെന്നാരോ പുറം തലോടുന്നതുപോലെ മൃദുലയ്ക്ക് തോന്നി. ആ വിരലുകളുടെ സ്നിഗ്ദ്ധതയും കുളിർമ്മയും അവളുടെ ഉള്ളം തണുപ്പിച്ചു. അവൾ മുഖം തുടച്ച് തലയുയർത്തി നോക്കിയപ്പോൾ കണ്ടകാഴ്ചയിൽ വിസ്മയിച്ചു.

ഇളംനീല പ്രകാശവലയത്തിനുള്ളിൽ സ്നേഹം നിറഞ്ഞ ചിരിയുമായി യേശുക്രിസ്തു തൊട്ടരികിൽ.

അവൾ വിശ്വസിക്കാനാവാതെ, പകുതി തുറന്ന ജനൽപ്പാളിയിലൂടെ എത്തിനോക്കി കൈവിടർത്തി നീട്ടി നില്ക്കുന്ന പ്രതിമ പള്ളിക്കുമുമ്പിൽ കാണ്മാനില്ല!!

യേശുക്രിസ്തു അവളുടെ മൂർദ്ധാവ് തലോടി പുഞ്ചിരിച്ചു.

'ഞാൻ തന്നെ. നിന്റെ ഉള്ളുരുകിയുള്ള പ്രാർത്ഥനകൾ എന്നെ തേടി വന്നിരുന്നല്ലോ, അതാണ് ഞാൻ വന്നത്.' മൃദുല ആ നീണ്ട വിരലുകൾ ചേർത്തുപിടിച്ചു. നെഞ്ചുപിടയുന്ന ഒരു തേങ്ങലിൽ അവളുടെ വാക്കുകൾ ഇടറി.

'ഞാൻ എന്തു പാപമാണ് ഈ പീഡാനുഭവങ്ങൾ ഏല്ക്കാൻ വേണ്ടി ചെയ്തത് എന്ന് പറഞ്ഞു, തരൂ എന്റെ ദൈവമേ.'

യേശു ശാന്തനായിരുന്നു. പതിഞ്ഞ ശബ്ദത്തിൽ പറഞ്ഞു 'ഒറ്റപ്പെട്ടു' പോയവന്റെ ഏകാകിത്വവും ആത്മനിന്ദയും എന്നെക്കാൾ നന്നായി ആർക്കാണ് അറിയുന്നത്? വിചാരണയ്ക്കുമുമ്പ് മുൾമുടി ധരിപ്പിച്ച് പീഡനങ്ങളുടെ തീവ്രദുഃഖത്തിലേക്ക് സംവത്സരങ്ങൾക്കു മുമ്പ് എന്നെ തള്ളിയിട്ടില്ലേ? എന്നിട്ടും ആ കുരിശിന്റെ വഴിയിൽ നിന്ന് ഞാൻ ഉയിർത്തെഴുന്നേറ്റു. നീയത് മറന്നുപോയതെന്തേ? അവർ അണിയിച്ചുതന്ന സ്വർണ്ണ കിരീടം ഞൊടിയിടയ്ക്കുള്ളിൽ മുൾക്കിരീടമായി മാറുന്നത് നീ അറിഞ്ഞിരുന്നില്ലല്ലോ. സാരമില്ല. പക്ഷേ, ആ മുറിവുകൾ നീ തന്നെ ഉണക്കണം. അല്ലെങ്കിൽ രക്തം വാർന്ന് നീ ഇല്ലാതാവും. അതിന് അനുവദിക്കരുത്, മൃദുല മുഖം അമർത്തിത്തുടച്ച് ദയയുടെയും വാത്സല്യത്തിന്റെയും നിലാവെളിച്ചം തുളുമ്പുന്ന ആ മിഴികളിലേക്ക് നോക്കി, യേശുക്രിസ്തു അവളുടെ ചുമലുകളിൽ തടവി 'വ്യാകുലവഴികൾ നിനക്കു മാത്രമല്ല, എല്ലാവർക്കുമുണ്ട്. പക്ഷേ, ആ വഴികളിലെല്ലാം ഒലിവുകൾ തളിർത്തു നില്ക്കുന്നുണ്ട്. ആ ഒലിവിലകളിൽ തട്ടി വീശി വരുന്ന കാറ്റ് നിനക്ക് ആശ്വാസം നല്കും. ഇത് നോക്കുക.'

പെട്ടെന്ന് യേശുദേവന്റെ പുറകിൽ നിന്ന്, സീത പതുക്കെ മുമ്പോട്ടുവന്നു. ആ മായക്കാഴ്ചയിൽ മൃദുല അമ്പരന്നു നിന്നു. സീത സ്നേഹത്തോടെ പറഞ്ഞു. 'എന്തിനാണ് ഡോക്ടർ വിഷമിക്കുന്നത്. എല്ലാവരും എന്നെ രക്ഷപ്പെടുത്താൻ നോക്കുന്നത് ഞാൻ നന്നായിട്ടറിയുന്നുണ്ടായിരുന്നു. പക്ഷേ, എനിക്ക് പോകേണ്ട സമയമായിരുന്നു. അത്രേയുള്ളൂ. എനിക്കൊരു പരാതിയുമില്ല. ഡോക്ടർ സങ്കടപ്പെടരുത്' ക്രിസ്തു കനകവർണ്ണമാർന്ന ഒരു ചെറിയ കുരിശ് മൃദുലയുടെ നേർക്ക് നീട്ടി പതിയെ പറഞ്ഞു.

'ഭൂമിയിലെ മുഴുവൻ നിന്ദിതരുടെയും പീഡിതരുടെയും ഏകാകികളുടേയും ചിഹ്നമാണ് കുരിശ്. അതുകണ്ണുനീരിൽ കഴുകിയെടുക്കുമ്പോൾ സ്ഫുടം ചെയ്ത തങ്കമാകും. പ്രത്യാശയുടെ ചിഹ്നമായി അത് മാറും. ഇത് ഉയിർത്തെഴുന്നേറ്റ കുരിശു രൂപമാണ്. കൈയിൽ വെച്ചേക്കുക.

മൃദുല തൊഴുകൈകളോടെ അതു സ്വീകരിച്ചു. ആ ശ്യാമനീല രശ്മിയും സുഖകരമായ ശീതളിമയും കൺമുമ്പിൽ നിന്ന് മാഞ്ഞുപോകുന്നു. അവൾ കണ്ണീർ തുടച്ചു.

കതക് നിശ്ശബ്ദം തുറന്ന്, സിസ്റ്റർ എമറിറ്റ കടന്നു വന്നു. അവൾ ചോദിച്ചു – അയ്യോ ഒന്നും കുടിച്ചില്ലേ? ശശാങ്കൻ ഡോക്ടർ ഹോർലിക്സ് കുടിച്ചിട്ട് അകത്തെ മുറിയിൽ കിടന്നു; ഉറക്കമൊന്നും വരത്തില്ലെങ്കിലും. പിന്നെ മൃദുലയുടെ കൈയിലിരിക്കുന്ന സുവർണ്ണകാന്തിയാർന്ന കുരിശു കണ്ട് അത്ഭുതത്തോടെ ചോദിച്ചു.

'ഇത് എവിടെ നിന്നാണ് മാഡം? ആരു തന്നു?' മൃദുല ശാന്തയായി പറഞ്ഞു. 'ഇരുട്ടിൽ ഒറ്റയ്ക്കു നടന്നപ്പോൾ ആരോ കൈയിൽ തന്നു.' പുറത്ത് പിൻനിലാവ് മാഞ്ഞുതുടങ്ങിയിരുന്നു മേടമാസത്തിലെ കനൽക്കാറ്റ് കുന്നിറങ്ങി ആശുപത്രി മുറ്റത്തെ മുളങ്കാടുകളിൽ ചിറകൊതുക്കിയിരുന്നു.

മഞ്ഞമന്ദാരത്തിന്റെ കൊമ്പിൽ കൂട്ടം തെറ്റി പോയി താനേയിരുന്ന് കരയുന്ന കുയിലിന്റെ രോദനം നേർത്തു തുടങ്ങി. കിളിമരത്തിൽ പടർന്നു കയറിക്കിടക്കുന്ന പാതിരാമുല്ലയുടെ പൂമൊട്ടുകൾ ഇരുട്ടിൽ പൊട്ടിവിടരുന്നതുനോക്കി മൃദുല ജാലകത്തിനരികിലിരുന്നു.

●

മരണമില്ലാത്ത മാധവി

ഗാലവൻ പറയുന്നത്:

കൗശികീ നദിയുടെ നിറമാറിൽ ക്ഷതങ്ങളേല്പിച്ചുകൊണ്ട്, ഒഴുകിനീങ്ങിയ ചിത്രത്തോണിയിലിരുന്ന് ഗാലവൻ ചിന്തിച്ചു, ഈ യാത്രയുടെ അവസാനമെങ്കിലും മനസ്സിന് ആശ്വാസം ലഭിക്കുമോ? കഴിഞ്ഞ പന്ത്രണ്ടു വർഷങ്ങളായി ഓരോ യാത്രയും ഉള്ളം നീറ്റുന്ന അനുഭവങ്ങളാണ് സമ്മാനിച്ചിട്ടുള്ളത്.

കാറ്റിന് അപ്പോൾ വിടർന്ന ബ്രഹ്മകമല പുഷ്പത്തിന്റെ സുഗന്ധമായിരുന്നു. നദിക്കരയിൽ ഭൂർജ്ജ വൃക്ഷങ്ങളുടെ ഓരത്ത്, പൂർണ്ണശോഭയോടെ വിടർന്നുനില്ക്കുന്ന വനകുസുമങ്ങളുടെ പൂമണമേന്തി മന്ദാനിലൻ അലസം കടന്നുപോകുന്നു. എത്രയും തേൻകുരുവികളും പൂവണ്ടുകളും ആർത്തിയോടെ പൊതിഞ്ഞ്, അമർത്തി മുകർന്നുപോയിട്ടും അതിന്റെ സൗരഭ്യം കുറയുന്നില്ല, വർദ്ധിക്കുന്നതേയുള്ളൂ എന്നും ഗാലവൻ വിസ്മയത്തോടെ ശ്രദ്ധിച്ചു; എന്റെ മുൻപിൽ തോണിയിൽ ചാഞ്ഞിരിക്കുന്ന, അതിമനോഹരിയായ മാധവിയെപ്പോലെ.

ഗാലവൻ ഓർത്തു, ഏകദേശം ഒരു വ്യാഴവട്ടമാകുന്നു, മാധവിയേയും കൊണ്ടുള്ള ഈ സഞ്ചാരങ്ങൾ തുടങ്ങിയിട്ട് ആ ഓർമ്മയിൽ അയാൾ സ്വയം നീറുന്നു. എന്തിനാണ് അന്ന് അങ്ങനേയും ഒരു വാശി തോന്നിയത്?

ഉൽക്കട പ്രഭാവനായ വിശ്വാമിത്ര രാജർഷിയുടെ പ്രിയതനയനാണെന്ന അഹംഭാവം കൊണ്ടാണോ? പിതാവിന്റെ ആശ്രമത്തിൽ താമസിച്ചു ശസ്ത്രാഭ്യാസവും വേദാദ്ധ്യയനവും പൂർത്തിയാക്കിയപ്പോൾ, മറ്റു ശിഷ്യന്മാർ ഗുരുദക്ഷിണ നല്കി പിരിഞ്ഞുപോകുന്നതു കണ്ട് അമ്മയായ ധർമ്മവ്രതയോടു പറഞ്ഞു:

'ദക്ഷിണ കൊടുക്കാതെ വിദ്യാഭ്യാസം പൂർണ്ണമാവുകയില്ലെന്നു താതൻ തന്നെയല്ലേ പഠിപ്പിച്ചത്? പിന്നെ എന്തുകൊണ്ടാണ് ഞാൻ അച്ഛനു ഗുരുദക്ഷിണ നല്കേണ്ടതില്ല എന്നു പറയുന്നത്? എന്റെ വിദ്യ നിഷ്ഫലമാകാതിരിക്കാൻ ഞാൻ പ്രതിഗ്രഹം ചെയ്യേണ്ടേ?'

അതുകൊണ്ട് അമ്മയാണ് പിന്നെ വിശ്വാമിത്ര മുനിയോടു നിർബ്ബന്ധമായി ചോദിച്ചത്; പക്ഷേ, ഇഷ്ടമുള്ളതു തന്നാൽ മതിയെന്നു മഹർഷി പറഞ്ഞിട്ടും എന്തുവേണമെങ്കിലും നല്കാം, ചോദിച്ചാൽ മതി എന്നു പറയാൻ പ്രേരിപ്പിച്ചതു സ്വന്തം അഹന്തയല്ലേ? അജ്ഞനായ ഒരു യുവബ്രാഹ്മണന്റെ അഹമ്മതി മാത്രം.

അപ്പോൾ അദ്ദേഹം ആവശ്യപ്പെട്ടതു കേട്ട് സ്തബ്ധനായി നിന്നുപോയത് ഗാലവൻ ഇപ്പോഴും ഓർക്കുന്നു.

ഒരു കാത് കറുത്തതും ചന്ദ്രവർണ്ണമാർന്നതുമായ എണ്ണൂറു കുതിരകളെ എനിക്കു തരിക. ഒരിക്കൽ കാർത്തവീര്യാർജ്ജുനൻ ഒരു യജ്ഞം നടത്തിയപ്പോൾ യാഗഗുരുവായ വസിഷ്ഠന് ഉപഹാരമായി ഈ ലക്ഷണമൊത്ത അശ്വങ്ങളെയാണ് നല്കിയത്. അന്നുമുതൽ എനിക്ക് അത് ഒരു ആഗ്രഹമായി മനസ്സിലുണ്ട്.

വൈരാഗിയായ മുനീന്ദ്രനായിട്ടും ബ്രഹ്മപുത്രനായ വസിഷ്ഠനോടുള്ള മത്സരം എപ്പോഴും ഉള്ളിൽ എരിയുന്ന പിതാവിന്റെ ആവശ്യം അറിഞ്ഞപ്പോൾ ആദ്യം നിസ്സഹായതയാണ് തോന്നിയത്. അത്യന്തം വിഷമത്തോടെ, ഉറക്കമില്ലാതെ ഉഴറിനടന്നപ്പോൾ ഗരുഡനാണ് യയാതി മഹാരാജാവിനെ ചെന്നുകാണാൻ ഉപദേശിച്ചത്.

ഇന്നലെ കഴിഞ്ഞതുപോലെയുള്ള ആ സമാഗമം, മനസ്സിൽ ഇന്നും തെളിമയോടെ ഓർക്കുന്നു. അന്തഃപുരത്തിനു മുൻപിലുള്ള ഉദ്യാനത്തിൽ സാന്ധ്യസൂര്യനെ നോക്കി വിശ്രമിച്ചിരുന്ന രാജാവിനോടൊപ്പം രാജ്ഞിയും മാധവിയെന്ന പുത്രിയും ഉണ്ടായിരുന്നു.

നൃപശ്രേഷ്ഠൻ പറഞ്ഞു:

'മഹാമുനിയായ വിശ്വാമിത്രന്റെ പുത്രന്റെ അഭിലാഷവും ആവശ്യവും നിറവേറ്റിത്തരാൻ നാം കടപ്പെട്ടിരിക്കുന്നു. പക്ഷേ, നമുക്ക് ഇപ്പോൾ സാധിക്കുകയില്ല. കാരണം, എന്റെ കൈയിലുണ്ടായിരുന്ന അശ്വങ്ങളെയെല്ലാം ഞാൻ യാഗങ്ങൾ നടത്തുമ്പോൾ സംഭാവന ചെയ്തുപോയി. ഇപ്പോൾ ഈ ലക്ഷണം തികഞ്ഞ കുതിരകൾ ഭൂമിയിൽ രണ്ടോ മൂന്നോ രാജാക്കന്മാരുടെ മാത്രം കൈവശം ഉണ്ട്. ഇവിടെയില്ല എന്നേയുള്ളൂ'.

ഗാലവൻ, അതീവ ദുഃഖത്തോടെ പറഞ്ഞു: 'അങ്ങ് അതിസമ്പന്നനും അതിലും ഉപരി ഉദാരമനസ്കനുമാണെന്ന് അറിഞ്ഞുവന്നതാണ് ഞാൻ.

ഈ ലക്ഷ്യം സഫലമായില്ലെങ്കിൽ എന്റെ ജന്മം തന്നെ വെറുതെയാവും. ഞാൻ പിതാവിനു കൊടുത്ത വാക്ക് പാലിക്കാതെ ജീവിച്ചിരുന്നിട്ട് എന്തുകാര്യം?'

ചിന്താധീനനായി രാജാവ് പറഞ്ഞു: 'ഇല്ല, ഗാലവ ബ്രാഹ്മണാ,

താങ്കളെ ഞാൻ വെറും കൈയോടെ മടക്കി അയക്കുകയില്ല. അതു രാജ ധർമ്മമല്ല; ഇക്ഷ്വാകു വംശത്തിലെ ഹര്യശ്വൻ, കാശി രാജ്യത്തിലെ ദിവോ ദാസൻ, ഭോജരാജ്യത്തിലെ ഉശീനരൻ എന്നീ രാജാക്കന്മാർക്ക് ഈ അട യാളങ്ങളുള്ള തുരഗങ്ങളുണ്ട്. അവരെ ചെന്നുകാണുക.'

അനന്തരം, മഹാരാജാവ് പതുക്കെ എഴുന്നേറ്റ് അടുത്തേക്കു വന്നു തന്റെ ശിരസ്സിൽ കൈവച്ചു പറഞ്ഞു:

'ഇവരെയൊക്കെ വെറുതെ ചെന്നു കാണാൻ പറയുകയല്ല, എന്റെ പ്രിയപുത്രി മാധവിയെ താങ്കളോടൊപ്പം അയക്കുന്നു. ബ്രഹ്മവാദിയായ ഒരു മഹർഷീശ്വരൻ ഇവിടെ രാജമന്ദിരത്തിൽ ഈശ്വര പൂജകൾക്കു വേണ്ടി താമസിച്ച സമയം, എന്റെ മകളുടെ പരിചരണത്തിലും സ്വഭാവ മഹിമയിലും തൃപ്തനായി അവൾക്ക് ഒരു വരം നല്കിയിട്ടുണ്ട്. അവൾ ക്ക് സൽപുത്രന്മാർ മാത്രമേ ജനിക്കുകയുള്ളു. മാത്രമല്ല, എത്ര പ്രസവി ച്ചാലും അവൾക്കു കന്യകാത്വം നഷ്ടപ്പെടുകയില്ല.

അതുകൊണ്ട് മാധവിയെ ഈ രാജാക്കന്മാർക്കു നല്കുക, പകരം കുതിരകളെ ആവശ്യാനുസരണം സ്വീകരിക്കുക. ഓരോ രാജാക്കന്മാർക്കും പുത്രൻ ജനിക്കുന്നതുവരെ അവിടെ നിർത്തുക; പിന്നീട് തിരിച്ച് എനിക്ക് ഇവളെ തരിക.'

ഗാലവൻ, അമ്പരപ്പോടെയും അവിശ്വസനീയതയോടെയും മഹാരാ ജാവിനെ നമിച്ചു. ആ വിശാലഹൃദയം പ്രതീക്ഷകൾക്കും അപ്പുറമായി രുന്നു. പക്ഷേ, പുറകിൽ മറുവാക്ക് പറയാതെ നമ്രശിരസ്കയായി മാധവി നില്ക്കുന്നു. ചക്രവാളക്കോണിൽ ഒതുങ്ങി മാറിനിന്നാലും കനൽശോഭ യോടെ തിളങ്ങുന്ന അരുന്ധതീ നക്ഷത്രംപോലെ അവൾ.

മഹാരാജ്ഞി പരിക്ഷീണയായി, രക്തം വാർന്ന മുഖത്തോടെ, തിരിഞ്ഞ് അന്തഃപുരത്തിലേക്കു നടന്നു. മാധവി അവിടെത്തന്നെ നിന്നു. എങ്ങും പോകാതെ.

യയാതി മഹാരാജാവ് വാത്സല്യത്തോടെ മാധവിയുടെ ശിരസ്സ് തലോടി.

'മകളേ, നമ്മുടെ അടുത്തു സഹായം അഭ്യർത്ഥിക്കുന്ന ബ്രാഹ്മണ കുമാരനെ നമുക്കു നിരാകരിക്കാനാവുകയില്ല. അതു രാജനീതിയല്ല. ആ രാജനീതിക്കായി, നീ ഗാലവനൊപ്പം പോകണം. അത് എന്റെ പ്രിയപു ത്രിയുടെ ധർമ്മമാണ്. നീ തിരിച്ചു വരുമ്പോൾ നിന്റെ സ്വയംവരം ആഘോ ഷപൂർവ്വം നമ്മൾ ആചരിക്കും. ഈ പിതാവിന്റെ അനുഗ്രഹാശിസ്സുകൾ നിനക്കുണ്ട്. ധൈര്യമായി പോവുക.'

പക്ഷേ,

അപ്പോൾ തലയുയർത്തി തന്നെ നോക്കിയ മാധവിയുടെ മിഴികൾ ഗാലവൻ ഇപ്പോഴും മറന്നിട്ടില്ല. നിറയാതെ, തുളുമ്പുന്ന ആ നേത്രങ്ങ ളിലെ നിസ്സഹായതയും ഭയവും അയാളെ വേദനിപ്പിച്ചു.

അവൾ പതുക്കെ ചോദിച്ചു

'ഞാൻ ആദ്യം എവിടേക്കാണ് പോകേണ്ടത്?'

യയാതി പറഞ്ഞു:

'ഹര്യശ്വൻ സന്താനലാഭത്തിനുവേണ്ടി യാഗങ്ങൾ നടത്തുകയും തപസ്സനുഷ്ഠിക്കുകയും ചെയ്യുന്ന സമയമാണ്. ആദ്യം അവിടേക്കു ചെല്ലുക. ഞാൻ സന്ദേശവാഹകരെ അയക്കുന്നുണ്ട്.'

ഹര്യശ്വ മഹാരാജാവിന്റെ ആസ്ഥാന മന്ദിരത്തിൽ നിറ സദസ്സിനു മുൻപിൽ വിടരാൻ തുടങ്ങുന്ന ചെമ്പനി നീരലർപോലെ മാധവി നിന്നു. സദസ്യരുടെ മുഖങ്ങളിൽ തെളിഞ്ഞ വിസ്മയവും ആകാംക്ഷയും കണ്ടപ്പോൾ ഗാലവനു പിന്നെയും കുറ്റബോധം തോന്നി.

ഹര്യശ്വന്റെ സചിവൻ പറഞ്ഞു:

'ഇരുന്നൂറ് ധവളവർണ്ണമാർന്ന കുതിരകളേയുള്ളൂ. അതു മതിയാവുമോ?'

ഹര്യശ്വൻ എഴുന്നേറ്റു.

'ഗാലവ ബ്രാഹ്മണാ, യയാതി രാജന്റെ സന്ദേശം എത്തിയിട്ടുണ്ട്. എത്രയോ വത്സരങ്ങളിലെ യാഗങ്ങളും പ്രാർത്ഥനകളും തപസ്സുമാണ് ഇപ്പോൾ ഫലപ്രാപ്തിയിലെത്തിയത്. എന്റെ പക്കൽ ഉള്ള ഇരുന്നൂറ് അശ്വങ്ങളെയെല്ലാം നാം ദാനം നല്കുന്നു. മാധവിയെ ഞാൻ സ്വീകരിച്ചിരിക്കുന്നു. ഒരു സൽപുത്രന്റെ ജനനം നടന്നുകഴിഞ്ഞു നാം മാധവിയെ തിരികെ നല്കുന്നതായിരിക്കും.

ഞാൻ ദൂതയക്കാം, താങ്കൾ വരിക.'

സൂര്യവംശ രാജാവിന്റെ നഗരത്തിൽനിന്നു കുതിരകളുമായി മടങ്ങുമ്പോൾ ഏകയായി അന്തഃപുരത്തിലേക്കു നടന്നു പോകുന്ന മാധവിയുടെ ചിത്രം നൊമ്പരപ്പെടുത്തി. ഒരു വരം ആരെങ്കിലും നല്കുന്നതു വരുംകാലങ്ങൾ ഐശ്വര്യപൂർണ്ണമാവാനും ആഗ്രഹപൂർത്തീകരണത്തിനുമാണ്. പക്ഷേ, ഇവിടെ ആ വരം ഇവൾക്കു വിഷം പുരണ്ട മധ്യകണംപോലെ.

മാതാവിനോടു വിവരങ്ങൾ പറഞ്ഞ് ഇരുളാർന്ന അരുണാനദിക്കരയിൽ ഖേദത്തോടെ, വിശപ്പും ദാഹവുമില്ലാതെ ഇരുന്നപ്പോൾ, അമ്മ പറഞ്ഞു:

'ഗാലവാ, കർമ്മബന്ധങ്ങളുടെ ഗതി നമുക്കു പ്രവചിക്കാനാവില്ല. നമ്മുടെ ഇച്ഛാനുസരണം ജീവിതനദി ഒഴുകുകയും ഇല്ല. നീ നിന്നിലർപ്പിച്ച കർമ്മം ചെയ്യുക. അതുമാത്രം ഓർക്കുക. എല്ലാം ഈശ്വരഹിതമാണ്. നമ്മൾ വെറും യന്ത്രങ്ങൾ മാത്രം.'

ഹര്യശ്വനിൽനിന്നു പുത്രനുണ്ടായ ശേഷം അയോദ്ധ്യാ രാജ്യത്തിൽനിന്ന് മാധവിയെ പല്ലക്കിലേറ്റുമ്പോൾ അവൾ മ്ലാനമായ മുഖത്തോടെ ചോദിച്ചു:

'ഇനി എങ്ങോട്ടാണ്? ഏതു രാജ്യം? അതെങ്കിലും എന്നോടു പറയുമോ?'

അതീവ സന്തുഷ്ടനായി, ഇക്ഷ്വാകു വംശജനായ ഹര്യശ്വൻ എന്ന അരചൻ തേജോമയനായ പുത്രനെ കൈകളിലേന്തിക്കൊണ്ടു പറഞ്ഞു:

'ഗാലവ ബ്രാഹ്മണാ, താങ്കൾ എന്റെ ആഗ്രഹം പൂർത്തീകരിച്ചു

തന്നു. മാധവി ഒരു ഉത്തമ കന്യകയാണ്.' ആഹ്ലാദത്തിലും മഹാരാജന്റെ കണ്ണുകൾ സജലങ്ങളായി.

'മാധവിയെ ഞാൻ മനസ്സോടെയല്ല തിരിച്ചുനല്കുന്നത്.

വാക്കുപാലിക്കാൻ വേണ്ടി മാത്രം പക്ഷേ, പറയുക, എന്തു ഞാൻ തരണം. മാധവിയെ എനിക്കു നല്കാൻ. യയാതി രാജാവ് സമ്മതിക്കാൻ?'

പെട്ടെന്ന് മാധവി, അസഹ്യതയോടെ പിടഞ്ഞു. ആ വിലപേശൽ അവളെ ലജ്ജിതയാക്കി. അവൾ തിരിഞ്ഞു രാജാവിനെ നോക്കി, ആ നീലലോചനങ്ങളിൽ ആദ്യാനുരാഗത്തിന്റെ നൊമ്പരവും ഗാലവൻ കണ്ടു. വീണ്ടും അയാൾ കുറ്റബോധം കൊണ്ടു തലകുനിച്ചു.

ഹര്യശ്വ മഹാരാജാവിനെപ്പോലെ തന്നെയാണ് കാശി നഗരാധിപനായ ദിവോ ദാസനും പറഞ്ഞത്.

'ഗാലവ ബ്രാഹ്മണാ, എനിക്ക് ഒരു പുത്രനില്ല. പുത്രികൾ മാത്രമേയുള്ളൂ. ഒരു ശ്രേഷ്ഠജന്മത്തിനായി ഞാൻ തപസ്സു ചെയ്യുകയായിരുന്നു. മാധവിയാണ് എനിക്ക് ഒരു അവകാശിയെ തന്നത്. പക്ഷേ, ഇത്രയും സുകുമാരിയായ രാജകന്യകയെ ഞാൻ വെറും ഇരുന്നൂറ് കുതിരകളെ തന്നാണല്ലോ സ്വീകരിച്ചത് എന്നോർക്കുമ്പോൾ വല്ലാത്ത സങ്കോചം തോന്നുന്നു. താങ്കൾ എന്തുവേണമെങ്കിലും ചോദിച്ചുകൊള്ളുക. മാധവിക്കുവേണ്ടി ഞാൻ നല്കാം.'

മാധവിയുടെ മുഖം വിവർണ്ണമായി. ഒരു ജഡവസ്തുവിനെപ്പോലെ അവൾ ആ സംഭാഷണം കേട്ടുനിന്നു.

ഗാലവൻ വിഷമത്തോടെ പറഞ്ഞു:

'ഇല്ല, മഹാരാജൻ, ഈ ശ്രേഷ്ഠഹയങ്ങളുടെ ഋണഭാരം എന്നെപ്പോലെ ഒരു ബ്രാഹ്മണനു താങ്ങാനാവാത്തതാണ്. യയാതി നൃപന്റെ പ്രജാസ്നേഹം കൊണ്ടും ധർമ്മബോധം കൊണ്ടുമാണ് അദ്ദേഹം ഈ ബാദ്ധ്യത തീർക്കാനായി സ്വന്തം പുത്രിയെ വിട്ടുനല്കിയത്. ആ ഉദ്ദേശ്യം നിറവേറുമ്പോൾ മാധവിയെ എനിക്കു തിരിച്ചു നല്കണം. ആ പ്രതിജ്ഞ ലംഘിക്കാനാവില്ല. അങ്ങ് ക്ഷമിച്ചാലും.'

അന്നു മഹാരാജാവിന്റെ അന്തഃപുരത്തിൽനിന്നു വിടയോതുമ്പോൾ പക്ഷേ, മാധവിയുടെ നേത്രങ്ങളിൽ നനവുണ്ടായിരുന്നില്ല. നുകം കഴുത്തിൽ വീണ ഋഷഭത്തിനെപ്പോലെ അവൾ നിശ്ശബ്ദം പല്ലക്കിലിരുന്നു. അവിടെനിന്നു ഭോജരാജാവായ ഉശീനരന്റെ രാജസദസ്സിലേക്കു കൊണ്ടു ചെല്ലുമ്പോൾ രാജഗുരു പറഞ്ഞു:

'മഹാരാജാവിന്റെ അനപത്യ ദുഃഖം മാറ്റാനായി വിതസ്താ നദീക്ഷേത്രത്തിലെ പൂജകഴിഞ്ഞു തിരിച്ചു എത്തിയതേയുള്ളൂ. ത്രിലോകങ്ങളിലും പ്രശസ്തനായ ഒരു പുത്രൻ ജനിക്കുമെന്നാണ് ഋഷീശ്വരന്മാർ അനുഗ്രഹിച്ചത്. യയാതി രാജാവിന്റെ ദൂതൻ വന്നു സന്ദേശം നല്കിയിരുന്നു. ഈ ഉപകാരത്തിനു പകരം ഈ അശ്വങ്ങളെ തന്നാൽ മതിയാവുമോ? എന്തുവേണമെങ്കിലും ചോദിക്കുക, താങ്കൾക്കു തൃപ്തി വരട്ടെ;'

പണ്ഡിതസദസ്സിൽ ഉത്തരം പറയാനാവാതെ ഗാലവൻ വ്യാകുലനാ

യിനിന്നു.

ഇതിനൊന്നും മറുപടി ഓതാതെ, തിരിഞ്ഞുനോക്കാതെ; തോഴിമാരോടൊപ്പം നടന്നു പോകുന്ന മാധവിയെ ഓർക്കുമ്പോൾ ഉള്ളിൽ ദുഃഖം ഇരമ്പി; ഇതുവരെ അറുന്നൂറ് കുതിരകളേ ആയിട്ടുള്ളൂ. ഓരോ രാജമന്ദിരങ്ങളുടേയും വെൺകൽപ്പടവുകൾ കയറുമ്പോൾ പ്രതീക്ഷയോടെ പ്രാർത്ഥിക്കുന്നു: എന്റെ യാത്ര ഇവിടെ അവസാനിക്കുമോ? ഇതോടെ എന്റെ കടബാദ്ധ്യത തീരുമോ? മാധവി സ്വതന്ത്രയാവുമോ?

ഉശീനരന്റെ ഭോജനഗരത്തിലേക്ക്, പുത്രജനനം അറിഞ്ഞു മാധവിയെ തിരിച്ചുകൊണ്ടുവരാൻ പോകുമ്പോൾ ഗാലവൻ ഉൽക്കണ്ഠാകുലനായിരുന്നു. ഇരുന്നൂറ് കുതിരകൾക്കായി ഏതു മന്നവന്റെ മന്ദിരത്തിലേക്കാണ് ഇനി? യയാതി മഹാരാജാവും നിസ്സഹായനായിരുന്നു. സുഹൃത്തായ ഗരുഡനാണ് വീണ്ടും ഉപദേശം തന്നത്.

'എന്റെ അറിവിൽ ഇനി ഇത്തരം അശ്വങ്ങൾ ഭൂമിയിൽ ആർക്കുമില്ല. അന്യലോകങ്ങളിലും അതു കാണാൻ സാദ്ധ്യതയില്ല. താങ്കൾ വിശ്വാമിത്ര മഹർഷിയോടു ചോദിക്കുക; ബാക്കിയുള്ള ഹയങ്ങൾക്ക് പകരം ദക്ഷിണയായി മാധവിയെ സമർപ്പിച്ചാൽ മതി' എന്ന്.

ഗാലവനു പ്രാണൻ പിടയുന്നപോലെ തോന്നി; ആ യാത്ര ഇപ്പോഴും മറന്നിട്ടില്ല. സ്വന്തം പിതാവിന്റെ അടുത്തേക്ക്, എണ്ണം തികയാത്ത കുതിരകളേയും സുലക്ഷണയായ രാജകുമാരിയേയും കൊണ്ടുപോയ ദിവസം കൗശികീ നദീതീരത്തെ പത്രകുടീരത്തിൽ, വാക്കുപാലിക്കാനാവാത്തവന്റെ ആത്മനിന്ദയോടെ കടന്നുചെന്ന ദിവസം:

'താത, എന്നോടു ക്ഷമിക്കുക. ലോകങ്ങൾ മുഴുവൻ തിരഞ്ഞിട്ടും എനിക്ക് അറുന്നൂറ് കുതിരകൾ മാത്രമേ ലഭിച്ചിട്ടുള്ളൂ. ഇരുന്നൂറ് എണ്ണത്തിന്റെ കുറവുണ്ട്. അതിനു വേണ്ടി...'

ഗാലവനു വാക്കുകൾ തൊണ്ടയിൽ കുടുങ്ങി; സ്വയംകൃതമായ കുരുക്കിൽനിന്നു രക്ഷകിട്ടാതെ അയാൾ അപമാനഭാരത്താൽ പുളഞ്ഞു.

വിശ്വാമിത്രൻ ക്രോധവും നിരാശയും നിഴലിക്കുന്ന മുഖവുമായി മൗനം പൂണ്ടുനിന്നു. പെട്ടെന്ന് ഗാലവന്റെ പുറകിൽനിന്ന മാധവി മുൻപോട്ടു നടന്നു ചെന്നു.

അവൾ പറഞ്ഞു:

'മഹാമുനേ, എന്റെ പിതാവിന്റെ ആജ്ഞ അനുസരിക്കേണ്ടത് എന്റെ കടമയാണ്. ഇവിടെ ഗാലവ ബ്രാഹ്മണന് എന്നെ നല്കിയതും അങ്ങയുടെ ഗുരുദക്ഷിണ നിറവേറ്റാനാണ്. എന്നെ സ്വീകരിച്ച് ബാക്കിയുള്ള ഇരുന്നൂറ് കുതിരകളുടെ കടം തീർക്കുക. എനിക്കു ലഭിച്ച വരത്തിന്റെ ഭാഗ്യം കൊണ്ട് ഒരു സൽപുത്രനെ ഞാൻ അങ്ങേക്കു നല്കാം. അവൻ അങ്ങയുടെ കീർത്തി എല്ലായിടവും പരത്തും.'

ഗാലവൻ ശിലപോലെ തറഞ്ഞു നിന്നു.

കൈമറിഞ്ഞുപോകുന്ന ലോഹനാണയം പോലെ അവൾ അലയുന്നു. എന്നാൽ, അവൾ നേടിയതൊന്നും അവൾക്കു ലഭിക്കുന്നുമില്ല.

പരാതികളോ പരിഭവങ്ങളോ അവൾ പറയുന്നില്ലല്ലോ!

ആഷാഢത്തിലെ മേഘങ്ങൾ പെയ്യാൻ തുടങ്ങിയിരുന്നു. ആശ്രമ വാടത്തിലെ യാഗശാലയിലെ ജ്വലിച്ചുനിന്ന കനൽക്കട്ടകൾ ജലബിന്ദുക്കൾ വീണ് കുതിർന്നടങ്ങി. കൗശികീ നദിയിലെ ഓളങ്ങൾ, കാറ്റിന്റെ നെടുവീർപ്പിൽ ഉലഞ്ഞാടി.

വാർദ്ധക്യത്തിലെത്തിയ, ജടാധാരിയായ വിശ്വാമിത്രൻ മാധവിയുടെ കരപല്ലവങ്ങൾ ഗ്രഹിച്ചുകൊണ്ട് അകത്തേക്കു പോകുന്നതു നോക്കി ഗാലവൻ മ്ലാനത പൂണ്ടുനിന്നു. ഇതൊന്നും തടയാൻ എനിക്കാവുന്നില്ല.

ഇതാ, എത്രയോ സംവത്സരങ്ങൾ കഴിഞ്ഞിരിക്കുന്നു. അഷ്ടകൻ എന്ന ദിവ്യത്വം തുളുമ്പുന്ന ശിശുവിനെ വിശ്വാമിത്രനു നല്കിയിട്ട്, മുനിയുടെ പർണ്ണകുടീരത്തിൽനിന്നു മാധവിയുടെ മടക്കം തുടങ്ങുന്നു.

യയാതി പറഞ്ഞുവിട്ട അനുചരന്മാരോടും ദാസിമാരോടും ഒപ്പം. വർണ്ണങ്ങളാൽ അലംകൃതമായ തോണിയിൽ മാധവിയുടെ അടുത്ത് ഇരിക്കുമ്പോൾ ഗാലവൻ തന്റെ ഉള്ളം കലങ്ങുന്നത് അറിഞ്ഞു:

'ഈശ്വരാ, ഞാനിതുവരെ ചെയ്തതൊക്കെ പാപമോ പുണ്യമോ? ഗുരുദക്ഷിണ നല്കിയില്ലെങ്കിൽ ഗുരുശാപം ലഭിക്കുമെന്നു പറയിപ്പിച്ചത് ആരാണ്? പ്രതിജ്ഞാലംഘനം നടത്തുന്ന ബ്രാഹ്മണൻ നരകത്തിൽ പതിക്കുമെന്ന് എഴുതിവെച്ചത് ആരാണ്? ഒരു അചേതന വസ്തുവിനെപ്പോലെ ഒരു യുവതിയെ ക്രയവിക്രയം ചെയ്യുന്നതു ശരിയാണെന്ന് ഏതു രാജഗുരുവാണ് പഠിപ്പിച്ചത്?

പ്രജാധർമ്മം നിറവേറ്റാത്ത മന്നവൻ നീചലോകങ്ങളിലേക്കു ഭ്രഷ്ടനാക്കപ്പെടുമെന്ന് എഴുതിവെച്ചത് ഏത് ആചാര്യനാണ്?'

കൗശികീ നദിയുടെ വിശാലമായ മാറിൽ ബുദ്ബുദങ്ങൾ ഉയിർക്കൊള്ളുകയും പൊട്ടിച്ചിതറുകയും ചെയ്യുന്നു. ഭൂമണ്ഡലത്തിലെ ജനിമൃതികളുടെ ചക്രഗതികൾപോലെ ഉദകപ്പോളകൾ വീണ്ടും വീണ്ടും വിടരുന്നു, ഉടയാൻ വേണ്ടി മാത്രം.

ഉത്തരം കിട്ടാത്ത ചോദ്യങ്ങളുടെ അക്ഷൗഹിണിപ്പടകൾ ഗാലവനെ തടവിലാക്കി, ശ്വാസം മുട്ടിച്ചു. താൻ നേടിയ വേദവിദ്യകൾക്കും ശസ്ത്രാഭ്യാസങ്ങൾക്കും അവയെ തടുക്കാനാവില്ലെന്ന് അറിഞ്ഞ് ഗാലവൻ ഇരുൾ വിഴുങ്ങുന്ന ചക്രവാളങ്ങൾ നോക്കി തളർന്നിരുന്നു.

മാധവി പറയുന്നത്:

കൗശികീനദി, ചന്ദ്രകാന്തം ഉരുകിയൊലിച്ചതുപോലെ മാഘമാസത്തിലെ കൗമുദിയിൽ വെട്ടിത്തിളങ്ങുന്നു. തോണിയിൽ തോഴിമാരുടെ ചുമലിൽ ചാഞ്ഞുക്ഷീണിതയായി ഇരിക്കുമ്പോൾ മാധവി വിചാരിച്ചു, ഒടുവിൽ ഇതാ എന്റെ തിരിച്ചുപോക്ക്.

ആശ്രമ വാടത്തിനരികിൽ,

മാൻ തോൽ വിരിച്ച പീഠത്തിൽ നിർന്നിമേഷനായി യാനപാത്രം നീങ്ങുന്നതു നോക്കിയിരിക്കുന്നു വിശ്വാമിത്രനെന്ന മഹർഷി വര്യൻ– അകത്തെവിടെയോ മുലപ്പാലിനു വേണ്ടി കേഴുന്ന ഒരു ശിശുവിന്റെ

രോദനം കേൾക്കുന്നുണ്ടോ?

മാധവിക്കു മാറിടം വിങ്ങുന്നതറിഞ്ഞു. ഇതു നാലാമത്തെ കുഞ്ഞാണ്, പ്രസവം കഴിഞ്ഞു സ്തനങ്ങളിലെ മാധുര്യം നുണയുന്നതിനു മുൻപ് അടർത്തിമാറ്റപ്പെട്ട പുത്രന്മാർ.

സൽസന്താനങ്ങൾ പിതാക്കന്മാർക്കും അവരുടെ വംശവർദ്ധനവിനും മാത്രം അവകാശപ്പെട്ടതോ? അവരുടെ കുലമഹിമയിൽ സ്ത്രീകൾക്ക് ഒട്ടും സ്ഥാനമില്ലെന്നോ? നീണ്ട അലട്ടലുകൾക്കും പന്തീരാണ്ട് കാലത്തോളം അലച്ചിലുകൾക്കും വിരാമം.

അന്ന് ഗാലവ ബ്രാഹ്മണന് യയാതി മഹാരാജാവ് വാക്കുകൊടുക്കുമ്പോൾ മറുത്തൊന്നും പറയാതെ സമ്മതിച്ചതെന്തിനാണ്? നമ്മുടെ ചില ചെയ്തികൾ നമുക്കുതന്നെ പ്രഹേളികയാവുന്നു.

എന്റെ തന്നെ പ്രവൃത്തികളുടെ, കാഠിന്യം മനസ്സിലാക്കിയത് ഹര്യശ്വ മഹാരാജാവിന്റെ അരമനയിൽനിന്നു വിടപറയുമ്പോഴാണ്. ആദ്യമായി അടുത്തറിഞ്ഞ പുരുഷൻ, വേദനയറിഞ്ഞു പ്രസവിച്ച കുഞ്ഞ്, പക്ഷേ...

പൊക്കിൾക്കൊടിയുടെ ചോരമണം മായുന്നതിനു മുൻപ് അടുത്ത യാത്രയുടെ ക്ഷണവുമായി എത്തിയ ഗാലവൻ.

ഉത്തരത്തിൽനിന്നു താഴെ വീഴുമ്പോൾ മുറിഞ്ഞുപോയ ഗൗളിയുടെ വാൽപോലെ ഹൃദയം പിടയുന്നു. ഒരിക്കലും കൂടിച്ചേരാനാവില്ല എന്നറിഞ്ഞിട്ടും അതുപിടച്ചുകൊണ്ടേയിരിക്കുന്നു. ഗാലവനൊപ്പം വിങ്ങുന്ന മനസ്സുമായി.

അടുത്ത പുരുഷന്റെ രാജഗേഹത്തിലേക്കു ചെല്ലുമ്പോൾ, അവിടെ ലായത്തിൽ നിരന്നുനില്ക്കുന്ന പാൽവർണ്ണമാർന്ന കുതിരകളെ കണ്ടു. എനിക്കു പ്രതിഫലമായി എടുത്തു നീട്ടിയ ഉപഹാരങ്ങൾ. ആഡംബരം നിറഞ്ഞകൊട്ടാരത്തിലേക്കു ഒരു നാൽക്കാലിക്കു പകരം ഇതാ ഞാൻ!

ദീപ്തമായ പുഞ്ചിരിയോടെ അടുത്തേക്കു വരുന്ന പൗരുഷം തികഞ്ഞ മഹാരാജാവിനെ കണ്ടപ്പോൾ ഇനി വരാനിരിക്കുന്ന വിരഹത്തിൽ പുകയുന്ന ദിനങ്ങളെക്കുറിച്ചാണ് ഓർമ്മവന്നത്. ഒരു പുത്രനു ജന്മം തരാൻ വേണ്ടിയുള്ള ഹ്രസ്വമായ കാലയളവ് മാത്രം. അതിനപ്പുറം ഒന്നും മോഹിക്കരുത്. സ്വയം പറഞ്ഞുറപ്പിച്ച തീരുമാനങ്ങൾ. എന്നിട്ടും...

ഇടയ്ക്കു മാനസം പതറിപ്പോകുന്നു; കാശി രാജാവിന്റെ സാമീപ്യത്തിനായി ഇടയ്ക്കിടെ യൗവനം വിങ്ങുമ്പോൾ, പിറക്കാൻ പോകുന്ന ശിശുവിനെ താലോലിക്കാൻ കൊതിക്കുമ്പോൾ. സ്വയം ചോദിച്ചു:

ആരുമായി ബന്ധപ്പെട്ടാലും ശരീരത്തിനു കന്യകാത്വം നഷ്ടപ്പെടുകയില്ലെന്നാണല്ലോ മുനീശ്വരന്റെ അനുഗ്രഹം. പക്ഷേ, ഹൃദയത്തിൽ പതിഞ്ഞ ദീർഘചുംബനങ്ങൾ എങ്ങനെ തുടച്ചുമാറ്റും? പലരുടേയും മധുരസ്മരണകൾ നിറഞ്ഞ മനസ്സെങ്ങനെ കന്യകാത്വം നിലനിർത്തും?

തീവ്രമായ വ്യസനത്തോടെ ഇക്ഷ്വാകു രാജാവും കാശി രാജാവും ഭോജരാജാവും വൈരാഗിയായ മുനിയും പിരിയാൻ അനുവാദം നല്കുമ്പോൾ മാധവി വീണ്ടും വീണ്ടും ഉള്ളത്തിൽ ഉയരുന്ന ചോദ്യങ്ങൾക്ക്

ഉത്തരം ആരായുകയായിരുന്നു.

ആരുടേയോ പ്രതിജ്ഞ നിറവേറ്റാനുള്ള ഉപകരണമായി ഞാൻ മാറുന്നതെന്തിനാണ്? അതു പുത്രീധർമ്മമാണെന്ന് ആര് എഴുതിയിരിക്കുന്നു?

അത് എതിർക്കാനുള്ള ശേഷിയും ധൈര്യവും എനിക്കു നഷ്ടപ്പെടുത്തിയത് ആരാണ്?

ഗാലവ മുനിയുടെ പ്രതിസന്ധി ഘട്ടത്തിൽ വിശ്വാമിത്ര മഹർഷിയുടെ അടുത്തേക്കു സ്വമേധയാ പോയത് ഉള്ളിൽ വാഴുന്ന ഏതു ധർമ്മരാജന്റെ ഉപദേശം കേട്ടിട്ടാണ്?

അദൃശ്യമായ അനേകം ചങ്ങലകളും പൂട്ടുകളുംകൊണ്ടു ബന്ധനസ്ഥയായിട്ടും അതു പൊട്ടിച്ചെറിയാനാവുന്നുമില്ല.

വിശ്വാമിത്ര മുനി എന്റെ മൂർദ്ധാവിൽ വിരലുകൾ ചേർത്തുവെച്ചു പറഞ്ഞതോർക്കുന്നു:

'മാധവീ, നീ ശ്രേഷ്ഠകുലത്തിൽ പിറന്നതുകൊണ്ടാണ് ഇത്രയും ത്യാഗങ്ങൾ ചെയ്യാനാവുന്നത്.

എന്റെ മകന്റെ സങ്കടം മനസ്സിലാക്കി, സ്വയം ഹവിസ്സായി നീ അർപ്പണം നടത്തുകയായിരുന്നു. ഈ പുണ്യപ്രവൃത്തികൾ നിനക്കു മോക്ഷം നല്കും:'

മാധവിക്കു സങ്കടം തോന്നി, ഇതിലേതാണ് പുണ്യകർമ്മം?

മാതാവിന്റെ ശ്രദ്ധയും സ്നേഹവും കൊടുക്കാതെ സ്വന്തം ശിശുക്കളെ ഉപേക്ഷിച്ചു യയാതി രാജാവിന്റെ അടുത്തേക്കു തിരിച്ചു ചെല്ലുമ്പോൾ ഏതു മോക്ഷലോകമാണ് എന്നെ കാത്തിരിക്കുന്നത്?

പെട്ടെന്നു ജയന്തൻ എന്ന വിശ്വസ്ത ഭടൻ പറഞ്ഞു:

'കുമാരീ, കരയെത്താറായി. അവിടെ പല്ലക്കും കാവല്ക്കാരും കാത്തുനില്ക്കുന്നുണ്ട്.'

അനേക വത്സരങ്ങൾക്കുശേഷം സ്വന്തം ഗൃഹത്തിലേക്കു നിസ്സംഗതയോടെ കയറിച്ചെല്ലുമ്പോൾ, സ്നേഹാതിരേകത്തോടെ യയാതി രാജാവ് എന്നെ ആശ്ലേഷിച്ചുകൊണ്ടു പറയുന്നു:

'മകളേ, നീ രാജധർമ്മം പവിത്രതയോടെ കാത്തുരക്ഷിച്ചു. നീ പോയതിനേക്കാൾ ഐശ്വര്യവതിയായിരിക്കുന്നല്ലോ. അതു മുനീദേവന്റെ വരപ്രസാദം കൊണ്ടാണ്. നിനക്ക് ഉടനെ തന്നെ സ്വയംവരത്തിനുള്ള ഒരുക്കങ്ങൾ നാം തുടങ്ങാൻ പോകുന്നു.'

അന്തഃപുരത്തിലെ തൂവൽ തല്പത്തിലെ മൃദുലതയിൽ ചാഞ്ഞുകിടക്കുമ്പോൾ വെറുതെ ആലോചിച്ചു–ഹര്യശ്വനും ദിവോദാസനും ഉശീനരനും മാമുനിയുമൊക്കെ എന്നെ എപ്പോഴെങ്കിലും ഓർക്കുമോ? ഒരു കളിക്കോപ്പുപോലെ എപ്പോഴും അവരുടെ കൈകളിൽ എത്തപ്പെട്ട ഞാൻ ആവശ്യം കഴിഞ്ഞു... വലിച്ചെറിയപ്പെട്ടവൾ...

അവൾ, ഒറ്റത്താരകം പോലും വിരിയാത്ത ഇരുണ്ട മാനത്തേക്ക് കിളിവാതിലിലൂടെ നോക്കിക്കിടന്നു. എത്രയോ സംവത്സരങ്ങളായി, ഉള്ളിൽ തളംകെട്ടിക്കിടന്ന കണ്ണുനീർ തുടംവെച്ചൊഴുകി; കരഞ്ഞിട്ടും കര

ഞ്ഞിട്ടും തീരാത്ത വേദനകളുടെ, സങ്കടങ്ങളുടെ എഴുതപ്പെടാത്ത കഥകൾ രാത്രിയുടെ ശ്യാമവർണ്ണത്തിൽ അലിഞ്ഞുതീരുന്നു. ഈ കദനങ്ങൾ ആർക്കും അറിയില്ല. അറിയാൻ താല്പര്യവും ഇല്ല, ആരും സഹതപിക്കാനും ഇല്ല; നഷ്ടങ്ങളുടെ കൂമ്പാരങ്ങൾ അത് അനുഭവിക്കുന്നവർക്കു മാത്രം. പെട്ടെന്നു വാതില്ക്കൽ ഒരു ദീപം തെളിഞ്ഞു, യയാതി മഹാരാജാവ് രാജ്ഞിയോടൊപ്പം അകത്തേക്കു കടന്നുവന്നു.

അദ്ദേഹം പറഞ്ഞു:

'ഏറ്റവും അടുത്ത ശുഭദിനത്തിൽ നിന്റെ സ്വയംവരം നടത്താൻ നാം ഏർപ്പാടുകൾ ചെയ്തു തുടങ്ങി. ദൂതന്മാരെ അഷ്ടദിക്കുകളിലേക്കും അയച്ചു. എന്റെ പുത്രിക്ക് അനുരൂപനായ വരൻ തന്നെ വന്നുചേരും.'

മാധവിയുടെ ചുണ്ടിന്റെ കോണിൽ വ്യഥയുടെ സ്മിതം തെളിഞ്ഞു.

നാലുപേരുടെ കൂടെ താമസിച്ച് നാലു കുഞ്ഞുങ്ങളെ ഗർഭം ധരിച്ചു പ്രസവിച്ച എനിക്കു അനുയോജ്യൻ ആരാണ്?

രാജ്ഞി അലിവോടെ മാധവിയുടെ ശിരസ്സ് തലോടി.

'നീ നിത്യകന്യകയല്ലേ മകളേ, നിന്റെ സൗന്ദര്യം ഇരട്ടിച്ചിട്ടേയുള്ളൂ, സ്ഫുടം ചെയ്ത തങ്കംപോലെ.' പക്ഷേ, മാധവിയുടെ ഉള്ളിൽ ഒരു അഗ്നികുണ്ഠം തിളയ്ക്കുകയായിരുന്നു.

യൗവനാരംഭത്തിൽത്തന്നെ മകളെ, അപരിചിതനായ ഒരു യുവാവിനോടൊപ്പം അറിയാത്ത ദിക്കുകളിലേക്ക്, ഏതോ ധർമ്മാധർമ്മങ്ങളുടെ കണക്കുകൾ ബോധിപ്പിച്ച്, വിശ്വസിപ്പിച്ച് പറഞ്ഞുവിട്ടിട്ട്, ഇനിയും...

വേണ്ട, എനിക്കിനിയും ഒരു ബലികർമ്മത്തിനു നിന്നുതരാനാവില്ല.

മാധവി, തലയുയർത്തി പറഞ്ഞു:

'ഇല്ല, എനിക്ക് സ്വയംവരം വേണ്ട. ഞാനതിന് സമ്മതിക്കില്ല.'

യയാതിയും രാജ്ഞിയും ഇരിപ്പിടത്തിൽനിന്ന് ഞെട്ടി എഴുന്നേറ്റു.

'എന്താണ് നീ പറയുന്നത്? നീ വിവാഹിതയാകണം. നമ്മുടെ വംശം നിലനില്ക്കണം. നിനക്ക് സൽപുത്രന്മാർ ജനിക്കുമെന്നുള്ള വരമുണ്ടല്ലോ'.

മാധവി പതുക്കെ ചോദിച്ചു:

'ആർക്കുവേണ്ടി?

ആർക്കുവേണ്ടിയാണ് എന്റെ വംശം നിലനിർത്തേണ്ടത്? എന്നെപ്പോലെയുള്ള സൽസ്വഭാവികളായ പെൺകുട്ടികൾ എല്ലാ ദുഃഖങ്ങളും അതിനുവേണ്ടി സഹിക്കുന്നതെന്തിനാണ്?' അവൾ പിതാവിനെ വന്ദിച്ചുകൊണ്ടു പറഞ്ഞു:

ഞാൻ പോകുന്നു. എന്റെ മനസ്സിനുകൂടി കന്യാകാത്വം നിലനിർത്തണമെങ്കിൽ കഴിഞ്ഞതെല്ലാം ഇവിടെ ഉപേക്ഷിച്ച് പൂർവ്വാശ്രമത്തിന്റെ നിഴൽപോലുമില്ലാത്തിടത്ത് അകലെ പോകണം.

ധർമ്മാധർമ്മങ്ങൾക്കു കാവൽ നില്ക്കുന്ന ഒരു രാജാവിന്റെ പട്ടമഹിഷിയായി, അയാൾ വരയ്ക്കുന്ന കളത്തിനുള്ളിൽ അനുസരണയോടെ ചരിക്കാനിനി ആവുകയില്ല. ഒരു സന്ന്യാസിനിയായി തളിരിലകളും നദീജലവും കഴിച്ചു ശിഷ്ടജീവിതം. ഞാൻ കദ്രമവനത്തിലേക്കു പോകുന്നു. എന്നെ ആരും പിന്തുടർന്നു അന്വേഷിച്ചു വരണ്ട.'

രാജഹർമ്മ്യത്തിന്റെ മുൻപിൽ നിന്ന കദംബവൃക്ഷത്തിൽ ഇരുന്ന് ഒരു കോകിലം നീട്ടി കൂവുന്നുണ്ടായിരുന്നു. അതിന്റെ വിഷാദഗീതിക കൊട്ടാരത്തിന്റെ കൽച്ചുവരുകളിൽ തട്ടി മാറ്റൊലികൊണ്ടു.

ധ്രുവനക്ഷത്രത്തിന്റെ കണ്ണുനീർ

ജാലകപ്പാളികളിൽ മഴ നേർത്ത വിരൽത്തുമ്പുകൾ കൊണ്ട് തട്ടുന്നത് കേട്ടപ്പോൾ അച്ചു എന്ന അച്യുത് ഓർത്തു– എപ്പോൾ എനിക്ക് സങ്കടമുണ്ടാവുമ്പോഴും മഴ എത്തും, ജനാലയ്ക്ക് അരികിൽ വന്നെത്തി നോക്കി, ചിലപ്പോൾ കൂടെ കരയും, ചിലപ്പോൾ ചാറ്റൽത്തുള്ളികൾ സാന്ത്വനം പോലെ മുഖത്തേക്കു കുടഞ്ഞ് മടങ്ങിപ്പോകും.

വൈകിട്ട് അച്ഛന്റെ കൂടെ ജീപ്പിൽ തിരിച്ചുവരുമ്പോൾ മാനം തെളിഞ്ഞിരുന്നു. ചക്രവാളക്കോണിൽ അകലെ എവിടെയോ പോയി അലസം മടങ്ങുന്ന വെൺമേഘങ്ങൾ മാത്രം. വീടെത്താറായപ്പോഴാണ് പെട്ടെന്ന് ദിഗന്തം നടുക്കുന്ന ഇടിനാദം കേട്ടത്. ഡ്രൈവ് ചെയ്തിരുന്ന അച്ഛനെ, പേടിയോടെ കെട്ടിപ്പിടിച്ചതവൻ ഓർക്കുന്നു. പിന്നാലെ പൂക്കുറ്റി പൊട്ടിത്തെറിച്ചതുപോലെ ഒരു മിന്നൽപ്പിണർ. അതുവരെ ശാന്തമായിരുന്ന ആകാശം കലിതുള്ളി ഉറയുന്നു. അച്ഛൻ ഒരു കൈകൊണ്ട് അവനെ ചേർത്തുപിടിച്ചു.

പേടിക്കണ്ട മോനെ, ഇതൊന്നും സാരമില്ല–

മഴ പെയ്യുമ്പോൾ ഇടിയും മിന്നലും നില്ക്കും. നമ്മളിപ്പോൾ വീടെത്തുമല്ലോ.

അവൻ സമാധാനത്തോടെ അച്ഛനോടു ചേർന്നിരുന്നു. എപ്പോഴും അങ്ങനെയായിരുന്നു, അച്ഛൻ പറഞ്ഞു ഉറപ്പിച്ചുകഴിഞ്ഞാൽ പിന്നെ അവന് ഭയാശങ്കകളും സംശയങ്ങളും ഒട്ടുമില്ല. അത് എന്നുമുതലാണെന്നറിയില്ല–

പക്ഷേ, അച്ഛൻ, കൂടെയില്ലാതിരുന്ന എത്രയോ നാളുകൾ–അന്ന് അതവനെ വളരെ ദുഃഖിപ്പിച്ചു– ചെറിയ ക്ലാസുകളിൽ പഠിക്കുമ്പോൾ,

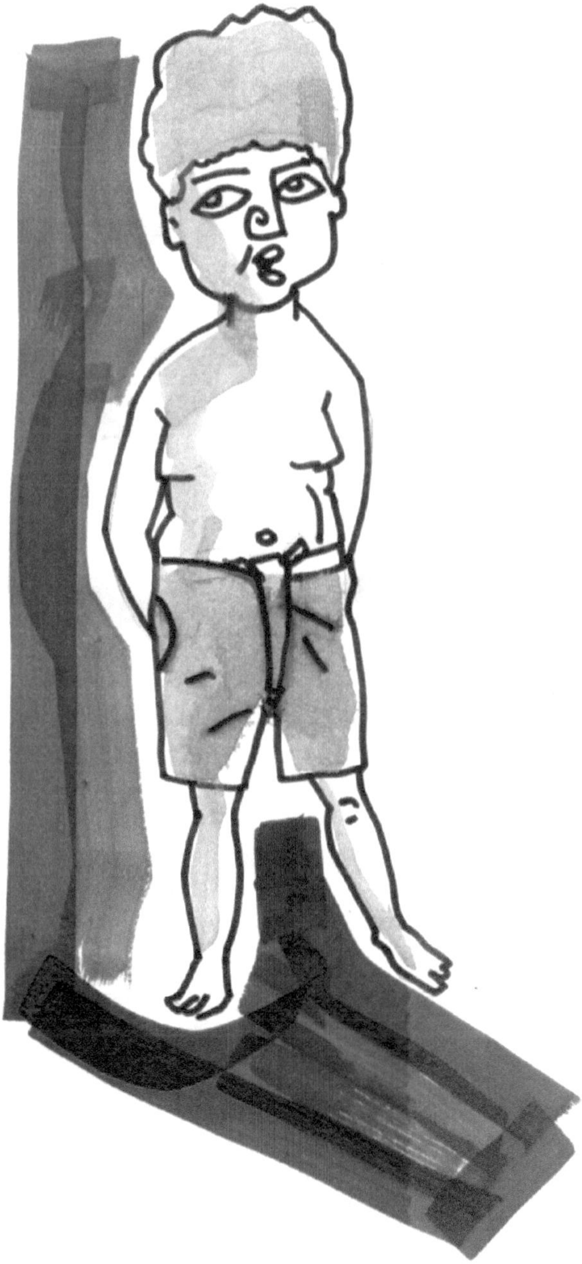

അമ്മയോടൊപ്പം സ്കൂളിൽ പോകുമ്പോഴും തിരിച്ചു വരുമ്പോഴും, മറ്റു ചില കുട്ടികൾ, അവരുടെ അച്ഛന്റെ കൈ പിടിച്ചു നടക്കുന്നതു കാണുമ്പോൾ അവൻ വാശിപിടിച്ചു. എനിക്കെന്താ ഇപ്പോൾ അച്ഛനില്ലാത്തത്? അച്ഛനുണ്ടായിരുന്നല്ലോ ഇവിടെ! ഇപ്പോഴെന്താ അച്ഛൻ വരാത്തത്? എനിക്ക് അച്ഛനെ കാണണം–

അവന് നേരിയ ഓർമ്മയുണ്ടായിരുന്നു.

അച്ഛൻ തോളിലിട്ട് മുറ്റത്തുകൂടി, മൂളിപ്പാട്ടു പാടി നടക്കുന്നത്, അടുത്തുകിടന്ന് പുറം തട്ടി ഉറക്കുന്നത്, ബൈക്കിന്റെ മുമ്പിൽ വച്ച്, ചെമ്മൺ പാതയിലൂടെ പറമ്പിന്റെ അതിരിലുള്ള പാറക്കൂട്ടങ്ങൾ ചുറ്റി ഓടിച്ചു കൊണ്ടു പോകുന്നത്–

പെട്ടെന്നൊരു ദിവസം, അച്ഛൻ വീട്ടിൽ ഇല്ലാതായി.

താമരേത്ത് എന്ന വലിയ വീട്ടിലെ അടുക്കള ജോലിക്കാരിയായ ദേവു അമ്മൂമ്മ, അമ്മയുടെ അമ്മ, വൈകിട്ട്, പണി കഴിഞ്ഞ് കാലിൽ കുഴമ്പുമിട്ട് വരാന്തപ്പടിയിൽ ഇരിക്കുമ്പോൾ അവൻ ചോദിച്ചു–

അച്ഛൻ പോയിട്ട് ഇതുവരെ തിരിച്ചു വന്നില്ലല്ലോ–അതെന്താ അമ്മൂമ്മേ?

അകത്തുനിന്ന് സന്ധ്യാദീപം കത്തിക്കുകയായിരുന്നു. അവന്റെ ചോദ്യം കേട്ട് അമ്മ ഞെട്ടിത്തിരിഞ്ഞ് അമ്മൂമ്മയെ നോക്കി– ദേവു അമ്മൂമ്മയുടെ മുഖം പൊടുന്നനെ വാടുന്നതവൻ കണ്ടു.

അരികിലിരുന്ന, അവന്റെ ശിരസ്സ് തലോടി അവർ പറഞ്ഞു–

– എനിക്ക് അറിഞ്ഞൂട പൊന്നുമോനേ, ഇവളെ കിട്ടിയില്ലെങ്കിൽ ചത്തുകളയുമെന്ന് പറഞ്ഞ്, എത്രനാൾ പുറകെ നടന്നവനാ– ഇവക്കൊരു നല്ല കല്യാണാലോചന താമരേത്തുകാര് കൊണ്ടുവന്നത്, നടക്കുമെന്നായപ്പോൾ ഇവളേം കൊണ്ട് ഒളിച്ചോടിയവനാ– എന്നിട്ടോ, ദാ ഇപ്പോൾ വീട്ടിൽ കയറാതെ, വേറെ ഭാര്യയുമൊക്കെയായി പുതിയ കെട്ടിടമൊക്കെവെച്ച് സുഖമായി കഴിയുന്നു! എന്റെ തലേലെഴുത്ത്! അവനെ കാണണം കാണണം എന്ന് എപ്പോഴും പറയുന്നു നിന്നെപ്പോലും അവനോർക്കുന്നില്ലല്ലോ! കഷ്ടം!

അത് അവനും കേട്ടിരുന്നു–അടുത്ത വീട്ടിലെ നളിനിച്ചേച്ചിയുടെ മകൻ ബാലു, അവനേക്കാൾ രണ്ടുവയസ്സു മൂപ്പുണ്ടെങ്കിലും, അവന്റെ അടുത്ത കൂട്ടുകാരൻ, അവനോടൊരിക്കൽ പറഞ്ഞു–

എടാ നിന്റമ്മ, നിന്റെ അച്ഛന്റെ കൂടെ ഒളിച്ചോടിപ്പോയതാ, കല്യാണമൊന്നും കഴിച്ചിട്ടില്ല– താമരേത്തെ സാറ് പൊലീസിൽ പരാതികൊടുത്ത്, തിരിച്ച് പിടിച്ചോണ്ടു വന്നതാണെന്നും എന്റെ അമ്മ പറഞ്ഞു– അവര് തന്നെ നിന്റെ അച്ഛന് ജോലികൊടുത്ത് ഈ വീട്ടിൽ നാലഞ്ചു വർഷം താമസിപ്പിച്ചു. പക്ഷേ, പിന്നെ നിന്റമ്മയോട് പിണങ്ങി അച്ഛൻ അയാടെ വീട്ടുകാരുടെ അടുത്തേക്ക് പോയി. അവർ വേറെ കല്യാണമൊക്കെ കഴി

പ്പിച്ച് വീടും വച്ചുകൊടുത്തു- അതാ നിന്റച്ഛൻ വരാത്തെ-

അതവന് ഒട്ടും മനസ്സിലായില്ല, ഇത്രയും സ്നേഹമായി ഒന്നിച്ചു താമസിച്ചവർ- അവർ എങ്ങനെയാണ് പിണങ്ങുന്നത്-? അവന് ബാലുവിനെ ഒരു ദിവസം പോലും കാണാതിരിക്കാനാവില്ല. അവനുമായി പിണങ്ങുന്നതും മിണ്ടാതിരിക്കുന്നതും ആലോചിക്കാൻ പോലും കഴിയുന്നില്ല- പിന്നെ എങ്ങനെയാണ്, അമ്മയെ കിട്ടിയില്ലെങ്കിൽ മരിച്ചുകളയും എന്ന് പറഞ്ഞ് നടന്നയാൾ അമ്മയുമായി പിണങ്ങുന്നത്? അവൻ ചോദിച്ചു.

എന്തിനാ അച്ഛൻ പിണങ്ങിപ്പോയത്? നളിനിച്ചേച്ചി വല്ലതും പറഞ്ഞോ?

ബാലു ഉറപ്പില്ലാത്തതുപോലെ പറഞ്ഞു:

– ആ, എനിക്ക് ശരിക്കൊന്നും അറിയത്തില്ല. നിന്റെച്ഛന് താരച്ചേച്ചിയെ ഭയങ്കര സംശയമാരുന്നെന്നൊക്കെ അമ്മ പറഞ്ഞു കേട്ടിട്ടുണ്ട്-

അത് ഇടയ്ക്ക് അവന്റെ അമ്മ രാത്രി കിടക്കുമ്പോൾ അമ്മൂമ്മയോട് പറഞ്ഞു കരയുന്നത് അവൻ കേട്ടിട്ടുണ്ട്.

– എപ്പോഴും അമ്മ എന്തിനാ എന്നെ കുറ്റം പറയുന്നത്? ഞാനൊരാളെ സ്നേഹിച്ചു. അങ്ങേയറ്റം വിശ്വസിച്ചു, എന്റെ കല്യാണം വേറെ നടക്കുമെന്നായപ്പോൾ അയാൾ പറഞ്ഞതുകേട്ട് കൂടെ പോയി- ആ പ്രായത്തിൽ നമുക്കതൊക്കെ വല്യകാര്യമായിട്ടു തോന്നും- വേറെ ആരു പറയുന്നതും കേൾക്കാൻ തോന്നത്തില്ല

പിന്നെ കുറച്ചു നേരം മിണ്ടാതിരുന്നിട്ട് അമ്മ തുടർന്നു.

– എനിക്ക് നല്ല മാർക്കുണ്ടാരുന്നല്ലോ ഡിഗ്രിക്കു വിടാൻ പറഞ്ഞിട്ട് അമ്മയ്ക്ക് പറ്റത്തില്ലെന്ന് പറഞ്ഞു. അന്നേരം താമരേത്തെ സാറ് ലാബ് ടെക്നിഷ്യൻ കോഴ്സിന് പഠിപ്പിച്ചു ജോലിയാക്കിത്തന്നു-ആ ജോലി കളയണമെന്നയാള് പറഞ്ഞു. എനിക്കു കൂടുതൽ പഠിക്കാനോ പറ്റിയില്ല, ഒരു ജോലി കിട്ടിയത് കളഞ്ഞിട്ട് വീട്ടില് ചുമ്മാ ഇരിക്കണോ? അതാണോ ഞാൻ ചെയ്ത കുറ്റം? എന്നിട്ടും ഞാൻ കുഞ്ഞിന് ഒരു വയസ്സാവുന്നതു വരെ ജോലിക്കു പോയില്ല- പ്രസാദേട്ടന്റെ ഡ്രൈവർപണികൊണ്ട് ചെലവ് നടത്താൻ പറ്റാതായപ്പോഴാ ഞാൻ താമരേത്തെ സാറിനോടു പറഞ്ഞ് അവരടെ ആശുപത്രീൽ വീണ്ടും ജോലിക്കു കയറിയത്- അന്നുതൊട്ട് ഓരോരോ കുറ്റങ്ങളും- ഈശ്വരാ എത്ര എത്ര സഹിച്ചു!!- ആശുപത്രീന്ന് വരുമ്പം തുടങ്ങും. വഴക്കും ദേഷ്യവും –അമ്മയ്ക്കും അതറിയാമല്ലോ- അമ്മേം എന്നും കണ്ടതാണല്ലോ-

ദേവു അമ്മൂമ്മ പറഞ്ഞു

– നീ സൂക്ഷിക്കണമായിരുന്നു- നീ തന്നെ മുൻകൈയെടുത്ത് ജോലിക്കു പോയിത്തൊടങ്ങിയതല്ല്യോ-

അവനെപ്പോഴും ഒരു വിചാരമൊണ്ട്, അവൻ കറുത്തതാണെന്നും കാണാൻ അത്ര പോരാന്നും അവന് അധികം പഠിത്തമില്ലെന്നും ഒക്കെ-

അവന് വീട്ടിൽ സമ്പത്തൊക്കെയൊണ്ടേലും, കാണാൻ നല്ല പെമ്പിള്ളാരെയൊന്നും കിട്ടത്തില്ലെന്നൊക്കെ അവൻ പറയുമാരുന്നെന്ന് അവന്റെ കൂട്ടുകാരൻ ജോസ് എന്നോട് പറഞ്ഞിട്ടുണ്ട്. നിന്റെ നെറവും മുടിയുമൊക്കെ കണ്ടല്ല്യോ അവൻ പുറകെ നടന്നത്? അവന് എപ്പോഴും പേടിയാ, അവനെ കാണാൻ കൊള്ളാത്തത് കൊണ്ട് കൊറച്ചു കഴിയുമ്പോ നീ വല്ലോരുടേം കൂടെ പോമെന്ന്–അതവൻ തന്നെ വഴക്ക് പിടിക്കുമ്പോ പറയുന്നത് നീ കേട്ടിട്ടില്ല്യോ? നീ അപ്പഴ് സൂക്ഷിക്കണമാരുന്നു, അങ്ങനെ സംശയമൊള്ള ഒരാൾക്ക് അതിനിടകൊടുക്കരുതാരുന്നു– അമ്മ പറഞ്ഞു.

– ഒരു ആശുപത്രിയിലെ ലാബിൽ ജോലി ചെയ്യുമ്പോൾ പലരോടും അടുത്ത് ഇടപെടേണ്ടിവരും– അവരോടു നന്നായി പെരുമാറിയതാണോ എന്റെ കുറ്റം? എല്ലാർക്കും എന്നെ ഇഷ്ടമാണെന്ന് പറയുന്നത് കേൾക്കുമ്പോഴേ ദേഷ്യം തുടങ്ങും.

– നീ ജയദേവനോട് എപ്പോഴും കൂടുതൽ വർത്തമാനം പറയുന്നെന്നല്ല്യോ അവന്റെ പരാതി– അതുകൊണ്ട് കുറച്ചൂടെ അടക്കത്തോടെ ജീവിക്കണമാരുന്നു–

അമ്മ എഴുന്നേറ്റിരുന്നു.

– എന്തിനാ അമ്മേം അതുതന്നെ പറയുന്നത്?

പ്രസാദേട്ടനെ കാണുന്നതിനു മുമ്പേ എനിക്ക് ജയദേവൻ ചേട്ടനെ അറിയാമല്ലോ? അമ്മയ്ക്കും അറിയാം– അമ്മേടെ ഒരു ബന്ധുവല്ലേ–അമ്മയ്ക്ക് പൈസയ്ക്കാവശ്യം വന്നപ്പോഴൊക്കെ ജയദേവൻ ചേട്ടന്റെ അച്ഛനൊക്കെ സഹായിച്ചിട്ടില്ലേ? താമരേത്തുകാരുടെ ആശുപത്രീലെ എല്ലാ ഓഫീസ് കാര്യവും ജയദേവൻ ചേട്ടനാ നോക്കുന്നത്– ഞാനവിടെ ജോലിക്ക് കേറിയപ്പോൾ എന്നെ ഒരുപാട് സഹായിച്ചിട്ടുമുണ്ട്– ആരുമില്ലാത്ത കുട്ടിയാ എന്ന് പറഞ്ഞ്– അല്ലാതൊരു ബന്ധോമില്ല– ചേട്ടന് കുടുംബമൊക്കെ ഉള്ള ആളാണുതാനും. ആരും എന്നെ വിശ്വസിക്കാത്തതെന്താ–? പ്രസാദേട്ടൻ തന്നെയല്ലേ ഇതൊക്കെ പറഞ്ഞു പരത്തിയത്–? എന്തൊരു കഷ്ടമാ ഇത്!

ദേവു അമ്മൂമ്മ പിന്നെയും പറഞ്ഞു.

അവർ കരയുന്നുണ്ടായിരുന്നു.

– എനിക്ക് നീ വിഷമിക്കാതിരിക്കണം എന്നേയുള്ളു. ഇപ്പോൾ ദാ അവനിട്ടേച്ചു പോയില്ല്യേ? നിന്റെയച്ഛൻ താമരേത്തുകാര്ടെ പുറംപണിക്കാരനാരുന്നു. അവരുടെ പുളിമരത്തിൽ പുളി പറിക്കാൻ കേറി താഴെ വീണ്, മരിച്ചു പോയതുകൊണ്ട്, അവരീ പുരേടത്തിൽ തന്നെ രണ്ടുമുറി വീടും വച്ചു തന്ന് താമസിപ്പിച്ചു– നിനക്കവര് തൊഴില് പഠിപ്പിച്ചു ജോലിതന്നു– പ്രസാദിനെയും അവരുടെ ഓഫീസ് ഡ്രൈവറാക്കി.

– ഇപ്പഴും ഞാൻ ഈ പ്രായത്തിലും അവരുടെ അടുക്കളേൽ കെടന്നു പണിയുന്നു–പക്ഷേ, എന്റെ കാലം കഴിയുമ്പോ നിനക്കാരുണ്ട്? ഞാനാ

രോടാ എന്റെ ഈശ്വരാ ഇതൊക്കെ പറയുന്നെ–?

അമ്മ മുഖം പൊത്തി തേങ്ങി. – ഞാനെന്തു വേണമെന്നാ അമ്മ പറയുന്നേ–? ഞാനൊരു തെറ്റും ചെയ്തിട്ടില്ല. പ്രസാദേട്ടനെ അത്രയ്ക്ക് വിശ്വസിച്ചു– എന്റെ കഴുത്തിൽ ഒരു താലിവേണമെന്നു പോലും ഞാൻ പറഞ്ഞില്ല– എന്റെ കൂടെ എന്നും കാണുമെന്ന് വിചാരിച്ചു പോയി

– ഞാനത്ര മണ്ടിയായിരുന്നു–

അമ്മ, നെഞ്ചു പിളരുന്നതു പോലെ ഏങ്ങലടിച്ചു കരഞ്ഞുകൊണ്ട് തണുത്ത വെറും നിലത്ത് തല വച്ചു കിടന്നു– അവൻ ഇരുട്ടത്ത് ഉറങ്ങാനാവാത്ത രണ്ടുപേരുടെയും ഇടയിൽ വിങ്ങലോടെ കിടന്നു–

ആ വീർപ്പുമുട്ടൽ തീർന്നത് ഒരു ദിവസം അച്ഛൻ സ്കൂളിൽ വന്നപ്പോഴായിരുന്നു–

അവനന്ന് അഞ്ചാം ക്ലാസിൽ പഠിക്കുകയായിരുന്നു. ഉച്ചയ്ക്ക് ബെല്ലടിക്കുന്നതിന് തൊട്ടുമുമ്പാണ് പ്യൂൺ വന്ന് ഹെഡ്മാസ്റ്റർ വിളിക്കുന്നുവെന്ന് അറിയിച്ചത്.

– മുറിയിൽ ചെന്നപ്പോൾ അച്ഛൻ ഹെഡ്മാസ്റ്ററുടെ മുമ്പിൽ നില്ക്കുന്നു.

അവൻ സങ്കോചത്തോടെയും വിഷമത്തോടെയും അച്ഛനെ നോക്കി– മങ്ങിയ കണ്ണാടിത്തുണ്ടിൽ കാണുന്ന രൂപം പോലെ അവൻ ആ മുഖം ഓർമ്മയിൽ പരതി– ഇരുണ്ടനിറവും വലിയ കണ്ണുകളും, കഷണ്ടികയറിയ നെറ്റിയും– ഹെഡ്മാസ്റ്റർ പറഞ്ഞു.

– അച്യുത് പ്രസാദ്– ഇത് നിന്റെ അച്ഛനാണ്? നിനക്കോർമ്മയുണ്ടോ? നിന്റെ വീട്ടിലെ പ്രശ്നങ്ങളൊക്കെ പ്രസാദ് പറഞ്ഞു. വീട്ടിൽ വരാൻ പറ്റാത്തതുകൊണ്ട് ഇവിടെ വന്നതാണ് നിന്നെ കാണാൻ– കുറച്ചു നേരം നിന്റെ കൂടെ ഇരിക്കണമെന്ന് ആഗ്രഹം. പൊയ്ക്കോളൂ.

അച്ഛൻ അവന്റെ കൈപിടിച്ച് വരാന്തയിലേക്കു നടന്നു. മുറിക്കു പുറത്തു വന്നപ്പോൾ അച്ഛൻ അവനെ എടുത്തു പൊക്കി നെഞ്ചോട് ചേർത്തു. അച്ഛന്റെ കണ്ണുകൾ തുളുമ്പുന്നുണ്ടായിരുന്നു. അയാൾ അവന്റെ നെറ്റിയിൽ ചുംബിച്ചു–

– എന്റെ മോനേ– എത്രനാളായെടാ നിന്നെ കണ്ടിട്ട്– ഞാൻ ഇവിടില്ലാരുന്നു–പുറത്തായിരുന്നെടാ–തിരിച്ചുവന്നു–ഇനി പോവുന്നില്ല––എനിക്ക് നിന്നെ കാണാതിരിക്കാൻ പറ്റുമോ?

–എന്റെ ചോരയല്ലേ നീ–നീ എന്നെ തിരക്കുന്നൊക്കെ ഞാനറിഞ്ഞു മോനേ–

അവനു കരച്ചിൽ വന്നു. വിതുമ്പിക്കൊണ്ട് അവൻ ചോദിച്ചു.

–അച്ഛനെന്താ വീട്ടില് വരാത്തെ–?

അച്ഛൻ വരാന്തയിലെ അരമതിലിലിരുന്ന് അവനെ മടിയിൽവച്ചു– പിന്നെ പറഞ്ഞു.

–അതൊന്നും നിനക്കിപ്പോ മനസ്സിലാവത്തില്ല മോനേ. ഞാൻ നിന്നെ ഇവിടെ കാണാൻ വരാം.

– അച്ഛന് അമ്മേം അമ്മൂമ്മേം കാണണ്ടേ?

അച്ഛന് നല്ല കമ്പനീല് ജോലിയായെന്ന് അമ്മ പറഞ്ഞു. ഇപ്പഴ് നല്ല ശമ്പളം കിട്ടുമെന്നൊക്കെ പറഞ്ഞു.

അച്ഛൻ ഒന്നും പറഞ്ഞില്ല. പിന്നെ ചോദിച്ചു

– അവരൊക്കെ സുഖമായിരിക്കുന്നോ? താരയും അമ്മയുമൊക്കെ ജോലിക്കു പോകുന്നുണ്ടല്ലോ?

അമ്മൂമ്മായ്ക്ക് അസുഖമൊന്നും ഇല്ലല്ലോ–?

പിന്നീട് അതു പതിവായി. എല്ലാ ആഴ്ചയിലും അച്ഛൻ വരും. അവനൊപ്പം കുറച്ചു നേരം ഇരുന്നിട്ട് തിരിച്ചു പോകും. ഇടയ്ക്ക് ചിത്രകഥാ പുസ്തകങ്ങളും ഉടുപ്പും പലഹാരങ്ങളും കൊണ്ടുവരും. അവൻ അതൊക്കെ അമ്മ കാണാതെ ഒളിപ്പിച്ചു വച്ചു, ബാലു അമ്മയോടു പറയുന്നതുവരെ–

– താരചേച്ചീ, ഇവന് പറയാൻ പേടിയാ– പ്രസാദ് ചേട്ടൻ അച്ചുനെ കാണാൻ ഇടയ്ക്ക് ഇടയ്ക്ക് സ്കൂളിൽ വരും.

അമ്മ, പെട്ടെന്ന് അമ്പരപ്പോടെ തലയുയർത്തി അവനെ നോക്കി–

– ശരിയാണോ അച്ചൂ. നീ എന്താ പറയാത്തത്–?

അവൻ ഭയത്തോടെ, മിണ്ടാതെ നിന്നു– ബാലുവാണ് പറഞ്ഞത്, എടാ വേറൊരാൾ പറഞ്ഞറിഞ്ഞാൽ താരച്ചേച്ചി നിന്നോട് വഴക്കിനു വരും ഞാൻ അതുകൊണ്ട് പറയാൻ പോവാ.

പക്ഷേ, അമ്മ വഴക്കു പറഞ്ഞില്ല, രാത്രി വൈകുവോളം വെറും തറയിൽ കമഴ്ന്നു കിടന്നുകരഞ്ഞു. ദേവു അമ്മൂമ്മയുടെ ദീർഘനിശ്വാസങ്ങൾ മുറിയെ പൊള്ളിച്ചു–

എന്നാൽ, അച്ഛന്റെ അടുത്തിരിക്കുമ്പോൾ, അവന് സുഗന്ധമുള്ള തണുത്ത കാറ്റ് ഏല്ക്കുന്ന സുഖമായിരുന്നു– കൊടുംചൂടിൽ. ഒരു തൂവൽ ചിറകിന്റെ നിഴലിലിരിക്കുന്ന ആശ്വാസമായിരുന്നു. അവൻ അച്ഛന്റെ സാമീപ്യം കൊതിച്ചു, എല്ലാ ദിവസവും– മറ്റു കുട്ടികൾ ചോദിച്ചു

– അതെന്താ നിന്റെ അച്ഛൻ ഇവിടെ വരുന്നേ?

നിന്റെ അച്ഛൻ വീട്ടിലല്ലേ താമസം–?

അവൻ ഗമ പറഞ്ഞു.

– എന്റെ അച്ഛൻ ഒരു വല്യ കമ്പനീലെ ഡ്രൈവറാ– ദൂരെ പോകണം എപ്പഴും– ഒന്നുരണ്ടാഴ്ചയൊക്കെ കഴിഞ്ഞേ ഓട്ടം പോയാൽ വരത്തൊ ഉള്ളൂ–അപ്പോൾ ഇടയ്ക്ക് എന്നെ കാണാൻ വേണ്ടി ഓടി വരുന്നതാ– തൊക്കെ അവിടുന്ന് കൊണ്ടുവന്ന ഉടുപ്പൊക്കെയാ–

പിന്നെയും അമ്മ ഇടയ്ക്കിടയ്ക്ക് രാത്രി ഏങ്ങിക്കരഞ്ഞു.

– കണ്ടോ, എന്നെ വേണ്ട– എന്റെ കൊച്ചിനെ വേണം– അവന് കളി

പ്പാട്ടവും ഉടുപ്പും എല്ലാം കൊടുക്കും- ഞാൻ ചത്തോ ജീവിച്ചോ എന്നു പോലും തിരക്കത്തില്ല- എന്നോടു വഴക്ക് പിടിക്കുമ്പോ പറയുന്നത് അമ്മ കേട്ടിട്ടില്ലേ- നിന്നെ വല്ലവരും നോക്കുന്നതുപോലും എനിക്ക് ഇഷ്ടമല്ല എന്ന്. എന്നിട്ടും ഇപ്പോ, ഞാൻ ഇവിടെ ഒറ്റയ്ക്ക് കഴിയുന്നു- പ്രസാദേട്ടന്, വീടായി കുടുംബമായി- ഇപ്പോൾ മോനെയും കിട്ടി-നഷ്ടമെല്ലാം എനിക്കുമാത്രം-

ദേവു അമ്മൂമ്മ പറഞ്ഞു.

- എന്നും പറഞ്ഞ്, പ്രസാദ് മോനേ കാണാൻ വരുന്നത് വിലക്കാൻ നമുക്കൊന്നും പറ്റത്തില്ല. അവന്റെ കുഞ്ഞല്ല്യോ? വളർന്നു വരുന്ന ആൺ കൊച്ചാ- അവന് പലപ്പോഴും അച്ഛന്റെ ആവശ്യം വരും. പിന്നെ പ്രസാദിനും വിഷമം കാണും- അവന്റെ കല്യാണം കഴിഞ്ഞിട്ടിത്രനാളായിട്ടും ഇതുവരെ കൊച്ചുങ്ങളായില്ലല്ലോ-

അമ്മ മുഖം തുടച്ചു ചരിഞ്ഞു കിടന്നു-

-എന്റെ കണ്ണീരിൽ ചവുട്ടിപ്പോയല്ലേ അയാൾ ഒരു പെണ്ണിനെ കൊണ്ടുവന്നത്-ദൈവം കാണുന്നുണ്ട് ഇതൊക്കെ- ശാപം കിട്ടും അയാൾക്ക്-

പക്ഷേ, കുറച്ചുനാൾ കഴിഞ്ഞ്, അച്ഛൻ വന്നപ്പോൾ പറഞ്ഞു.

- മോനേ, നിനക്കൊരു അനിയത്തി ഉണ്ടായി- നിനക്ക് അച്യുത് എന്ന് ഞാനാ പേരിട്ടത്-അതുകൊണ്ടവൾക്ക് ആർച്ച എന്ന് പേരിട്ടു-അച്ചു, ആർച്ച എന്താ കൊള്ളാമോ?

അവൻ ആ കുഞ്ഞിനെ കാണണമെന്ന് ആഗ്രഹിച്ചു, അച്ചു ചോദിച്ചു.

- കുഞ്ഞുവാവ എങ്ങനെയിരിക്കും? അടുത്ത തവണ വരുമ്പോൾ കൊണ്ടുവരുമോ?

അച്ഛൻ ചിരിച്ചു- അടുത്ത തവണ അച്ഛൻ വന്നത് ഒരു ജീപ്പിലാണ്. പുതിയതായി വാങ്ങിച്ച ജീപ്പാണ്-അതിൽ അവനെ കയറ്റി ടൗണിൽ കൊണ്ടുപോയി ഉടുപ്പും മിഠായിയും വാങ്ങി നല്കി.

- മോനേ, ഈ വരുന്ന പത്താം തീയതി കുഞ്ഞിന്റെ നൂലുകെട്ടാണ്. നീ വീട്ടിൽ വരണം. ഈ ഉടുപ്പിട്ടു കൊണ്ടുവേണം വരാൻ- മുട്ടായി നിന്റെ കൂട്ടുകാർക്ക് കൊടുക്ക്- നിനക്ക് ഒരു കുഞ്ഞുപെങ്ങൾ ഉണ്ടായതല്ലേ-?

അവൻ വിഷമിച്ചു, അടുത്താഴ്ച എങ്ങനെ അച്ഛന്റെ വീട്ടിൽ പോകും? അറിഞ്ഞാൽ അമ്മ വഴക്കു പറയും, കരയും-

അച്ഛൻ അത് ഊഹിച്ചതുപോലെ പറഞ്ഞു.

- ഞാൻ ദേവു അമ്മൂമ്മയോടു പറയാം. നിന്നെ ഞാൻ സ്കൂളിൽ വന്ന് വിളിച്ചോണ്ടു പൊയ്ക്കോളാം കേട്ടോ.

നീ പുത്തനുടുപ്പിട്ടു ഒരുങ്ങിയിരിക്കണം-

അച്ഛൻ പക്ഷേ, വീട്ടിലേക്ക് വന്നില്ല- താമരേത്ത് ചെന്ന്, ദേവു അമ്മൂ

മ്മയെ കണ്ടു. അമ്മൂമ്മ വൈകിട്ടു വന്നു പറഞ്ഞു.

– താരേ, പ്രസാദ് എന്റടുത്തു വന്നു.

അവൻ എന്റെ കൈക്ക് പിടിച്ച് കുറെനേരം നിന്നു. ഞാൻ എന്തു പറയാനാ? താമരേത്തെ വലിയമ്മ എറങ്ങിച്ചെന്ന് അവനോടെന്തൊക്കയോ പറഞ്ഞു ശകാരിച്ചു, അവൻ ഒന്നും പറയാതെ കേട്ടു നിന്നു– അവസാനം പറഞ്ഞു, അമ്മേ ഇതെന്താ എല്ലാവരും എന്നെ കുറ്റപ്പെടുത്തുന്നത്? താരയോടു ചോദിക്ക്, അവൾ ജയദേവന്റെ ബൈക്കിന്റെ പുറകിലിരുന്ന് ആശുപത്രിയിൽ പോകുന്നത് ഞാനെന്റെ കണ്ണുകൊണ്ടു കണ്ടതാ. ഇതുകൊണ്ടൊക്കെയാ ഞാൻ അവൾ ജോലിക്കു പോകുന്നത് നിർത്താൻ പറഞ്ഞത്– ഞാൻ എന്റെ വീടും വീട്ടുകാരെയെല്ലാം മറന്നാണ് അവളു മാത്രം മതിയെന്നു പറഞ്ഞ് ജീവിച്ചത്. അപ്പോൾ ഞാൻ പറഞ്ഞത് കേൾക്കത്തില്ല– അവളെ ഞാൻ പൊന്നുപോലെയാ നോക്കിയത്– അത് അവൾ ഓർത്തില്ലല്ലോ–

അമ്മ ദേഷ്യത്തോടെ പറഞ്ഞു, അതുകേട്ടപ്പോൾ– ഒരു ഹർത്താലിന്റെ അന്നായിരുന്നു അത്. ഞങ്ങളു വന്ന ആശുപത്രിയുടെ വാൻ വഴിയിൽ ബ്രേക്ഡൗണായപ്പോൾ അതുവഴിവന്ന ജയദേവൻ ചേട്ടൻ ബൈക്കിൽ ഹോസ്പിറ്റലിൽ എത്തിച്ചു– ഞാൻ മാത്രമല്ല, എന്റെ കൂടെയുള്ള സുധയെയും റാണിയെയും എല്ലാം ബൈക്കിൽ ഓരോരുത്തരായി കയറ്റിക്കൊണ്ടുപോയി– അവർക്കാർക്കും ഒരു കുഴപ്പവുമില്ല–അന്ന് ഇവിടെ വന്ന് വഴക്കിട്ടപ്പോഴേ ഞാൻ കാര്യം എല്ലാരോടും പറഞ്ഞില്ലേ? എന്നാലും സംശയമാ–

ഒരു പഞ്ചവർണ്ണക്കിളിയെ പിടിച്ച് സ്വർണ്ണമാലയും പട്ടുടുപ്പും ഇടീച്ച് കൂട്ടിലിട്ട് പൂട്ടി കൈയിൽ തൂക്കിക്കൊണ്ടു നടക്കുന്നതു പോലെയാ– ഇടംവലം തിരിയാൻ എന്നെ സമ്മതിക്കത്തില്ല, എനിക്ക് ശ്വാസം വിടാൻ പോലും വയ്യ പേടിച്ചിട്ട്– എന്നിട്ട് ജീവനാ ജീവനാ എന്ന് പറയും– ഇത് സ്നേഹമാണോ– ഇതാണോ സ്നേഹം? എനിക്ക് അറിഞ്ഞുകൂടാ–

ഇത് സ്വാർത്ഥതയാ, അല്ലാതെന്താ? ആകെ മടുത്തിട്ടാ ഞാൻ ജോലിക്കു പോകണമെന്നു പറഞ്ഞത്–

അപ്പോൾ അതായി കുറ്റം!– ഈശ്വരാ എന്തൊരു പരീക്ഷണമാണ് ഇത്?

ദേവു അമ്മൂമ്മ പരിക്ഷീണയായി, കുഴഞ്ഞ് വീഴുന്നതുപോലെ പടിയിൽ ചാഞ്ഞിരുന്നു.

– എനിക്കൊന്നും അറിഞ്ഞൂടാ എന്റെ മേക്കാവിൽ ഭഗവതീ, അവൻ പറയുമ്പം അതാ ശരിയെന്ന് തോന്നും– ഇതിന്നിടേല് കെടന്ന് ഈ പാവം കുഞ്ഞ് കെടന്ന് ഞെരിയുകയാ– അവനെന്തു മഹാപാപം ചെയ്തു എന്റെ ഭഗവതീ–

പിന്നെ അവനെ ചേർത്തു പിടിച്ച് ദേവു അമ്മൂമ്മ പറഞ്ഞു.

– മോനേ, നീ പോണേൽ പൊയ്ക്കോ നിന്റെച്ഛനല്ല്യോ വിളിക്കുന്നത്? എനിക്കത് തടയാൻ പറ്റുമോ?

അന്ന് രാത്രി, ദേവു അമ്മൂമ്മയുടെ നെഞ്ചത്ത് മുഖം ചേർത്ത് ഉറങ്ങാൻ കിടക്കുമ്പോൾ, പണ്ട് അമ്മൂമ്മ പറഞ്ഞുതന്ന ധ്രുവന്റെ കഥ അവനോർത്തു– മഹാരാജാവായ അച്ഛന്റെ മടിയിലിരിക്കാൻ കൊതിച്ച ധ്രുവൻ –അതിന് അവസരം നിഷേധിക്കപ്പെട്ടപ്പോൾ, ആ അവകാശം നേടാൻ കൊടും തപസ്സു ചെയ്ത ധ്രുവൻ, ഒടുവിൽ മഹാവിഷ്ണു പ്രത്യക്ഷപ്പെട്ട് സകല ലോകങ്ങൾക്കും ഉപരിയായ വിഷ്ണുപദമെന്ന വരം കൊടുത്ത ധ്രുവൻ–

അവനോർത്തു, ഭഗവാൻ പ്രത്യക്ഷപ്പെട്ട് ആ വരം തരാമെന്ന് പറഞ്ഞാൽ എന്താണ് ഞാൻ ചെയ്യുക? അവനതിൽ സംശയങ്ങളേതുമില്ല, ആകാശത്തിന്റെ ഉച്ചത്തിലുള്ള, നക്ഷത്രലോകങ്ങൾക്കപ്പുറമുള്ള വിഷ്ണുപദമെന്ന ധ്രുവമണ്ഡലം വേണ്ട, അച്ഛന്റെ മടിത്തട്ടുമാത്രം മതിയെന്നാണ് ഞാൻ പറയുന്നത്. അവിടെ കല്പാന്ത കാലത്തോളം ഇരുന്നാൽ മതിയെന്ന അനുഗ്രഹം മാത്രമാണ് എനിക്കുവേണ്ടത്.

അവൻ തുറന്നു കിടക്കുന്ന കിളിവാതിലിലൂടെ, ഗഗനത്തിന്റെ ഇരുണ്ട കവിൾത്തടത്തിൽ ഒരു കണ്ണീർക്കണം പോലെ തുളുമ്പി നില്ക്കുന്ന ധ്രുവനക്ഷത്രത്തെ നോക്കിക്കിടന്നു.

പിറ്റേന്ന്, അച്ഛന്റെ വീട്ടിൽ ആദ്യമായി പോയി, അനിയത്തിയുടെ അടുത്ത്, അതിന്റെ ചെമ്പകപ്പൂപോലെ മൃദുവായ കുഞ്ഞുവിരലുകൾ തലോടി ഇരിക്കുമ്പോൾ, ഇതിനപ്പുറം ഒരു ഉല്കൃഷ്ട ലോകവും വേണ്ട എന്ന് പിന്നെയും പിന്നെയും അവന് തോന്നി. ആ വീട്ടിലേക്കു കയറിച്ചെന്നപ്പോൾ അകത്ത് നിലവിളക്കിന്റെ പ്രകാശമുള്ള ചിരിയുമായി, കുഞ്ഞിനെ ചേർത്ത് പിടിച്ച് ഇരിക്കുന്ന സ്ത്രീയെ കാണിച്ച് അച്ഛൻ പറഞ്ഞു.

– ഇത് മായ ആണ്– നിന്റെ അനിയത്തിയുടെ അമ്മ– നീ മായക്കുഞ്ഞമ്മ എന്ന് വിളിച്ചാൽ മതി.

വലംകൈ കൊണ്ട് അവനെ ചേർത്തു പിടിച്ച് മായക്കുഞ്ഞമ്മ പറഞ്ഞു.

– പ്രസാദേട്ടൻ എപ്പോഴും മോന്റെ കാര്യം പറയും. ഞാനാണ് മോനെ കൊണ്ടുവന്ന് പെങ്ങളെ കാണിക്കാൻ പറഞ്ഞത്. അച്ചൂനെ ഞാൻ കണ്ടിട്ടില്ലെന്നേയുള്ളു. എല്ലാ കാര്യവും അറിയാം.

വീട്ടിനു മുമ്പിലെ കാവിലെ കൽവിളക്കിൽ നിശ്ശബ്ദമായി തെളിഞ്ഞു നില്ക്കുന്ന ചെറുതിരി വെളിച്ചത്തെയാണ് അവൻ മായക്കുഞ്ഞമ്മയെ കണ്ടപ്പോൾ ഓർത്തത്. അവരുടെ സ്നേഹത്തിന്റെ നേർത്ത ചൂടും പ്രകാശവും അവനെ സമാശ്വസിപ്പിച്ചു. ആ മുറിയിൽ നിറഞ്ഞുനിന്ന പൊട്ടിച്ചിരികളും സംഗീതവും കേൾക്കുമ്പോൾ അവൻ, അവിടെ എന്നും

നില്ക്കാൻ പറ്റിയെങ്കിൽ എന്ന് ആശിച്ചു.

ആരോടു പറയാനാണിതൊക്കെ–?

രാത്രി, പഠിത്തം കഴിഞ്ഞ് കിടക്കാനൊരുങ്ങുമ്പോൾ ഇടുങ്ങിയ രണ്ടു മുറി വീട്ടിലെ, ഇരുട്ടും തൊട്ടപ്പുറത്തുള്ള അടുക്കളയിൽനിന്ന് പുകഞ്ഞു കത്തുന്ന, കനൽ കെടാത്ത അടുപ്പിന്റെ തീക്ഷ്ണഗന്ധവും അവനെ ശ്വാസം മുട്ടിച്ചു–

– അച്ഛന്റെ വലിയ വീട്ടിലെ പ്രകാശവും പൂന്തോട്ടത്തിലെ വർണ്ണ പുഷ്പങ്ങളും അവനെ അപ്പോൾ നിശ്ശബ്ദം ക്ഷണിച്ചു–

ആ ആഴ്ച അച്ഛൻ വന്നപ്പോൾ അവൻ ചോദിച്ചു.– അവൻ രണ്ടു ദിവസം അവിടെ വന്ന് നില്ക്കട്ടെ–?

അച്ഛൻ വർദ്ധിച്ച ആഹ്ലാദത്തോടെ അവനെ മുറുകെ പുണർന്നു.

– പിന്നെന്താ നീ വാ– അടുത്താഴ്ച പൂജേടെ അവധിയല്ലേ? നമുക്കൊരു യാത്ര പോവാം– നീ അമ്മൂമ്മേടെ സമ്മതം വാങ്ങിക്ക്.

ആ യാത്ര അവന് പ്രഭാപൂർണ്ണമായ ഓർമ്മയായിരുന്നു. അച്ഛന്റെ വീടിന്റെ അടുത്തുള്ള ഇലഞ്ഞിപ്പൂമ്പുഴയിലൂടെ അച്ഛൻ തന്നെ ഏർപ്പാടു ചെയ്ത ഒരു തോണിയാത്ര– അച്ഛനും മായക്കുഞ്ഞമ്മയും കുഞ്ഞനിയത്തിയും ഒത്തുള്ള ഒരു ദീർഘ സഞ്ചാരം– ഇലഞ്ഞിമരങ്ങളും പുല്ലാനിപ്പൊന്തകളും അതിരിട്ട പുഴയുടെ മാറിൽ എരിഞ്ഞ മണമുള്ള ഇലഞ്ഞിപ്പൂക്കൾ ചിതറിക്കിടന്നു. പല മടക്കുകളായി ചരിഞ്ഞുകിടക്കുന്ന ഒരു ചെറുകുന്നിന്റെ താഴ്വാരം ചുറ്റിയൊഴുകുന്ന പുഴയുടെ അങ്ങേക്കരയിൽ അച്ഛന്റെ കൂട്ടുകാരന്റെ ടൂറിസ്റ്റ് ഹോം. അവിടെ പകൽ ചെലവിട്ടതിന് ശേഷം മടക്കയാത്രയിലാണ് അവനാ കാഴ്ച കണ്ടത്. ഇടയ്ക്ക് വച്ച് പുഴ ഒഴുകി പോകുന്നത് അപ്പുറവും ഇപ്പുറവും, നിറഞ്ഞു നില്ക്കുന്ന രണ്ടു പാറക്കെട്ടുകളുടെ ഇടയിലൂടെ– ചെറിയ അരുവിപോലെ നേർത്ത് ആ കൽക്കെട്ടുകളുടെ ഇടയിലൂടെ, ഇലഞ്ഞിപ്പൂമ്പുഴ ഒഴുകുമ്പോൾ, അവൻ മുകളിലേക്കു നോക്കി. കരിംപായൽ പറ്റിപ്പിടിച്ച കൽഗുഹയുടെ ഉൾവശത്ത് അന്ന് അവൻ കണ്ട കാഴ്ച അവന് ഒരിക്കലും മറക്കാനാവില്ല. ചുവന്ന മൂവന്തിനേരത്ത്, നനവൂറുന്ന പാറപ്പൊത്തിൽ ആ അസംഖ്യം മിന്നാമിനുങ്ങുകൾ പറ്റിപ്പിടിച്ചിരുന്നു; അത് അലൗകികമായ ഒരു ദൃശ്യാനുഭവമായിരുന്നു അവന്, മിന്നാമിന്നികൾ നിമിഷാർദ്ധത്തിൽ തെളിയുകയും മങ്ങുകയും ചെയ്യുന്നത് കണ്ട് ആഹ്ലാദം കൊണ്ട് മതിമറന്നിരുന്ന അവന്റെ ചുമലിൽ കൈയിട്ടു കൊണ്ട് അച്ഛൻ ചോദിച്ചു.

– മോനെ, നീയിതു പോലൊരു കാഴ്ച എന്നെങ്കിലും കണ്ടിട്ടുണ്ടോ?

അവനോർത്തു, ഇതെന്നല്ല, ഒരു കാഴ്ചയും ഞാൻ കണ്ടിട്ടില്ല.

സ്കൂൾ വിട്ടാൽ വീട്– കൂട്ടുകാരനും ബന്ധുവും എല്ലാം ബാലുമാത്രം– ഇടയ്ക്ക് അവനോടൊപ്പം താമരത്തെ വീട്ടിന്റെ വിശാലമായ പറമ്പിലെ പറങ്കിമാവിൻ കൂട്ടങ്ങളിലേക്ക്, വിശറിപ്പനകൾ നിരന്നു നില്ക്കുന്ന

മൺവഴിയിലേക്കും അതിരിലെ പാറക്കൂട്ടങ്ങളിലേക്കും ഉള്ള നടത്തങ്ങൾ. പിന്നീട് തിരിച്ചു മുറിയിൽ– പാഠപുസ്തകങ്ങളുടെ വെളുത്ത താളുകളിൽ തെളിഞ്ഞു നില്ക്കുന്ന കറുത്ത അക്ഷരങ്ങളെ കൂട്ടുപിടിച്ച് അറിയാത്ത ലോകങ്ങളിലേക്കുള്ള യാത്രകൾ മാത്രം–പിന്നീട് അച്ഛനോടൊപ്പം എത്രയോ ചെറുയാത്രകൾ– സ്നേഹവും സന്തോഷവും മിന്നാമിനുങ്ങുകളെപ്പോലെ മിന്നിമിന്നിത്തെളിയുന്ന സുവർണ്ണ നിമിഷങ്ങൾ–

പെട്ടെന്ന്, കാലിഡോസ്കോപ്പിലെ വർണ്ണചിത്രങ്ങൾപോലെ അവന് ഓർത്തോർത്ത് ആഹ്ലാദിക്കാൻ നിറവാർന്ന മധുര സ്മൃതികൾ, അച്ചുവേട്ടാ എന്ന് വിളിച്ച് അവന്റെ കൈവിരലുകളിൽ പിടിച്ച് അനിയത്തി നടക്കുന്നത്. മായക്കുഞ്ഞമ്മ അവനിഷ്ടമുള്ള ഉടുപ്പുകൾ തയ്ച്ച് നല്കുന്നത്, മധുര പലഹാരങ്ങൾ ഉണ്ടാക്കുന്നത്, അവനുമാത്രമായി അച്ഛൻ ഒരു മുറി ഒരുക്കിക്കൊടുത്ത്, ദൂരെ ഓട്ടം പോയി വന്നപ്പോൾ അവന് പാട്ടു കേൾക്കാൻ ഒരു റേഡിയോയും കൊണ്ടു വന്നത്–

അവൻ സ്വന്തം വീടിനെക്കുറിച്ചോർത്തു, ദേവു അമ്മൂമ്മയുടെ ആധി നിറഞ്ഞ സംസാരങ്ങൾ, അമ്മയുടെ പകയും വെറുപ്പും മുറ്റിയ കരച്ചിലുകൾ, ആ നാലു ചുവരുകൾക്കുള്ളിൽ ദുഃഖവും വേവലാതിയും മാത്രം, കനൽ അണയാത്ത അടുപ്പുപോലെ–

ബാലുവിനോട് അവൻ രഹസ്യം പറഞ്ഞു– അച്ഛന്റെ വീട്ടിൽ ഒരു സങ്കടവുമില്ല– മായക്കുഞ്ഞമ്മയ്ക്ക് ആരോടും ദേഷ്യമേയില്ല–അവർക്ക് അമ്മയുടെ നിറവും ഭംഗിയൊന്നുമല്ല; പക്ഷേ, നല്ല ചിരിയൊക്കെയാ– അമ്മേടേം അമ്മൂമ്മടെയും ബാലൂന്റെയും ഒക്കെ വിശേഷങ്ങൾ ചോദിക്കും. കുഞ്ഞുവാവയ്ക്ക് എന്റെ ഛായയാണെന്നൊക്കെ പറയും. എന്നോട് വല്യ സ്നേഹമാ.

പക്ഷേ–

അവൻ അച്ഛന്റെ കൂടെ പോയിട്ടു തിരിച്ചു വരുന്ന ദിനങ്ങളിൽ അവന്റെ ആഹ്ലാദം കാണുമ്പോൾ അമ്മ, ആകെ അസ്വസ്ഥയായിരുന്നു– ചിലപ്പോൾ അവനോടു ചോദിച്ചു.

– ഇപ്പോൾ മോന് അമ്മയെ വേണ്ടാതായി ഇല്ലേ? ഞാനീ പാടുപെടുന്നതും തീ തിന്നുന്നതുമെല്ലാം വെറുതെയായി ഇല്ലേ? എപ്പഴും അവിടെ പോണമെന്നും അവരുടെ കൂടെ ഇരിക്കണമെന്നുമാ ചിന്ത, എനിക്ക് മനസ്സിലാവുന്നുണ്ട് എല്ലാം.

അവന് ഹൃദയം വിങ്ങുന്നതുപോലെ തോന്നി– പതിന്നാലു വയസ്സുകാരന്റെ ഉള്ളിൽ കണ്ണീർ ഉറവ പൊട്ടി– അമ്മയോടെന്താണ് പറയേണ്ടത്? നേർക്കുനേർ വരുമ്പോൾ വിരുദ്ധ ദിശകളിലേക്ക് തിരിയുന്ന കാന്തിക ധ്രുവങ്ങൾക്ക് ഇടയിൽപ്പെട്ട് പിടയാനുള്ള വിധി എനിക്ക് ആരാണ് നല്കിയത്?

ദേവു അമ്മൂമ്മ പറയുന്നതുപോലെ അതിന് തക്ക എന്തു മഹാപാപമാണ് ഞാൻ ചെയ്തത്?

കൗമാരമനസ്സിന്റെ ആകുലതകളും വിഹ്വലതകളും നിരാശ്രയത്വവും ഇവിടെ ആരാണ് മനസ്സിലാക്കുന്നത്?

അമ്മ അവന്റെ പുറം തലോടിക്കൊണ്ടിരുന്ന, ആ വിരലുകൾ വല്ലാതെ തണുത്തിരുന്നു.

രക്തം വാർന്നുപോയ പോലെ വിളർത്ത അമ്മയുടെ മുഖം കണ്ട് അവന് വേദന തോന്നി.

ദേവു അമ്മൂമ്മ പറഞ്ഞു.

– നീയെന്തിനാ മോളേ, ഇങ്ങനെ തിന്നാതേം കുടിക്കാതേം സങ്കടപ്പെട്ടു നടക്കുന്നത്?

അവനൊരു ആൺകുട്ടിയല്ല്യോ? എന്തായാലും അവൻ അവന്റെയച്ഛനെ തിരക്കിപ്പോവും– നീ വിലക്കിയാൽ നിനക്ക് അവനും കൂടെ ഇല്ലാതാവും കേട്ടോ– പണ്ട് അവനെപ്പോഴും അച്ഛനെ തിരക്കിയിരുന്നത് നീയും കേൾക്കുന്നില്ലാരുന്നോ?

അമ്മ മുഖം തുടച്ചുകൊണ്ടു പറഞ്ഞു.

– അതെ, എല്ലാ നഷ്ടങ്ങളും എനിക്കുമാത്രം– പ്രസാദേട്ടൻ എല്ലാം നേടി–വീടും കുടുംബവും കുഞ്ഞുങ്ങളും ജോലിയും എല്ലാം– ഇതുവരെ കുളിക്കാതെ ഈറൻ ചുമക്കുകയായിരുന്നു ഞാൻ. പക്ഷേ, ഇനി എനിക്കും ജീവിക്കണം– പ്രസാദേട്ടൻ മാത്രം അങ്ങ് മിടുക്കനായി കഴിഞ്ഞാൽ പോരല്ലോ–

അമ്മയുടെ കലങ്ങിയ ശബ്ദം അവനെ പേടിപ്പിച്ചു– അമ്മ വീണ്ടും പറഞ്ഞു.

–എല്ലാവരും പറയുന്നു, കുറച്ചു കഴിയുമ്പോൾ അച്ചു, അയാളുടെ അടുത്തേക്കു പോകുമെന്ന്–പിന്നേം എനിക്കാരുമില്ലാതാവും– ഞാനെന്തു വേണം?

ആലോചിക്കുമ്പോൾ എനിക്കു ഭ്രാന്ത് പിടിക്കുന്ന പോലെയാ– അല്ല, ഭ്രാന്ത് തന്നെയാ ഇപ്പോൾ–

കിതച്ചുകൊണ്ട് അമ്മ പിന്നെയും പറഞ്ഞുകൊണ്ടിരുന്നു. പ്രസാദേട്ടനെ മാത്രം മനസ്സിൽ കൊണ്ടു നടന്നപ്പോൾ അത് മനസ്സിലാക്കാതെ അയാൾ എന്തെല്ലാം എന്നെപ്പറ്റി പറഞ്ഞു– അന്ന് അയാൾ എനിക്കൊട്ടും ചേരത്തില്ല എന്ന് എല്ലാവരും പറഞ്ഞതാ –പക്ഷേ, എന്നോട് ഇത്രയും സ്നേഹം കാണിച്ച് പുറകീന്നു മാറാതെ നടന്നപ്പോൾ ഞാൻ വേറൊന്നും ഓർത്തില്ല– ഈ സ്നേഹം എന്നും കാണുമെന്ന് വിചാരിച്ചു– എനിക്ക് തെറ്റുപറ്റി– എന്നെപ്പറ്റി വേണ്ടാത്തതൊക്കെ പറഞ്ഞിട്ടും ഞാൻ ക്ഷമിച്ചു; ഒടുവിൽ ഞാൻ ഒറ്റയ്ക്കായി. പക്ഷേ, ആ അപവാദത്തിന്റെ കറുത്ത ചായം എത്ര ശ്രമിച്ചിട്ടും എനിക്ക് കഴുകിക്കളയാനാവുന്നില്ല– ഭർത്താവ് ഭാര്യയെക്കുറിച്ചു പറഞ്ഞ ആക്ഷേപങ്ങളാ ആൾക്കാർക്ക് വിശ്വാസം– പെറ്റമ്മ പോലും എന്നെ വിശ്വസിച്ചില്ല– താമരേത്തുകാര് വരെ എന്നെ

ഉപദേശിച്ചു. ജയദേവൻ ചേട്ടൻ തന്നെ അവരോടൊക്കെ ഇതില് സത്യമില്ലെന്ന് പറഞ്ഞിട്ട് ആരും ചെവിക്കൊണ്ടില്ല. എല്ലാവരും പഴേപോലോരോ കഥ പാടി ആഘോഷിച്ചു. അതുകൊണ്ട് അതുപോലങ്ങ് ജീവിക്കാമെന്ന് ഞാൻ തീരുമാനിച്ചു. ജയദേവൻ ചേട്ടൻ വിളിക്കുന്നിടത്തു പോകും, ഇവിടേം വരും. തരുന്നതു വാങ്ങിക്കും–എന്താ കുഴപ്പം? അല്ലേലിനി ഞങ്ങൾക്ക് രണ്ടുപേർക്കും ഇതിലും കൂടുതൽ എന്തുകുഴപ്പം വരാനാ?

ദേവു അമ്മൂമ്മ സ്തബ്ധയായി നിന്നു, പിന്നെ പറഞ്ഞു.– എടീ ജയദേവന് ഭാര്യയും പിള്ളാരുമുണ്ട്–കുറച്ച് കഴിഞ്ഞ് അവൻ നിന്നെ കളയും–

അമ്മയുടെ സ്വരത്തിന് കട്ടി കൂടുന്നു– എവിടെ കളയുമെന്നാണ്?

എന്നെ കല്യാണം കഴിക്കാനൊന്നും ഞാൻ പറയുന്നില്ലല്ലോ? അല്ലേലിത്രേം അപവാദം കേട്ട എന്നെ ഇനി വേറെ ആര് കല്യാണം കഴിക്കും? എനിക്ക് അധികം പ്രായമൊന്നും ആയിട്ടില്ല– എന്നെ ഒറ്റയ്ക്ക് സ്വസ്ഥമായി ജീവിക്കാൻ ആരും സമ്മതിക്കത്തില്ല.

അമ്മയ്ക്കറിഞ്ഞൂട എന്റെ പ്രയാസങ്ങള്– ഒരാളിന്റെ മേൽവിലാസം സ്ഥിരമായുണ്ടെങ്കിൽ എനിക്ക് കുറച്ച് മനസ്സമാധാനമുണ്ട്– എനിക്ക് അതു മതി, ആ ഒരു തണൽ മാത്രം– ഇതുവരെ ജയദേവന്റെ പെണ്ണാ എന്ന് ചുമ്മാ പഴി കേട്ടു. ഇനി ഞാനത് ശരിതന്നെയാക്കാൻ നോക്കുന്നു. ഒരു തെറ്റ് പറ്റിയത് ഞാൻ തിരുത്തുന്നു. അത്രയേയുള്ളൂ.

ദേവു അമ്മൂമ്മ തലയിൽ കൈവച്ച് തറയിലിരുന്നു.

– നിന്റെ അച്ഛൻ മരിച്ചപ്പോൾ നിനക്ക് പത്തു വയസ്സേയുള്ളൂ. പിന്നെ നിന്നെ മാത്രം ഓർത്തു ജീവിച്ചവളാ ഞാൻ– അതുപോലെ നിന്റെ മോനെ വളർത്തി ജീവിച്ചാ പോരെ നിനക്ക്?

അമ്മ തല വെട്ടിത്തിരിച്ചു.

– അത് അന്നത്തെ കാലം– അമ്മയ്ക്കെങ്ങും ഇറങ്ങിപ്പോകണ്ട–താമരേത്തെ അടുക്കളയിൽ അവരുടെ ചൂടും പറ്റി സുഖമായിക്കഴിയാം.

ആരും ഒന്നും പറയത്തില്ല–എല്ലാം മറന്ന് വിശ്വസിച്ച് കൂടെ ഇറങ്ങിപ്പോയ എന്നെ, ഞാൻ സ്നേഹിച്ച പുരുഷൻ തന്നെ ചീത്ത സ്ത്രീയാക്കി. എന്റെ മോനും വളരുമ്പോൾ ഇതുകേട്ട് വിശ്വസിക്കും. അവനും എന്നെ ഇട്ടിട്ട് പോകും. പക്ഷേ, എന്നെ ചതിച്ചയാൾ സുഖമായി ജീവിക്കുന്നു. അയാൾക്ക് ഒരു കുറവും കുറ്റവുമില്ല.

– അതാണ് എനിക്ക് അത്ഭുതം– ആർക്കും അയാളെപ്പറ്റി പരാതിയും ഇല്ല!

അമ്മയുടെ മുഖം കനൽ പോലെ ആളുന്നു.

– എന്നെ ആരും ഉപദേശിക്കാൻ വരണ്ട.

– ഞാൻ ഇനി എനിക്കിഷ്ടം പോലെ ജീവിക്കും. എനിക്കീ ലോകത്തിനോടു തന്നെ വെറുപ്പാണ്. എല്ലാവരും കൂടി എന്നെ ഈ സ്ഥിതിയി

ലാക്കി!

അമ്മയുടെ ശബ്ദത്തിന്റെ മൂർച്ച അവനെ പേടിപ്പിച്ചു. ആ വാക്കുകളുടെ കൂർത്ത അറ്റങ്ങൾ എല്ലാവരെയും മുറിപ്പെടുത്തിയെന്ന് കുറച്ചു ദിവസങ്ങൾ കഴിഞ്ഞപ്പോഴാണ് അവന് മനസ്സിലായത്.

ദേവു അമ്മൂമ്മ ഇതുവരെ കേട്ടിട്ടില്ലാത്ത പോലെ കടുപ്പിച്ച സ്വരത്തിൽ പറയുന്നത് അവൻ, അകത്തെ മുറിയിൽ പഠിച്ചു കൊണ്ടിരുന്നപ്പോൾ കേട്ടു.

– താരേ, നീയിത് എന്തു ഭാവിച്ചാണ്?

ഇതുവരെ കേട്ടതൊന്നും പോരാഞ്ഞിട്ടാണോ ഈ കാണിക്കുന്നതൊക്കെ? ഇങ്ങനെ നീ തുടങ്ങിയാൽ ഞാൻ താമരേത്തുകാരോട് എന്തു പറയും?

നാട്ടുകാർടെ മുഖത്തെങ്ങനെ നോക്കും?

അമ്മയുടെ ഒച്ച പൊങ്ങുന്നു.

– പുതുതായി ഒന്നും കേൾക്കാനില്ല– ജയദേവൻ ചേട്ടന്റെ വണ്ടീൽ കേറി വീട്ടിൽ വന്നു– അല്ലാതെന്താ? ഇനീം വരും– ആരാ ചോദിക്കാൻ?

അന്നവൻ പത്താം ക്ലാസിൽ പഠിക്കുകയായിരുന്നു. – ഇടയ്ക്കിടയ്ക്ക് ബൈക്കിലോ കാറിലോ, വൈകുന്നേരങ്ങളിലും ഒഴിവു ദിനങ്ങളിലും ഇടവഴി കയറി വരുന്ന വെളുത്ത്, ഉയരം കൂടിയ, സുമുഖനായ ജയദേവനോട് മിണ്ടാൻ അവന് ഇഷ്ടം തോന്നിയില്ല– അയൽവക്കത്തും റോഡിറമ്പിലും കേൾക്കുന്ന അടക്കിയ ചിരിയും സംസാരവും അവനെ അസ്വസ്ഥനാക്കി. അയാൾ വരുമ്പോൾ അവൻ പുറകിലത്തെ കതക് തുറന്ന് വിമ്മിട്ടത്തോടെ പറമ്പിലെ കൂർത്ത അരിമ്പുകളുള്ള പുൽക്കൂട്ടങ്ങൾക്കിടയിലൂടെ വെറുതെ നടക്കും– അതിന്റെ സൂചിമുനകൾ പോലെയുള്ള ഇലത്തുമ്പുകളുടെ പോറലേറ്റ് കാലുകൾ വേദനിക്കുന്നതൊന്നും അവൻ അറിയുന്നില്ല: വണ്ടിയുടെ തിരിച്ചു പോക്കിന്റെ ഇരമ്പൽ കേൾക്കുവോളം പാറച്ചെരുവിലുള്ള മുളങ്കാടുകളുടെ നിലവിളികളും കാട്ടുമൂങ്ങകളുടെ മൂളലും കേട്ട്, വിശറിപ്പനകളുടെ താഴെ, വീർപ്പുമുട്ടലോടെ ഇരിക്കും.

ഒരിക്കൽ അച്ഛൻ ചോദിച്ചു

– ഞാൻ കേൾക്കുന്നതൊക്കെ ശരിയാണോ മോനെ? ജയദേവൻ അവിടെ സ്ഥിരമായോ?

അച്ഛന്റെ വലിഞ്ഞു മുറുകിയ മുഖം കണ്ട് അവൻ ഭയന്നു. അവന്റെ അമ്പരപ്പുകണ്ട് അയാൾ തല കുടഞ്ഞ് എഴുന്നേറ്റ്–

– എനിക്കറിയാമായിരുന്നു ഇത് ഇങ്ങനെയേ അവസാനിക്കൂ എന്ന്. അന്ന് എല്ലാവരും എന്താ പറഞ്ഞത്? അങ്ങനൊന്നും ഇല്ല, എല്ലാം എന്റെ സംശയം മാത്രമാ, അവൾ നല്ല കുട്ടിയാ എന്നൊക്കെയല്ലേ? എല്ലാവരും എന്നെ കുറ്റം പറഞ്ഞു, ഞാൻ താരേടെ വീട്ടിൽ നിന്നിറങ്ങിപ്പോന്നപ്പോ എനിക്ക് മനോരോഗമാ എന്നുവരെ പറഞ്ഞു– എനിക്ക് തക്കതായ തെളി

വുണ്ടായിട്ടാ ഞാൻ അവളെ ഉപേക്ഷിച്ചത്.

–അതുകൊണ്ടാ ഞാൻ മാറിക്കൊടുത്തത്–ഇപ്പോൾ എല്ലാവരും എന്തു പറയുന്നു?!

പിന്നെ കൈകൾ നെഞ്ചിൽ പിണച്ചു വച്ച്, ഗദ്ഗദത്തോടെ അച്ഛൻ പറഞ്ഞു.

– ഞാനാ ലോകത്തിലെ ഏറ്റവും വലിയ വിഡ്ഢി! അവളെ കണ്ണുമടച്ച് വിശ്വസിച്ച്, വേറെ ആരും വേണ്ട എന്ന് വിചാരിച്ച്, അവൾടെ കൂടെ നാലഞ്ചുകൊല്ലം താമസിച്ചു. ഞാനൊരു പൊട്ടൻ തന്നെയാ അത് അവൾക്കും അറിയാം. അതുകൊണ്ടാ അവൾ എന്നോടിങ്ങനൊക്കെ ചെയ്തത്. എല്ലാം സഹിച്ച് നിന്നോളുമെന്നവള് കരുതി–

പിന്നെ തൂവാലകൊണ്ട് മുഖം അമർത്തിത്തുടച്ച്, ഒരു നിമിഷം കഴിഞ്ഞ് അച്ഛൻ പറഞ്ഞു.

– സാരമില്ല– എനിക്കൊരു തെറ്റുപറ്റി– ആ തെറ്റ്, താമസിച്ചായാലും തിരുത്തി– അത്രേയുള്ളൂ.

അച്ചുവിന് ഉത്തരം കിട്ടാത്ത കടങ്കഥ കേൾക്കുന്നതുപോലെ തോന്നി, എല്ലാം; അമ്മ പറയുന്നു, അമ്മ ഒരു തെറ്റു ചെയ്തു, അത് തിരുത്തി എന്ന്–അച്ഛനും അതുതന്നെ പറയുന്നു–ആരാണ് തെറ്റു ചെയ്തത്? നേരും നുണയും വേർതിരിക്കുന്ന രേഖകൾ മങ്ങി മങ്ങിപ്പോകുന്നു–ഏതാണ് സത്യമെന്നും ആരു പറയുന്നതാണ് കള്ളമെന്നും പറയാനാവാതെ അവൻ കുഴങ്ങുന്നു. ആരാണീ സമസ്യക്ക് ഉത്തരം നല്കുന്നത്?

ദേവു അമ്മൂമ്മ എപ്പോഴും കരഞ്ഞുകൊണ്ടു പറയുന്നത് അവനോർമ്മ വന്നു–

ആർടെ കൈയിലാ തെറ്റ് എന്ന് എനിക്ക് അറിഞ്ഞൂടാ എന്റെ മേക്കാട്ട് ദേവീ– അവൾ പറയുന്നത് കേൾക്കുമ്പം, അവള് എന്തിനാ ഇത്രയൊക്കെ അനുഭവിച്ചതെന്നു തോന്നും–അവന്റെ അടുത്തു ചെല്ലുമ്പം, അവന്റെ വിഷമം കാണുമ്പോ അവനൊരു തെറ്റുമില്ലെന്നു തോന്നും.

–ഞാനാരുടെ ഭാഗത്താ നില്ക്കേണ്ടത്? എന്റെ അച്ചുമോനെ ഓർത്താ എന്റെ വിഷമം–

പക്ഷേ–

അന്ന് പോകാൻ നേരം അവന്റെ ചുമലുകൾ തടവി അച്ഛൻ പറഞ്ഞു.

– മോനെ നീ ഒട്ടും വിഷമിക്കണ്ട. നിനക്കു ഞാനുണ്ട് മോനെ– ആരെന്തൊക്കെ അവളെ പറഞ്ഞാലും, എനിക്കൊന്നുമില്ല– നീ എന്റെ മോനാ–മരിക്കുന്നത് വരെ നിനക്ക് ഞാനുണ്ട്.

– അങ്ങനെ, അതു തന്നെയായിരുന്നു അവന്റെ ആശ്വാസവും. എന്നെ ആർക്കും തളർത്താനാവില്ല–തലയ്ക്കു മുകളിൽ തണൽ പരത്തി വിരിഞ്ഞു നില്ക്കുന്ന ആൽമരം പോലെ, എനിക്കു എന്റെ അച്ഛനുണ്ട്! ഇരുട്ടുമൂടിയ ഇടനാഴിയുടെ അറ്റത്തുകാണുന്ന ദീപപ്രഭ പോലെ ആ

ചിന്ത അവനെ സാന്ത്വനിപ്പിച്ചു.

അതുകൊണ്ടാണ് ഇന്നലെ അച്ഛൻ സ്കൂളിൽ വന്ന് അത് പറഞ്ഞപ്പോൾ അവൻ ആഹ്ലാദിച്ചത്.

അന്ന് പത്താം ക്ലാസിലെ റിസൽറ്റ് വന്ന ദിവസമായിരുന്നു. അവൻ രാവിലെ സ്കൂളിൽ എത്തിയപ്പോൾ ക്ലാസ് ടീച്ചറും ഹെഡ്മാസ്റ്ററും വാതില്ക്കൽ വിടർന്ന ചിരിയോടെ നില്പുണ്ടായിരുന്നു.

–അച്ചൂ നീയാണ് സ്കൂളിൽ ഫസ്റ്റ്– എല്ലാറ്റിനും എ പ്ലസ് ഉണ്ട്– അടുത്തുള്ള മറ്റു രണ്ടു സ്കൂളിലെ കുട്ടികളെക്കാൾ നിനക്കാണ് മാർക്കു കൂടുതൽ– നിന്റെച്ഛനെയും അമ്മയെയും ഒക്കെ ഞങ്ങൾ വിളിച്ചറിയിച്ചു–

മിടുക്കനാ നീ– ഈ പ്രയാസങ്ങൾക്കിടയിലും നീ നല്ലവണ്ണം പഠിച്ചല്ലോ? സ്കൂളിന്റെ പ്രസ്റ്റീജ് ഉയർത്തി.

പെട്ടെന്ന്, ജീപ്പിന്റെ ശബ്ദം കേട്ട് തിരിഞ്ഞു നോക്കിയപ്പോൾ അമിതവേഗത്തിൽ അച്ഛൻ പ്ലേഗ്രൗണ്ടിലൂടെ വണ്ടി ഓടിച്ചു വരുന്നത് അവൻ കണ്ടു.

ജീപ്പിൽ നിന്നിറങ്ങിയ പാടേ, ഓടിവന്ന് അവനെ എടുത്തുയർത്തി മുറുക്കെ കെട്ടിപ്പിടിച്ച് അച്ഛൻ ഉമ്മവച്ചു.

– റിസൽറ്റ് അറിഞ്ഞ ഉടനെ ടീച്ചർ എന്നെ വിളിച്ചു പറഞ്ഞു. മോനെ, ഞാൻ പാഞ്ഞു വരികയായിരുന്നു. എനിക്കോ നല്ലപോലെ പഠിക്കാൻ പറ്റിയില്ല. ആരും ഒന്നും വേണ്ടപോലെ ഡയറക്ട് ചെയ്തില്ല– ഞാനും ഒഴപ്പി നടന്നു– നിന്നെ ഞാൻ എത്രവരെ വേണമെങ്കിലും പഠിപ്പിക്കാം. എന്റെ വീട്ടിൽനിന്നു പഠിച്ചാൽ മതി–ടൗണിലെ ഏതു സ്കൂളിലും നിനക്ക് അഡ്മിഷൻ കിട്ടും–ഏറ്റവും നല്ല സ്കൂളിൽ നിന്നെ ഞാൻ ചേർക്കും. ഏറ്റവും നല്ല ട്യൂഷനും ഏർപ്പാടു ചെയ്യും. കേട്ടോ മോനെ– മായയും അതുതന്നെയാണ് പറഞ്ഞത്.

അവന്റെ ഉള്ളിൽ സന്തോഷം പതഞ്ഞു തുളുമ്പി. അച്ഛന്റെ മാതാപിതാക്കൾ, സഹോദരങ്ങൾ, സുഹൃത്തുക്കൾ, അവരുടെ കുടുംബങ്ങൾ എല്ലാവരും എപ്പോഴും വന്നുപോകുന്ന ആരവങ്ങൾ നിറഞ്ഞ വീട്– ആരൊക്കെയോ തനിക്കുചുറ്റും ഒരു രക്ഷാകവചം തീർക്കുന്നു എന്ന തോന്നൽ ആണ് അവിടെ ചെല്ലുമ്പോഴൊക്കെ. അവിടേക്ക് എന്നും ഓടിയെത്താൻ ആഗ്രഹിച്ച ദിനങ്ങൾ– ഇതാ ആ മോഹപുഷ്പം കൺമുമ്പിൽ വിരിഞ്ഞ് ജീവൻ തുടിക്കുന്നു.

അച്ഛൻ തന്ന വലിയ സമ്മാനപ്പൊക്കെട്ടുകളുമായി, ജീപ്പിൽ ഇരിക്കുമ്പോൾ അവൻ ആശങ്കപ്പെട്ടു– അമ്മ, അച്ഛനോടൊപ്പം പോകാൻ സമ്മതിക്കുമോ?

പക്ഷേ, ചില രാത്രികളിൽ, പഠിച്ചുകൊണ്ടിരിക്കുമ്പോൾ അമ്മ അടുത്തു വന്നുപറയും.

– എന്റെ മോൻ പഠിച്ചു മിടുക്കനായി വന്നാലേ അമ്മയ്ക്ക് ഒരു വില യുണ്ടാവൂ–

ദേവു അമ്മൂമ്മയും പറയും.

– നീ പഠിച്ചു നല്ല നിലയിലെത്തിയാലേ, നിന്റെ അമ്മേടെ കണ്ണീ രൊണങ്ങത്തൊള്ളൂ മോനെ.

പക്ഷേ–

മഴ പൊഴിയുന്ന സന്ധ്യാനേരത്ത്, വീട്ടിന്റെ നടയിൽ ജീപ്പു നിർത്തി, ഇടവഴി ഓടിക്കയറി അച്ഛൻ വരാന്തയിൽ കാത്തു നില്ക്കുന്ന ദേവു അമ്മൂ മ്മയോട് പറഞ്ഞു.

– അമ്മ അറിഞ്ഞില്ലേ, അച്ചുക്കുട്ടൻ സ്കൂളിൽ ഫസ്റ്റാ– എല്ലാറ്റിനും എ പ്ലസ് ഉണ്ട്. അവനെ ഇനി നല്ല സ്കൂളിൽ ചേർത്ത് ട്യൂഷൻ ഒക്കെ കൊടുത്ത് പഠിപ്പിക്കണം–ഇനിയുള്ള രണ്ടുവർഷം വളരെ പ്രധാനമാണ്.

ദേവു അമ്മൂമ്മ അവനെ ചേർത്തണച്ച് മൂർദ്ധാവിൽ തലോടി– അവരുടെ മുഖത്ത് അഭിമാനവും ആനന്ദവും തുളുമ്പി. അച്ഛൻ തുടർന്നു.

– ഞാൻ അവനെ എന്റെ വീട്ടിലോട്ട് കൊണ്ടു പോവാമെന്നാ വിചാ രിക്കുന്നത്. അവന് സ്വസ്ഥമായി ഇരുന്നു പഠിക്കാൻ ഒരു മുറി പോലും ഇവിടെ ഈ വീട്ടിലില്ല– അവിടെ അവന് എല്ലാ സൗകര്യവും ഉണ്ട്. നാളെ ത്തന്നെ ഞാൻ അഡ്മിഷന് വേണ്ടി നോക്കും. താര വന്നില്ലേ ഇതുവ രെ–?

ദേവു അമ്മൂമ്മ പറഞ്ഞു.

അവളിപ്പം വരും–അവളും വല്യ സന്തോഷത്തിലാ എന്നെ വിളിച്ചി രുന്നു, ടീച്ചർ പറഞ്ഞവൾ വിവരം അറിഞ്ഞു.

പെട്ടെന്ന് അവർ തിരിഞ്ഞു ഇടവഴിയിലേക്കു നോക്കി പറഞ്ഞു; അമ്മയുടെ സ്കൂട്ടിയുടെ ശബ്ദം കേട്ടു

– ദാ വന്നു അവൾ.

അമ്മ വണ്ടി വഴിയിൽ തന്നെ ഒതുക്കിവച്ച് കിതച്ചുകൊണ്ട് ഓടിക്ക യറി വന്നു,

മഴയത്തു നനഞ്ഞ ഉടുപ്പോടെ– വിടർന്ന ചിരിയുമായി അവന്റെ അടു ത്തേക്ക് വന്നപ്പോഴാണ് അച്ഛനെ കണ്ടത്. പെട്ടെന്ന് അവളുടെ മുഖം വാടി, താര വരാന്തയിലേക്ക് മാറിനിന്നു.

ദേവു അമ്മൂമ്മ ആകെ നിറയുന്ന ആഹ്ലാദത്തോടെ പറഞ്ഞു.

– മോളെ– നീ വിവരം അറിഞ്ഞില്യോ? പ്രസാദ് പറയുന്നത് നല്ല സ്കൂളിൽ ചേർത്ത് അവന്റെ കൂടെ നിർത്തി പഠിപ്പിക്കാമെന്നാ. അവനെ കൊണ്ടുപോകാൻ വന്നതാ പ്രസാദ്–

പൊടുന്നനെ എന്തോ അരുതാത്തത് കേട്ടതുപോലെ അമ്മ ഞെട്ടി. പുറകോട്ട് ഭിത്തിയിൽ ചാരി. പിന്നെ അലറുന്നതുപോലെ പറഞ്ഞു.

– എന്റെ കൂടെ നിന്ന് കൊണ്ടുപോവാനോ! ഇനി അവനെ കാണാൻ

പോലും എനിക്ക് കിട്ടത്തില്ല.

ഇല്ല, ഇല്ല ഞാൻ സമ്മതിക്കത്തില്ല–അവനീ സ്കൂളിൽ തന്നെ പഠിച്ചാൽ മതി. അവന് ഇപ്പത്തന്നെ എന്നെ കണ്ടുകൂടാതായി വരികയാ
– എന്റെ മോനെ ഞാൻ തരത്തില്ല, ഇല്ല അതുമാത്രം പറയരുത്–

അവൻ തരിച്ചു നിന്നുപോയി. അച്ഛൻ, മുറ്റം കടന്ന് മഴച്ചാറ്റൽ വകവയ്ക്കാതെ വരാന്തയിലേക്ക് വന്നു.

– താരേ, ഞാൻ പറയുന്നത് കേൾക്ക്– ഇപ്പോൾ നീ വാശിയുടെയും സ്നേഹത്തിന്റെയും കണക്ക് പറയരുത്– അവന്റെ ഭാവിയാ നോക്കേണ്ടത്– അവൻ മിടുക്കനാ– അവനെ നീ എന്നോടുള്ള വൈരാഗ്യം കൊണ്ട് നശിപ്പിക്കരുത്–

പിന്നെ അച്ഛൻ ചൂണ്ടുവിരൽ ഉയർത്തി, അമ്മയുടെ നേരെ നോക്കി ഉറച്ച ശബ്ദത്തിൽ പറഞ്ഞു.

– പക്ഷേ, നീ തടഞ്ഞാലും അവനെ ഞാൻ കൊണ്ടുപോകും, അവൻ വരും– നീ ഓർത്തോ വെറുതെ ബഹളം വയ്ക്കണ്ട–

അച്ഛൻ മഴയിൽ കുഴഞ്ഞു മറിഞ്ഞ മുറ്റം ചവുട്ടിത്തേച്ച് നടന്ന് ധൃതിയിൽ ജീപ്പിൽ കയറി പേടിപ്പിക്കുന്ന മുരളലോടെ, പുക തുപ്പി പാഞ്ഞുപോകുന്ന ജീപ്പു നോക്കി അവൻ നെഞ്ചിടിപ്പോടെ നിന്നു–

– മുഖം പൊത്തിനിന്നു കരയുന്ന അമ്മ പെട്ടെന്ന്, കവിൾ തുടച്ച് അവന്റെ അടുത്തേക്ക് വന്നു.

– നീ പോകുമോടാ, നീ പോകുമോ അച്ചൂ?

അവന് ആകെ മടുപ്പു തോന്നി, എന്നും ഇവിടെ ഒരേ രംഗത്തിന്റെ ആവർത്തനങ്ങൾ–

പരാതികൾ, പരിഭവങ്ങൾ, കുറ്റപ്പെടുത്തലുകൾ, സങ്കടങ്ങൾ– ഈ വീട്ടിൽനിന്ന് ഞാൻ പോകുന്നു, എനിക്ക് പോയേ പറ്റൂ.

അവൻ പതുക്കെ പറഞ്ഞു.

– എനിക്കു പഠിക്കണം, നല്ല സ്കൂളിൽ.

– ഞാൻ പോവാണ്.

അമ്മ അടിയേറ്റപോലെ ചുളുങ്ങി, അവന്റെ തോളുകൾ പിടിച്ചു കുലുക്കിക്കൊണ്ടു ചോദിച്ചു.

നീ എന്നെ വിട്ടിട്ട് പോവാന്നോടാ? നീ അയാടെ കൂടെ പോവുമോ? നിനക്ക് അമ്മയെ വേണ്ടായോടാ?

അവൻ തലയുയർത്തി, പതർച്ച ഒട്ടുമില്ലാത്ത ശബ്ദത്തിൽ ചോദിച്ചു–

– ഞാൻ എന്റെ അച്ഛന്റെ അടുത്തേക്കല്ലേ പോകുന്നത്? എന്റെ അച്ഛനല്ലേ വിളിച്ചത്?

അമ്മയുടെ മുഖം പെട്ടെന്ന് കടലാസ് പോലെ വിളറി: ഒരുനിമിഷം നിശ്ശബ്ദയായി നിന്നിട്ട് പതിഞ്ഞ ശബ്ദത്തിൽ ചോദിച്ചു.

– അച്ഛനോ? അയാൾ നിന്റെ അച്ഛനാണെന്ന് ആര് പറഞ്ഞു? അയാൾ

എന്നെ താലി കെട്ടിയിട്ടില്ല– എന്റെ കൂടെ നാലഞ്ചു കൊല്ലം താമസിച്ചു– അത്രതന്നെ–നിന്റെ അച്ഛൻ ജയദേവൻ ചേട്ടനാണെന്ന് ഞാൻ പറയും. എനിക്ക് പണ്ടേ ജയദേവൻ ചേട്ടനെ അറിയാമല്ലോ. അയാൾക്ക് അതാരെന്നല്ലേ സംശയവും–പ്രസാദേട്ടൻ കൊണ്ടുപോയി കേസ് കൊടുക്കട്ടെ – ആരു ജയിക്കുമെന്നറിയാമല്ലോ–എന്നിട്ട് നിനക്ക് പോകുന്ന കാര്യം തീരുമാനിക്കാം– അമ്മ പറയുന്ന ആളാ കുഞ്ഞിന്റെ അച്ഛൻ– ഞാൻ നോക്കട്ടെ അയാൾ എന്തു ചെയ്യുമെന്ന്!

അച്ചു നിന്നടത്ത് നിന്നും അനങ്ങാനാവാതെ കല്ലുപോലെ മരവിച്ചു നിന്നു. ദേവു അമ്മൂമ്മ തളർന്ന് തൂണിൽ മുറുകെ പിടിച്ചു; അവർ ഇടറിയ ശബ്ദത്തിൽ ചോദിച്ചു–

– എന്താ താരേ നീ ഇപ്പറയുന്നത്? ദൈവദോഷമാ ഇത്! അച്ചു പ്രസാദിന്റെ കൊച്ചല്ലേന്നോ? നിനക്ക് വട്ട് പിടിച്ചോ? അമ്മ വിഷം ചീറ്റുന്നതുപോലെ പറഞ്ഞു.

– അമ്മ അമ്മേടെ പാട് നോക്ക്; ഇതിലിടപെടണ്ട. അയാൾ തെളിയിക്കട്ടെ ഇവൻ അയാടെ കൊച്ചാണെന്ന്– എന്തെങ്കിലും രേഖയുണ്ടോ എന്തിനെങ്കിലും? ഞാൻ കേസിന് തയ്യാറാ–അത് കഴിഞ്ഞു മതി, ഇവന്റെ അവകാശം സ്ഥാപിക്കുന്നത്– കാണാമല്ലോ ആര് ജയിക്കുമെന്ന്.

താര ചവുട്ടിത്തുള്ളി അകത്തേക്ക് കയറിപ്പോയി–

അച്ചു ഓർത്തു, ഇതാ ഇപ്പോൾ അർദ്ധരാത്രി കഴിഞ്ഞിരിക്കുന്നു. എത്രയോ മണിക്കൂറുകളായി, വെന്തു നീറുന്ന ഈ മുറിയിൽ ഉറങ്ങാനാവാതെ കിടക്കുന്നു ഒറ്റയ്ക്ക്.

നാളെ അച്ഛൻ കൊണ്ടുപോകാൻ വരും. ഒരുങ്ങിയിരിക്കാൻ പറഞ്ഞിട്ടാണ് പോയത്. എങ്ങനെ പോകും? എങ്ങനെ പോകാതിരിക്കും?

അവന്, ഒരു പാറക്കെട്ടിന്റെ കൂർത്ത അറ്റത്തു നില്ക്കുന്നതുപോലെ തോന്നി– താഴെ അടി കാണാത്ത അഗാധത– ചുറ്റും പൊതിയുന്ന അന്ധകാരം–

പെട്ടെന്ന്, മഴ ഒരു നിലവിളിയോടെ അലച്ചു പെയ്തു. ജനവാതിലുകൾ കാതടപ്പിക്കുന്ന ശബ്ദത്തോടെ നനഞ്ഞ കാറ്റിൽ അടയുകയും തുറക്കുകയും ചെയ്യുന്നു. ചക്രവാളച്ചെരുവിൽ ഇരുൾ മുകിലുകളുടെ കരിമ്പാറക്കെട്ടുകൾക്കിടയിലൂടെ വളഞ്ഞ ചന്ദ്രക്കല ആയാസപ്പെട്ടു നീങ്ങുന്നു. അവൻ താമരേത്തു പറമ്പിന്റെ അതിരിൽ മാനം മുട്ടി നില്ക്കുന്ന പാറക്കൂട്ടങ്ങളെ ഓർത്തു.

പാറകളുടെ ഇടയിലൂടെയുള്ള ചെമ്മൺ പാത– നനഞ്ഞ ഇലകളും കുഴമണ്ണും പായലും ചേർന്ന് വഴുക്കലുള്ള വഴി താഴേക്കൂർന്നുപോയി നില്ക്കുന്നിടത്ത് വിശാലമായ താഴേക്കുളം– ഇരുണ്ട പച്ച നിറമുള്ള കുളപ്പായലും കാട്ടുമന്ദാരങ്ങളുടെ കരിനീലപ്പൂക്കളും മൂടിക്കിടക്കുന്ന ആഴമേറെയുള്ള ജലാശയം കൺമുമ്പിൽ തെളിയുന്നതുപോലെ അവന്

തോന്നി–അതിന്റെ അഗാധ ശാന്തതയിൽനിന്നും ആരോ പേര് ചൊല്ലി, മാടി വിളിക്കുന്നത് പോലെ ആ നിത്യ വിശ്രാന്തിയിൽ വിലയം കൊള്ളാൻ ആരോ ഉറക്കെ ക്ഷണിക്കുന്നു–

അവൻ എഴുന്നേറ്റു, പതുക്കെ ശബ്ദമുണ്ടാക്കാതെ മുറിയുടെ പുറകിലത്തെ കതകുകൾ തുറന്ന് വിതുമ്പി വിറയ്ക്കുന്ന ഇരുട്ടിലേക്കിറങ്ങി നടന്നു– മുമ്പിൽ മൺപാത, കുളത്തിലേക്കുള്ള വഴി ചൂണ്ടിക്കാണിക്കുന്നതുപോലെ അവന് തോന്നി– ഒരു മിന്നാമിനുങ്ങ്, ഇത്തിരി വെട്ടവുമായി മുമ്പേ പറക്കുന്നു.

–അവൻ മുമ്പോട്ടു നടന്നു.

●

കടലാഴങ്ങൾ

മീനവറുതിയിലെ ചുടുകാറ്റ് പൂഴിമണ്ണിൽ കമഴ്ത്തിയിട്ട വള്ളത്തിൽ ചാരിയിരുന്ന അശോകന്റെ മുഖത്തടിച്ച് പാഞ്ഞുപോയി. പറഞ്ഞിട്ടും കരഞ്ഞിട്ടും തീരാത്ത സങ്കടങ്ങളുമായി തിരകൾ കടൽത്തീരത്തേക്ക് തള്ളിനില്ക്കുന്ന കരിമ്പാറകളിൽ തലതല്ലി ചിതറിത്തെറിക്കുന്നു.

അയാൾ, ആകാശത്തേക്കു നോക്കി. ചക്രവാളക്കോണിൽ പാൽക്കിണ്ണം പോലെ പനിമതി തുളുമ്പി നില്ക്കുന്നു.

പെട്ടെന്നാരോ വിളിക്കുന്നത് കേട്ട് അയാൾ തിരിഞ്ഞു നോക്കി. പടിക്കെട്ടിനു മുകളിൽ ഇളനിലാവിൽ അരണ്ട രൂപം, ചിലമ്പിച്ച ഒച്ച കടൽക്കാറ്റിന്റെ ഇരമ്പലിലും അയാൾ കേട്ടു മോനേ, അശോകാ ഒന്ന് വന്നേ, അയാൾക്ക് മനസ്സിലായി, ദേവകിക്കുഞ്ഞമ്മയാണ്. കുഞ്ഞും കൈയിലുണ്ട്. അവർ ഉറങ്ങിയില്ലേ! സന്ധ്യക്ക് നാമജപം കഴിഞ്ഞ്, അശോകന് ചോറുവിളമ്പിവച്ച് വിളിക്കുമ്പോൾ അയാൾ കുഞ്ഞിനെ മടിയിൽ വച്ച് മുറ്റത്ത് കൽപ്പടിയിൽ ഇരിക്കുകയായിരുന്നു. മങ്ങിയ വെട്ടത്തിൽ, ഉറക്കത്തിൽ പുഞ്ചിരിക്കുന്ന കുഞ്ഞിന്റെ ചെഞ്ചുണ്ടിൽ നേർത്ത പാൽപ്പാട പറ്റി നില്ക്കുന്നതയാൾ കണ്ടു. അതിന്റെ മന്ദസ്മിതം നോക്കിയിരിക്കുമ്പോൾ അയാൾ വ്യഥയോടെ ഓർത്തു. ഈ കുഞ്ഞിന് ഓർത്തു ചിരിക്കാനെന്തുണ്ട്? പ്രസവത്തോടെ അമ്മ മരിച്ചതോ? വാർദ്ധക്യത്തിലേക്ക് കാലൂന്നി നില്ക്കുന്ന എന്റെ മടിയിൽ, ഇരുട്ടത്ത് കിടക്കുന്നതോ? ആരോരുമില്ലാത്ത അവിവാഹിതയായ ദേവകിക്കുഞ്ഞമ്മ രോഗത്തിന്റെ അവശതയും മറന്ന് എടുത്തുകൊണ്ട് നടക്കുന്നതോ? ഇതൊക്കെ ഓർക്കുമ്പോൾ തോന്നുന്ന തളർച്ച മാറ്റാൻ അയാൾ എന്നും രാത്രി ആഹാരം കഴിച്ചെന്ന് വരുത്തി, ദേവകിക്കുഞ്ഞമ്മയുടെ അടുത്ത് കുഞ്ഞിനെ ഉറക്കിക്കിടത്തി രാത്രിയുടെ വിജനതയിൽ അശാന്തയായി വിലപിക്കുന്ന കടലിന്റെ

മണൽത്തീരത്ത് ചെന്നിരിക്കും. കുറച്ചു കഴിയുമ്പോൾ റോബിൻ എത്തും. അയാളുടെ ബാല്യകാലസുഹൃത്ത്; കടലാഴങ്ങളിലെ അത്ഭുതലോകത്തെക്കുറിച്ച് അഗാധമായ അറിവുകളുള്ള സാംസൺ എന്ന മുക്കുവന്റെ മകൻ –പത്താംക്ലാസ് കഴിഞ്ഞപ്പോൾ മുതൽ ആ അച്ഛനോടൊപ്പം കടലിന്റെ ഉള്ളറിയാൻ പോയവൻ– ഗാഢമായി കടലിനെ പ്രണയിക്കുന്നവൻ– നാട്ടുവെളിച്ചത്തിൽ, നനഞ്ഞ മണ്ണിൽ വരണ്ട കടൽക്കാറ്റിന്റെ തലോടലേറ്റ് ഇരിക്കുമ്പോൾ, കട്ടമരം കരയിലേക്ക് അടുപ്പിച്ച് അവൻ വരും. അന്നു കണ്ട കാഴ്ചകൾ, തിളങ്ങുന്ന കണ്ണുകളോടെ അവൻ വിസ്തരിക്കുന്നതു കേട്ട്, അയാൾ വിസ്മയിച്ചിരിക്കും.

–എടാ ഞാനിന്ന് പോകാത്ത ദിക്ക് നോക്കി, ഒത്തിരി ദൂരം പോയി. മഴയുമില്ല, കാറ്റും കുറവായിരുന്നു. സാം വന്നു കൂട്ടിന്–പോയി പോയി, അങ്ങ് ദൂരെയായി. ഇതുവരെ കണ്ടിട്ടില്ലാത്ത ഒരു കടൽപ്പാര് കണ്ടെടാ! ആഹാ എന്താ കാഴ്ച! ഏതെല്ലാം തരം മീനുകൾ, ഒച്ചുകൾ, വിഷപ്പാമ്പുകൾ, കോറലുകൾ എല്ലാം അതിനു ചുറ്റും!! തെളിനീര് പോലുള്ള നിലാവിലെല്ലാം കണ്ടു– പോരാൻ തോന്നിയില്ല– പക്ഷേ, ആ പാറകളെല്ലാം പൊട്ടിക്കാനിപ്പം കമ്പനികൾക്ക് ഗവൺമെന്റ് കരാറ് കൊടുത്തിരിക്കുവല്ലേ–അതോടെ തീരും ഈ വർണ്ണക്കാഴ്ചകളെല്ലാം–കടൽപ്പാര് പോയാൽ എല്ലാം ചത്തുപോകുമെടാ, കടല് മരുഭൂമി പോലാവും. എനിക്കതോർക്കാൻ ഒട്ടും വയ്യാടാ–

ആഴിയെ ജീവനെക്കാൾ സ്നേഹിക്കുന്ന മുക്കുവന്റെ തീവ്രദുഃഖത്തോടെ തരിമണ്ണ് വാരി തിരയിലേക്കെറിഞ്ഞ് അവൻ മൗനം പൂണ്ടിരുന്നു.

അയാൾ ഓർക്കുകയായിരുന്നു, കടലിനുള്ളിലെ വിസ്തൃതമായ ആ കരിമ്പാറക്കെട്ടുകൾ തകരുമ്പോൾ അതിനെ ആശ്ലേഷിച്ചും ആശ്രയിച്ചും നില്ക്കുന്ന അസംഖ്യം ജീവനുകൾ നശിക്കുന്നു– ജൈവശൃംഖല തന്നെ ഇല്ലാതാവുന്നു. കടലാഴങ്ങളിൽ ഉറഞ്ഞുകൂടി ജലജീവികളുടെ അതിജീവനത്തിനായി, ഓളങ്ങളുടെയും ചുഴികളുടെയും താഡനവും, പീഡനവും ഏറ്റുവാങ്ങുന്ന കടൽപ്പാരുകൾ; അവയുടെ നോവുകൾ ആരറിയുന്നു!?

അശോകൻ ഓർത്തു, രാഷ്ട്രീയവും ബിസിനസുമെല്ലാമായി, സ്വത്തുക്കളെല്ലാം നശിപ്പിച്ച അച്ഛനോടൊത്തുള്ള ബാല്യകൗമാരങ്ങൾ– പ്രായമായി വരുന്ന രണ്ടു മൂത്ത സഹോദരികൾ– പശുവിനെയും കോഴികളെയും വളർത്തി, പച്ചക്കറികൃഷി നടത്തി വീട്ടുചെലവുകൾ നടത്താൻ പെടാപ്പാടുപെടുന്ന അമ്മ– കടം കയറി, ബാങ്കുകാർ വീടു ജപ്തി ചെയ്യാൻ വന്നപ്പോൾ, കിട്ടിയ സാധനങ്ങളുമായി മുറ്റത്തേക്കിറങ്ങി പകച്ചു നില്ക്കുമ്പോൾ, പാർട്ടിപ്രവർത്തകരോടൊത്ത് വിരുന്നുകാരനെപ്പോലെ കയറി വന്ന അച്ഛനോട് കൗമാരം കഴിയാത്ത അയാൾ മൂർച്ചയേറിയ ശബ്ദത്തിൽ പറഞ്ഞു– അച്ഛൻ എന്നെ ഒരു കാര്യം പഠിപ്പിച്ചു തന്നതിന് നന്ദിയുണ്ട്. അതു നന്നായി. വിളറിയ മുഖത്തോടെ, പരിക്ഷീണനായി അച്ഛൻ ചോദിച്ചു. എന്താടാ ഞാൻ പഠിപ്പിച്ചത് നിന്നെ–?

അയാളുടെ വാക്കുകൾക്ക് കത്തുന്ന ഉച്ചവെയിലിന്റെ കനൽച്ചൂടുണ്ടായിരുന്നു.

ഒരു അച്ഛൻ ഭാര്യയോടും മക്കളോടും എങ്ങനെ പെരുമാറരുത്, എന്ത് ചെയ്യരുത് എന്ന് നന്നായി പഠിപ്പിച്ചു തന്നു. വലിയ ഉപകാരം! പക്ഷേ, എന്തിനാ ഇങ്ങനെയൊരച്ഛൻ?

മീശ മുളയ്ക്കാത്ത മകന്റെ മുഖത്തേക്ക് നോക്കി, അടിയേറ്റ പോലെ സ്തബ്ധനായി നിന്ന അച്ഛനെ അയാൾക്ക് ഓർമ്മയുണ്ട്. തരിശു കിടക്കുന്ന മുറ്റത്തേക്കു കാർക്കിച്ചു തുപ്പി, ചുവന്ന മണ്ണ് ഇളകിപ്പറക്കുന്ന പെരുവഴിയിലേക്ക്, അമ്മയുടെ എല്ലിച്ച കൈകൾ പിടിച്ച് ഇറങ്ങി നടന്നപ്പോൾ, ഉച്ചിയിൽ ആരുടെയൊക്കെയോ കണ്ണീർത്തുള്ളി പെടുന്നുവെന്ന് തോന്നി.

പിന്നീട് അയാൾ അച്ഛനെ കണ്ടിട്ടില്ല– നാട്ടിൽ കാറ്റായി കഥകൾ അലഞ്ഞു നടന്നു. രാത്രി വണ്ടിയിൽ കയറിപ്പോകുന്നതു കണ്ടെന്നും കുറച്ചകലെയുള്ള റെയിൽപ്പാളത്തിൽ ചെന്ന് തലവച്ചെന്നും മറ്റും–

ഒരിക്കലും അതോർത്ത് സങ്കടപ്പെട്ടിട്ടോ കുറ്റബോധം തോന്നിയിട്ടില്ലന്നോ അയാൾ വിസ്മയം കൊണ്ടു. ചെറുപ്രായത്തിൽ മൂന്ന് നിസ്സഹായ ജന്മങ്ങളെ തോളിലേറ്റി, വഴിമുട്ടി നില്ക്കുമ്പോൾ അമ്മയുടെ അകന്ന ബന്ധുവും അയൽക്കാരനുമായ ബാലേട്ടൻ പറഞ്ഞു.

നീ വാ, പത്താംക്ലാസിൽ നല്ല മാർക്കുണ്ടല്ലോ. പഠിക്കാനോ ഇനി പറ്റത്തില്ല–പട്ടാളത്തിലോ മറ്റോ കേറ്റാമോന്ന് നോക്കാം.

ആരുടെയൊക്കെയോ കാരുണ്യവും സഹായവും കൊണ്ട് മിലിറ്ററി ജോലി–തേനീച്ചയെപ്പോലെ വിശ്രമമില്ലാതെ പണിയെടുത്ത കാലം– അറിയാത്ത ദിക്കുകൾ, പരിചിതമല്ലാത്ത കാലാവസ്ഥകൾ, ജീവിതത്തിന്റെ പൂക്കാലം മുഴുവൻ ചുമലിൽ വീണ ഭാരക്കെട്ടുകൾ താഴത്തിറക്കാനുള്ള വഴികൾ തേടി; ഒടുവിൽ തിരിച്ചുവന്നപ്പോൾ–

വീട്ടിൽ, ഒറ്റയ്ക്ക്, രോഗാതുരയായി കൈ കാലുകൾ തളർന്ന അമ്മയോടൊപ്പം.

അമ്മ വേദനയോടെ പറയും–

കല്യാണം കഴിച്ചു വിട്ടാലും രണ്ടു പെണ്ണുങ്ങൾക്കും വീടു വയ്ക്കാനും പിള്ളാരെ പഠിപ്പിക്കാനും എല്ലാം ഇനീം ഈ അനിയൻ കാശുണ്ടാക്കിക്കൊടുക്കണം. എല്ലാവർക്കും അവനെ ഊറ്റാനാ താല്പര്യം. എന്നാല് അവന്റെ കാര്യം നോക്കാനോ, എന്റെ ദിനം കാണാനോ ഒന്നും അവർക്കാർക്കും നേരമില്ല. അവൻ രാവിലെ വർക്ക്ഷോപ്പിൽ പോയാ പിന്നെ എനിക്കിത്തിരി വെള്ളം തരാൻ ആരുമില്ല. അങ്ങനെയാണ്, കുടുംബ വീട്ടിൽ അപ്പൂപ്പനും അമ്മൂമ്മയും മരിച്ച്, എല്ലാവരാലും അവഗണിക്കപ്പെട്ട് ഒറ്റപ്പെട്ടു കഴിയുന്ന ദേവകിക്കുഞ്ഞമ്മയെ അമ്മ കൂടെ നിർത്തിയത്. അമ്മയുടെ രോഗം അന്വേഷിച്ചു വന്നതായിരുന്നു അവർ. അമ്മയുടെ ഏറ്റവും ഇളയ സഹോദരി, അവിവാഹിത. അയാൾ തമാശയോടെ ചോദിച്ചു.

ഇവിടുത്തെ പ്രാരാബ്ധം പോരാഞ്ഞിട്ടാണോ അമ്മ ഒരാളെ കൂടെ

കുട്ടിയത്?

അമ്മ ഇടറിയ ശബ്ദത്തിൽ പറഞ്ഞു

പാവമാടാ–അണ്ണന്മാരെല്ലാം സ്വന്തം കാര്യം നോക്കി. കല്യാണം പോലും ആരും കഴിപ്പിച്ചില്ല, അതിന്റെ ചെലവ് ആരെടുക്കും–? ഒടുവിൽ അച്ഛനും അമ്മേം മരിച്ചപ്പം അവൾ മാത്രം ആ വീട്ടിൽ ഒറ്റയ്ക്ക്–! അയൽക്കാര് എത്രനാൾ രക്ഷിക്കും? അതിന്റെ കൂടെ എല്ലാ അസുഖങ്ങളും ഉണ്ട്. മഹാപാപമല്ലേ ഒറ്റയ്ക്ക് അവിടെ വിടുന്നത്–?

അശോകൻ ഓർത്തു.

ചിലർ മാത്രം. മറ്റുള്ളവർക്ക് സുരക്ഷിതമായി പറ്റിപ്പിടിച്ചിരിക്കാനുള്ള പാറപ്പാരുകളാകുന്നത് ആരുണ്ടാക്കുന്ന വിധിയാണ്–? കടലിലെ കലിയിളക്കങ്ങളെല്ലാം സഹിച്ച് ചുറ്റുമുള്ള ജീവകോശങ്ങളെ പൊതിഞ്ഞു പിടിക്കുന്ന കരിങ്കൽക്കൂട്ടങ്ങളെ പോലെ ചില ജന്മങ്ങൾ–

അമ്മ ബാലേട്ടനോട്, കരഞ്ഞു–

ഇവനൊരു കുടുംബമുണ്ടാക്കാനാരുമില്ല ബാലാ, നീയൊന്ന് ശ്രമിക്ക്.

അയാൾ, ദേഷ്യത്തോടെ, അമ്മയെ നോക്കി പറഞ്ഞു– ഈ സ്ഥലവും വീടും ആദായ വിലയ്ക്ക് കണ്ടു പിടിച്ച് തന്ന് വാങ്ങിപ്പിച്ചത് ബാലേട്ടൻ– പെങ്ങന്മാരുടെ കല്യാണത്തിനെല്ലാം ഉത്സാഹിച്ചത് ബാലേട്ടൻ– അടുത്തു തന്നെ വർക്ക്ഷോപ്പ് കെട്ടാൻ സഹായിച്ചത് ബാലേട്ടൻ– എന്താ അമ്മേ ഇത്? മനുഷ്യരെ ബുദ്ധിമുട്ടിക്കുന്നതിന് ഒരു പരിധിയൊക്കെയുണ്ട് കേട്ടോ. ഇനി എനിക്കു കല്യാണം തിരക്കണം പോലും. ബാലേട്ടന്റെ മക്കള് വലുതായില്ലേ? വാസന്തിചേച്ചിക്ക് വയസ്സായി വരുകയല്ലേ? അവരുടെ കാര്യം നോക്കാനാരാ ഉള്ളത്?

അടുത്ത്, മൂകനായിരുന്ന ബാലേട്ടന്റെ ചുമലുകൾ പിടിച്ച് അയാൾ പതുക്കെ പറഞ്ഞു–

ഒന്നും വേണ്ട ബാലേട്ടാ– ആരും ഇറങ്ങിപ്പോവാൻ പറയാത്ത ഒരു വീടുണ്ടല്ലോ– മൂന്നു നേരം കഴിക്കാൻ ചോറുണ്ട്– ഒരു ജോലിയുണ്ട്. ഇത്രയൊക്കെ ധാരാളം.

ഇനി സമാധാനമായി അലച്ചിലില്ലാതെ കഴിഞ്ഞാൽ മതി–

വർക്ക് ഷോപ്പിലെ പണി കഴിഞ്ഞ് വീട്ടിൽ നിന്ന് കടൽക്കരയിലേക്കിറങ്ങാനുള്ള പടിക്കെട്ടിൽ, അന്തിവെയിലിൽ നിറങ്ങൾ തുള്ളിക്കളിക്കുന്ന മണൽപ്പരപ്പിലേക്കു നോക്കിയിരിക്കുമ്പോൾ റോബിൻ അടുത്തു വരും, കടലറിവുകൾ പങ്കുവയ്ക്കാൻ.

അവനോടൊപ്പം കഥകൾ പറഞ്ഞിരുന്ന, ഇരുളാൻ തുടങ്ങിയ ഒരു സന്ധ്യയിൽ ബാലേട്ടൻ പടി കയറി വന്നു.

അശോകൻ അത്ഭുതത്തോടെ ചോദിച്ചു.

– ഇതെന്താ ബാലേട്ടാ, ഈ മൂവന്തീല്–? ഒറ്റയ്ക്ക്? വാസന്തി ചേച്ചി എന്താ വരാഞ്ഞത്?

ബാലേട്ടന്റെ മുഖത്ത് ചിരിയൊന്നുമില്ല. അദ്ദേഹം ഒപ്പമിരുന്നു, പിന്നെ പറഞ്ഞു.

– മോനേ, ഞാനൊരു കാര്യം പറയാനാ ഈ നേരത്തു വന്നത്–വാസന്തീടെ ഒരു അകന്ന ബന്ധു പെങ്കൊച്ച്– ജാതക ദോഷംകൊണ്ട് നിന്ന് പോയതാ – കുറച്ച് പ്രായമൊക്കെയായി–ഒടുവിൽ ഒരു കല്യാണം ഒത്തു വന്നു. മറ്റന്നാൾ രാവിലെ അമ്പലത്തില് വച്ച് കല്യാണം ഒറപ്പിച്ചു. പക്ഷേ, ഇന്ന് ചെറുക്കൻ വിളിച്ചു പറയുന്നു, അവന് പറ്റില്ലെന്ന്. പെണ്ണിന് കടുത്ത ജാതകദോഷം ഉണ്ട്, അവന്റെ അടുത്ത ബന്ധത്തിലാരോ കല്യാണം തീരുമാനിച്ചപ്പോഴേ ചത്തുപോയി പോലും. വീട്ടുകാരും ജ്യോത്സ്യനും ഒക്കെ എതിർക്കുന്നെന്ന്–അതൊന്നുമല്ല എന്നാ തോന്നുന്നത്. കൂടുതൽ സ്ത്രീധനം കിട്ടുന്ന ഏതാണ്ട് ഒത്തെന്നൊക്കെ ആളുകള് പറയുന്നു.

ഒന്നു നിർത്തി, ബാലേട്ടൻ അശോകന്റെ മുഖത്തു നോക്കി.

വല്യ ആദർശം പറഞ്ഞോണ്ടിരുന്ന ഒരു കമ്യൂണിസ്റ്റുകാരന്റെ മോനാണല്ലോ?

നിനക്കിതിലൊക്കെ വിശ്വാസമുണ്ടോടാ? ഈ വീട്ടുകാരെ എനിക്ക് നല്ലോണം അറിയാം. ഒരു കഴിവുമില്ലാതെ, തോന്നിയപോലെ നടക്കുന്ന ഒരാളാ ഈ കൊച്ചിന്റെ അച്ഛൻ. പക്ഷേ, ഈ കൊച്ചും അമ്മയും വെറും സാധുക്കളാടാ. അവിടെ അടുത്ത് ഒരു ആശുപത്രിയുടെ വക നേഴ്സറിയുണ്ട്. അവിടെയാ ഈ കൊച്ച് ജോലി ചെയ്യുന്നത്. അതുകൊണ്ട് കഴിഞ്ഞു പോകുന്നു. പാവങ്ങളാ മോനേ അവര്. അയാളും റോബിനും അനങ്ങാനാവാതെ കഥകൾ കേട്ടു നിന്നു.

ബാലേട്ടൻ തുടർന്നു

ആ പാവം തള്ളേടെ കണ്ണീര് കണ്ട് ഞാൻ ഇറങ്ങിതിരിച്ചതാടാ! സ്നേഹമുള്ളവരാ അവര്–നിനക്ക് ആ കൊച്ചിന് ഒരു ജീവിതം കൊടുക്കാമോ? നിനക്ക് ദുഃഖിക്കേണ്ടി വരത്തില്ല അത്ര നല്ല സ്വഭാവമാ ആ കൊച്ചിന്റെ–

അച്ഛനേക്കാൾ ഉയരത്തിൽ നില്ക്കുന്ന ഒരാൾ

മുമ്പിൽ ദീനനായി നില്ക്കുന്നു; പറയാൻ വന്ന വാക്കുകൾ ചുണ്ടോളം എത്തി തളർന്നു പിൻവാങ്ങുന്നു. അയാൾ തല കുനിച്ചു നിന്നു.

റോബിനും മിണ്ടാട്ടമില്ല.

കരഞ്ഞു തോരാത്ത, കരിപടർന്ന മിഴികളുമായി ഒരു അപരാധിനിയെപ്പോലെ, തിരിനാളങ്ങൾ ഉലയുന്ന നിലവിളക്കും കൈയിൽ പിടിച്ച് വീട്ടിലേക്കു മെല്ലെ കയറി വന്ന ഭവാനിയെ നോക്കി നില്ക്കുമ്പോൾ അയാൾ വിഷാദത്തോടെ ഓർത്തു–പാറപ്പാറുകളെ അള്ളിപ്പിടിച്ചു വളരാൻ വീണ്ടും വീണ്ടും ജീവവൃന്ദങ്ങൾ പെരുകുന്നു!

അശോകൻ ദീർഘമായി നിശ്വസിച്ചു.

–ഇന്നിപ്പോൾ പത്തു കൊല്ലമായിരിക്കുന്നു;

പ്രകാശം നിറഞ്ഞ ആ കാലം അയാൾ ഓർത്തു– അടുക്കും ചിട്ടയുമൊത്ത ദിനങ്ങൾ–

അമ്മ ശാന്തതയോടെ ഉറങ്ങുന്നതും ദേവകിക്കുഞ്ഞമ്മ സ്വാസ്ഥ്യത്തോടെ ഒരിടത്തിരുന്ന് *ഭാഗവതം* വായിക്കുന്നതും കണ്ട് അയാൾ ചോദിച്ചു.

–നിനക്ക് നല്ല ജോലിയുണ്ട് ഇവിടെ, ഇല്ലേ ഭവാനീ? നിനക്ക് കഷ്ടപ്പാടാണോ ഇവിടെ–?

അവൾ ഒരു നേർത്ത ചിരിയോടെ പറഞ്ഞു– കൊള്ളാം. ഇതിലും എത്രയോ കഷ്ടപ്പാട് ഉള്ളിടത്തു നിന്നാണ് ഞാൻ വന്നത്. അതിനപ്പുറം സങ്കടമുള്ള ഒരു അവസ്ഥയില്ല, അശോകേട്ടാ.

അമ്മയുടെ മരണത്തിനു ശേഷം ദേവകിക്കുഞ്ഞമ്മ വീടു വിട്ടു പോവാനൊരുങ്ങിയപ്പോൾ ഭവാനി തടഞ്ഞു.

–അശോകേട്ടൻ രാവിലെ വർക്ക്ഷോപ്പിൽ പോയാൽ പിന്നെ, ഞാനിവിടെ ഒറ്റയ്ക്കാ കുഞ്ഞമ്മേ– എനിക്ക് വേറെ ആരുണ്ട്, നിങ്ങളൊക്കെയല്ലാതെ–

നിറഞ്ഞ കണ്ണുകളോടെ ദേവകിക്കുഞ്ഞമ്മ ഭവാനിയുടെ മൂർദ്ധാവ് തലോടി.

–എന്നോടാരും ഇത്ര സ്നേഹത്തോടെ പെരുമാറിയിട്ടില്ല മോളേ– എന്റെ അശോകന്റെ ഭാഗ്യം–

അതെ, അതു തന്നെയാണ് അയാൾ അന്ന് വിചാരിച്ചിരുന്നത്–പക്ഷേ–

മഴ നിർത്താതെ പെയ്യുന്ന ഒരു രാത്രിയിൽ അവൾ നനവാർന്ന ശബ്ദത്തിൽ പറഞ്ഞു.

–അശോകേട്ടാ, ഒരു ക്രെഷും നഴ്സറിയും പത്തുപന്ത്രണ്ടു കൊല്ലം ഒറ്റയ്ക്ക് കൊണ്ടു നടന്നതാ ഞാൻ–കുറെ കുഞ്ഞുങ്ങളുടെ ഒപ്പം–ഇന്നിപ്പോൾ എത്രവർഷങ്ങളായി, ഒരു കുഞ്ഞിന്റെ പോലും ചിരിയോ കരച്ചിലോ കേൾക്കാതെ–ഓരോ പ്രാവശ്യവും പ്രതീക്ഷിക്കും. പക്ഷേ–

അവൾ നിറം മങ്ങിയ ചുവരിലേക്കു മുഖം ചേർത്തു വച്ച് നിർത്താതെ ഏങ്ങലടിച്ചു–അയാൾ അങ്കലാപ്പോടെ എണീറ്റിരുന്നു– ഇത്രയും കണ്ണീർ അവളുടെ ഉള്ളിൽ ഉണ്ടായിരുന്നു എന്ന് അപ്പോഴാണ് അറിയുന്നത്.

കടന്നുപോയ ഏകാന്തവും ഊഷരവുമായ ദിനങ്ങളുടെ വേവിൽ അവൾ തേങ്ങിക്കൊണ്ടിരുന്നു. അയാൾ അവളുടെ പുറം തലോടി.

–ഭവാനീ, ഇനി നമുക്ക് കുഞ്ഞുങ്ങളുണ്ടാവുമോ? എനിക്ക് അമ്പതു വയസ്സു കഴിഞ്ഞു–നിനക്കും പ്രായമായി. ചികിത്സ ചെയ്താൽ ഫലിക്കുമോ? കുഞ്ഞുണ്ടായാൽ തന്നെ നോർമലായിരിക്കുമോ? ഇതുവരെ നീ ഗർഭിണിയായിട്ടേയില്ലല്ലോ?

അവൾ മറുവശത്തേക്ക് ചരിഞ്ഞു കിടന്നുകൊണ്ടു തന്നെ പറഞ്ഞു –ഞാൻ ജോലി ചെയ്തിരുന്ന ഹോസ്പിറ്റലിലെ വിജയൻ ഡോക്ടർ ഇതിന്റെ സ്പെഷ്യലിസ്റ്റാണ്–അവർ ചികിത്സിച്ചുണ്ടായ കുഞ്ഞുങ്ങളെ ഞാൻ നഴ്സറിയിൽ നോക്കിയിട്ടുണ്ട്. നമുക്കവരെ പോയി കാണാം.

ഡോ. വിജയന്റെ ഭാര്യ ഡോ. തുളസിയും അടുത്തു നില്പുണ്ടായിരുന്നു. അവർ പറഞ്ഞു.

– ഭവാനീ, ഇനി റിസ്കാണ്, നിനക്ക് പ്രായമായി. ഞങ്ങൾ തന്നെ നിനക്ക് ദത്തെടുക്കാൻ ഒരു നല്ല കുഞ്ഞിനെ അറേഞ്ച് ചെയ്തു തരാം. പ്രായം കൂടുതലാവുംതോറും പ്രഗ്നൻസിയിൽ കോംപ്ലിക്കേഷൻസ് കൂടും കുട്ടീ.

ഭവാനിയുടെ മിഴികൾ തുളുമ്പി–അവൾ തലകുനിച്ചിരുന്നു പറഞ്ഞു.

–എനിക്ക് വേറെ കുഞ്ഞൊന്നും വേണ്ട മാഡം. എനിക്ക് അശോകേട്ടന്റെ കുഞ്ഞിനെ മതി– എത്ര ബുദ്ധിമുട്ടായാലും ഞാൻ സഹിച്ചോളാം. മാഡം ചികിത്സിച്ചാൽ മതി, ഞാൻ പ്രസവിക്കുന്ന കുഞ്ഞിനെകിട്ടണം എനിക്ക്. ഒരു കുടന്ന നിലാവിൻ തുള്ളികൾ നെഞ്ചിലേക്ക് ആരോ ഇറ്റിച്ചതുപോലെ അയാൾക്ക് തോന്നി.

അന്ന് രാത്രി ഭവാനിയെ നെഞ്ചോട് ചേർത്ത് പുണർന്ന് ആർദ്രതയോടെ അയാൾ ചോദിച്ചു.

–എന്തിനാണ് ഇത്ര കഷ്ടതയൊക്കെ ഒരു കുഞ്ഞിനു വേണ്ടി–? അവർ പറഞ്ഞത് കേട്ടില്ലേ ഭവാനീ?

അവൾ ഒരു മന്ത്രണം പോലെ പറഞ്ഞു–അശോകേട്ടാ, എത്ര വലിയ ശാപങ്ങളിൽ നിന്നാണ് നിങ്ങൾ എന്നെ രക്ഷിച്ചതെന്നറിയാമോ? എന്തെല്ലാം കുറ്റം പറച്ചിലുകൾ, കുത്തുവാക്കുകൾ–ചാവണമെന്ന് പല തവണ തോന്നിയിട്ടുണ്ട്. ഇതൊരു രണ്ടാം ജന്മമാണ്–എനിക്ക് പകരം തരാൻ എന്താണുള്ളത്?

എന്നിട്ടും അയാൾ ഭയപ്പെട്ടു.

ഈ വൈകിയ വേളയിൽ ഉള്ളിൽ ഒരു പുതുജീവൻ തുടിച്ചുണരുന്നത് അവൾക്ക് താങ്ങാനാവുമോ?

ഡോ. വിജയൻ പറഞ്ഞു

– ഭവാനിക്ക് ഒരു കുഞ്ഞുവേണമെന്ന് ഇത്രയും കടുത്ത ആഗ്രഹമുള്ള സ്ഥിതിക്ക് നമുക്ക് ഒരു പരീക്ഷണം ചെയ്തല്ലേ പറ്റൂ? നല്ലവണ്ണം പ്രാർത്ഥിച്ചോളൂ. ശ്രമിച്ചു നോക്കാം.

അതെ, ശ്രമിക്കാനേ കഴിയുന്നുള്ളൂ. കൃത്യമായ പരിശോധനകളും കുത്തിവയ്പുകളും ഉണ്ടായിട്ടും അലസിപ്പോവുന്ന ഗർഭങ്ങൾ–

ഭവാനിയുടെ മിഴികൾ പെയ്തു തോരുന്നില്ല. ഒടുവിൽ–

ആ സായാഹ്നം ഇപ്പോഴും അയാൾ ഓർക്കുന്നു. ഉച്ച മുതൽ നിലയ്ക്കാതെ പെയ്യുന്ന തുലാമഴ: മാനത്തിന്റെ നെഞ്ചു പിളർന്നിറങ്ങുന്ന മിന്നൽപിണരുകൾ; ചെവിപൊട്ടുന്ന ഇടിമുഴക്കങ്ങൾ! ആശുപത്രിയുടെ ഇടത്തേ അറ്റത്തുള്ള ഒറ്റമുറിയിൽ, മരുന്നിന്റെ ആലസ്യത്തിൽ മയങ്ങുന്ന ഭവാനിയുടെ അടുത്തിരിക്കുമ്പോൾ അയാൾ സങ്കടത്തോടെ വിചാരിച്ചു–

ഇത് എത്രാമത്തെ അബോർഷനാണ്? അവളുടെ തീവ്രമോഹങ്ങളെല്ലാം ചോരത്തുള്ളികളായി ഒഴുകിപ്പോകുന്നു–

പെട്ടെന്ന് ഡോ. തുളസി മുറിയിലേക്ക് കടന്നു വന്നു.

–അശോകാ, എന്റെ മുറിയിലേക്കു വരൂ–ഒരു കാര്യം പറയാനുണ്ട്. വാർഡിലെ സിസ്റ്റർ ഇവിടെ നില്ക്കും. ഞാൻ പറഞ്ഞിട്ടുണ്ട്.

മുറിയിൽ ഡോ. വിജയൻ കാത്തിരിപ്പുണ്ടായിരുന്നു. പുറത്ത് ഇടിമിന്നലുകളുടെ നിർദ്ദയഗർജ്ജനങ്ങൾക്കിടയിലും, ഒരു സ്വപ്നത്തിലെന്ന പോലെ അശോകൻ അവർ പറയുന്നതു കേട്ടുകൊണ്ടിരുന്നു.

രണ്ടുപേരുടെയും അണ്ഡവും ബീജവും തമ്മിൽ ചേർന്നു വരുമ്പോൾ എന്തൊക്കെയോ തടസ്സങ്ങളുണ്ട്-അതാണിങ്ങനെ വീണ്ടും വീണ്ടും അബോർഷനാവുന്നത്. കൃത്യമായി ടെസ്റ്റു ചെയ്തിട്ടും, മരുന്നുകൾ തന്നിട്ടും പ്രഗ്നൻസി കണ്ടിന്യൂ ചെയ്യാനാവുന്നില്ല. നമുക്കറിയാത്ത ഒരു പാട് കാരണങ്ങൾ, കാര്യങ്ങൾ ഉണ്ട് അശോകാ ഇതിൽ-മെഡിസിനിലുള്ള അറിവുകൊണ്ടു മാത്രം പരിഹരിക്കാൻ പറ്റാത്തവ, ഇനി ഒരു ഓപ്ഷനേയുള്ളു. പുറത്തുനിന്ന് അണ്ഡവും ബീജവും എടുത്ത് ഭവാനിയുടെ ഗർഭപാത്രം യൂസ് ചെയ്യുക-വാടകഗർഭം പോലെ. നല്ല ഹെൽത്തി ആയിട്ടുള്ള ഡോണേഴ്സിൽ നിന്ന് നമുക്ക് ഓവമും സ്പേമും സ്വീകരിക്കാം. ഭവാനിക്ക് സ്വന്തമായി പ്രസവിച്ചുണ്ടാകുന്ന കുഞ്ഞുവേണമെന്ന് നിർബ്ബന്ധമല്ലേ? പക്ഷേ, അശോകാ, അശോകന്റെ കുഞ്ഞുവേണമെന്നുള്ള താല്പര്യം നടക്കുമോ എന്ന് സംശയമുണ്ട്-കൗണ്ട് വളരെ കുറവാണ്. ഇനി ഒരു പരീക്ഷണം വേണോ?

തൊട്ടരികിൽ നിന്ന്, ഭവാനിയുടെ മന്ത്രണം അയാൾ കേൾക്കുന്നു-അശോകേട്ടന്റെ കുഞ്ഞിനെ തന്നെ വേണം എത്ര കാത്തിരുന്നാലും-

ഡോ. തുളസി പറഞ്ഞു, ഞങ്ങൾ പരമാവധി ശ്രമിച്ചു നോക്കി. അശോകന് ഹെൽത്ത് പ്രോബ്ലംസ് ഉണ്ട് ഭവാനിക്കും ഏജ് ഓവറായി വരുന്നു. ഞങ്ങൾ ഭവാനിയോട് അത്ര ഇഷ്ടമുള്ളതുകൊണ്ടാണ് ഇത്ര റിസ്ക് എടുത്ത് എല്ലാം ചെയ്തത്. പിന്നെ അവൾക്ക് കുഞ്ഞുങ്ങളോട് എത്ര സ്നേഹമുണ്ടെന്ന് ഞങ്ങൾക്കറിയാം. ആ നേഴ്സറിയിലെ കുഞ്ഞുങ്ങളെ അവൾക്ക് ജീവനായിരുന്നു. അതുകൊണ്ടാണ് ഞങ്ങളീ ഓപ്ഷൻ വച്ചത്. ഒരു ട്രയൽ നോക്കട്ടെ-? അശോകൻ നടുക്കത്തോടെ തലയുയർത്തി. വേറൊരാളുടെ കുഞ്ഞ് ഭവാനിയുടെ ഉള്ളിൽ വളരാനോ?

ഡോ.വിജയൻ മുഖംതാഴ്ത്തി, പറഞ്ഞു.

എനിക്കറിയാം ഇത് വളരെ സെൻസിറ്റീവ് ആയ ഒരു കാര്യമാണ്. പക്ഷേ, നല്ല ആരോഗ്യമുള്ള ഡോണേഴ്സിൽനിന്നും തന്നെയാണ് ഞങ്ങൾ അണ്ഡവും ബീജവും സ്വീകരിക്കുന്നത്. ഒരു കുഴപ്പവും വരാതെ തന്നെ ശ്രദ്ധിച്ച്-അവരും അറിയില്ലാ, ആർക്കാണ് അവർ കൊടുത്തതെന്ന് ഭവാനിയോട് അശോകൻ ഒരു കാരണവശാലും പറയരുത്. ഞങ്ങൾ പറയില്ലെന്നു വാക്കു തരുന്നു. അശോകന്റെയും ഭവാനിയുടെയും കുഞ്ഞാണെന്നേ മറ്റുള്ളവർ അറിയൂ. അവളും അങ്ങനെ തന്നെ കരുതട്ടെ-ഒരു കുഞ്ഞിനെ ദത്തെടുത്താൽ ഭാവിയിൽ പല പ്രോബ്ലംസും ഉണ്ടാവും. ഭവാനിക്ക് അത് ഒട്ടും ഇഷ്ടവുമല്ല-ഇതിൽ അങ്ങനെയുള്ള ഇഷ്യൂസ് ഒന്നുമില്ല. ഭവാനിയുടെ ഗർഭപാത്രത്തിലാണല്ലോ കുഞ്ഞുവളരുന്നത്-അവൾ പ്രസവിക്കും. ഒരു വാടകഗർഭം പോലെ-അത്രേയുള്ളൂ. ഒന്നു നിർത്തി, ഡോ. വിജയൻ തുടർന്നു.

– നമ്മൾ മനുഷ്യപക്ഷത്തുനിന്ന് ഇത് ചിന്തിച്ചാൽ മെഡിക്കൽ എത്തിക്സ് ചിലപ്പോൾ മറക്കേണ്ടി വരും ഇക്കാര്യം ഭവാനിയെ അറിയിക്കാൻ സാദ്ധ്യമല്ല നമ്മൾ മൂന്നുപേർ മാത്രം അറിഞ്ഞു ചെയ്യുന്ന ഒരു തെറ്റ് ഇത് തരുന്നവർ പോലും അറിയില്ല അത് ഈശ്വരൻ ക്ഷമിക്കും–

–അയാൾ മൂകത തളംകെട്ടി നില്ക്കുന്ന സ്വന്തം വീടിനെക്കുറിച്ച് ഓർത്തു. ദിവസവും രാത്രി, തലയണയിൽ മുഖമമർത്തി തേങ്ങുന്ന ഭവാനിയെ ഓർത്തു. ഇരുട്ടിന്റെ തണുപ്പിലും അവളുടെ ദീർഘനിശ്വാസങ്ങളുടെ കനൽച്ചൂടും, പാലൂട്ടാൻ കൊതിക്കുന്ന മാറിടങ്ങളുടെ വിങ്ങലും അറിഞ്ഞു.

അയാൾ പതുക്കെ തലയാട്ടി, പിന്നെ കേഴുന്നപോലെ പറഞ്ഞു ഡോക്ടറേ, അവൾ അറിയല്ലേ–അവൾ സന്തോഷമായിരിക്കണം എനിക്ക് അത്രേം മതി.

ഡോ. വിജയൻ എഴുന്നേറ്റുവന്ന് അയാളുടെ ചുമലുകൾ തലോടി വിഷമിക്കണ്ട അശോകൻ, ആരും അറിയില്ല. ഞങ്ങൾ ഒപ്പമുണ്ട്.

അശോകൻ നോവുന്ന ഹൃദയത്തോടെ സ്വയം ചോദിച്ചു ആരാണ് എനിക്ക് ശോകമില്ലാത്തവൻ എന്ന് പേരിട്ടത്?

മനോവ്യഥകൾ ഒഴിയാത്ത എനിക്ക്–?

അനുദിനം വളർന്നു വരുന്ന അവളുടെ മിനുസമാർന്ന ഉദരം നോക്കിയിരിക്കുമ്പോൾ സ്വയം നിന്ദ തോന്നി–ഏതോ ഒരു പുരുഷനും സ്ത്രീയും ദാനം ചെയ്ത ജീവന് കാവലിരിക്കുന്നവൻ! ഉള്ളിൽ പെരുകി വരുന്ന സങ്കടക്കടൽ എങ്ങനെ അടക്കാനാണ്? ആരോടും പങ്കുവയ്ക്കാനാവാത്ത ഒരു നുണയുടെ ഭാരവും എന്റെ നെഞ്ചിൽ തന്നെ ആഞ്ഞുവീഴുന്നു!

ഒരു നെരിപ്പോട് എന്റെ ഉള്ളിൽ നീറിപ്പടരുന്നത് ആര് അറിയുന്നു?

പക്ഷേ–

ഭവാനിയുടെ മുഖം, തുടച്ചു മിനുക്കി തിരിയിട്ടു കൊളുത്തിയ തട്ടുവിളക്കുപോലെ നിറവാർന്നു നിന്നു. അയാളുടെ കൈകൾ പിടിച്ച്, ചുവന്ന വരകൾ വീണ സ്വന്തം വയറ്റത്തു വച്ച് അവൾ പറഞ്ഞു.

–നോക്ക്, ചെറിയ അനക്കം കണ്ടോ, കൈ വച്ചപ്പോഴേ? അച്ഛനെ അവൾക്കറിയാം. എനിക്കുറപ്പായിരുന്നു. അശോകേട്ടന്റെ കുഞ്ഞിനെ ഞാൻ പ്രസവിക്കുമെന്ന്–എത്ര പ്രായമായാലും.

പിന്നെ അവൾ രണ്ടു കൈകളും കൂപ്പിക്കൊണ്ടു പറഞ്ഞു, ഞാനെത്ര പ്രാർത്ഥിച്ചെന്നറിയോ അശോകേട്ടാ. ഇതിനു മുമ്പൊന്നും എന്റെ പ്രാർത്ഥനകൾ ഈശ്വരന്മാര് കേട്ടിട്ടില്ല–ഇത്തവണ കേട്ടു.

അയാൾ നിറയുന്ന കണ്ണുകൾ അവൾ കാണാതെ തുടച്ചു; ഈ പ്രാർത്ഥന ആരു കേട്ടു?! തീർത്തും നിസ്സഹായരായ ഈ ഭൂമിയിലെ മനുഷ്യർ ഇനി ആരോടാണ് പ്രാർത്ഥിക്കേണ്ടത്–?

ആരുകേൾക്കും ആ പ്രാർത്ഥനകൾ–?

സിസേറിയൻ കഴിഞ്ഞ്, അമ്മയും കുഞ്ഞും സുഖമായിരിക്കുന്നു. എന്ന് നേഴ്സ് തിയറ്ററിന്റെ വാതില്ക്കൽ നില്ക്കുന്ന അയാളോട് പറയുമ്പോൾ,

വീണ്ടും ആരോ നെഞ്ചത്ത് കനൽ കോരിയിട്ടതുപോലെ അശോകന് തോന്നി. ഈ കുഞ്ഞ് ചത്തുപോവണേ എന്ന് പ്രാർത്ഥിച്ചത് എപ്പോഴാണ്–? ആരുടെയോ കുഞ്ഞ്–!! എനിക്കതിനെ കാണണ്ട.

ആ വീർപ്പുമുട്ടലോടെ നില്ക്കുമ്പോൾ ഒരു സിസ്റ്റർ ധൃതിയിൽ കത കുതുറന്ന് പുറത്തേക്ക് ഒരു പേപ്പറുമായി വന്നു.

–ഭവാനിയുടെ ആളല്ലേ? ഒരു എമർജൻസി സർജറി വേണ്ടിവരും. ഇവിടെ ഒന്ന് ഒപ്പിടണം, പെട്ടെന്ന്–

പൊടുന്നനെ, നിലയില്ലാത്ത കയത്തിലേക്ക് താണു പോകുന്നതു പോലെ അയാൾക്ക്.

ഡോ. തുളസി, പാഞ്ഞ് വരുന്നു.

– അശോകാ, ബ്ലീഡിങ് കൺട്രോൾ ചെയ്യാൻ പറ്റുന്നില്ല. ബി പി താഴുന്നു. ഞാൻ ഒരു സീനിയർ ഗൈനക്കോളജിസ്റ്റിനെ മെഡിക്കൽ സെന്ററിൽ നിന്ന് കോൾ ചെയ്തിട്ടുണ്ട്. 2–3 കുപ്പിബ്ലഡ് അറേഞ്ച് ചെയ്യണം പെട്ടെന്ന് ബ്ലഡ് ബാങ്കിലേക്കു ചെല്ലൂ.

ട്രോളിയുടെ വേഗത്തിലുരുളുന്ന ചക്രങ്ങൾ തറയിലുരുണ്ട് ഒച്ചയുണ്ടാക്കുന്നു–ധൃതിയിൽ തുറന്നടയുന്ന കതകുകൾ–നിലയ്ക്കാത്ത ഫോൺവിളികൾ–തിരക്കിട്ടുപോകുന്ന നേഴ്സുമാരും മറ്റുസ്റ്റാഫും–

നിലവിളിയോടെ പാഞ്ഞോടുന്ന ആംബുലൻസ്–

ഒടുവിൽ–

ഒരു വെളുത്ത തുണിയിൽ പൊതിഞ്ഞ് പകുതി അടഞ്ഞ കണ്ണുകളും, ചോരവറ്റിയ കവിളുകളുമായി സ്ട്രച്ചറിന്റെ മരവിപ്പിൽ കിടക്കുന്ന ഭവാനി–

എല്ലാ ഓർമ്മകളും പുകമഞ്ഞുവീണ കണ്ണാടിയിൽ കൂടി കാണുന്ന ചിത്രങ്ങൾ പോലെ–

പെട്ടെന്ന് വീണ്ടും വിളികേട്ട് അയാൾ കുഴമണലിൽ നിന്ന് പിടഞ്ഞെണീറ്റു–കുഞ്ഞിന്റെ നിർത്താതെയുള്ള കരച്ചിൽ; ദേവകിക്കുഞ്ഞമ്മ പതുക്കെ പടിക്കെട്ടിറങ്ങുന്നു.

അയാൾ തിടുക്കപ്പെട്ടു കല്പടികൾ കയറി മുകളിൽ ചെന്നു;

കുഞ്ഞമ്മ സങ്കടപ്പെടുന്നു.

പാലുംകൊടുത്തു ഉറക്കിയതാ. പെട്ടെന്നുണർന്ന് കരയാൻ തുടങ്ങി; നിർത്തുന്നുമില്ല. എനിക്ക് എടുത്തോണ്ടു നടക്കാൻ വയ്യ മോനേ–ഞാൻ ഒരിടത്ത് ഇരിക്കുമ്പോൾ കരയാൻ തുടങ്ങും.

അയാൾ വലിയ ഫ്ളാനൽ കൊണ്ട് കുഞ്ഞിനെ അമർത്തി പൊതിഞ്ഞു, പാൽക്കുപ്പിയുമായി താഴേക്കു നടന്നു കൊണ്ടു പറഞ്ഞു.

കുഞ്ഞമ്മ കിടന്നോ. ഞാൻ കുഞ്ഞിനെ ഉറക്കിയിട്ടു കൊണ്ടുവരാം.

അയാൾ കുഞ്ഞിനെ തോളിൽ കിടത്തി പുറംതലോടി–പാൽക്കുടം ഉടഞ്ഞുവീണതു പോലെ ഓളങ്ങളിൽ വെൺനുര തിളങ്ങി കാറ്റ് അലമാലകളുടെ വിരലുകളിൽ താളമിട്ട് കടന്നുപോയി.

അശോകൻ മരവിപ്പോടെ നിന്നു, കൈക്കുള്ളിലിരുന്ന കുഞ്ഞിന്റെ

കരച്ചിൽ കേട്ടിട്ടും ഒരു താരാട്ടുപോലും പാടാൻ തോന്നുന്നില്ല. കഴിഞ്ഞ കുറേ രാത്രികളിൽ, കുഞ്ഞിന്റെ അടുത്തുകിടക്കുമ്പോൾ, ഉറക്കം ഒട്ടും വരാറില്ല-ആദ്യമായി അതിനെ കാണുമ്പോൾ പോലും വെറുപ്പാണ് തോന്നിയത്; നിറയെ മുടിയും കറുത്ത കണ്ണുകളും. തുടുത്ത നിറമുള്ള ചന്തം തികഞ്ഞ കുഞ്ഞിനെ കണ്ടപ്പോൾ ആരോ ദാനം ചെയ്ത കളിപ്പാട്ടം പോലെ ആരുടെയോ സ്വന്തം-എനിക്കിതിനെ എന്തിനാണ്-? എന്റെയും ഭവാനിയുടെയും നിഴൽ എങ്ങും വീഴാത്ത ഈ കുഞ്ഞ്-ശാന്തമായ അതിന്റെ മുഖം നോക്കിക്കിടക്കുമ്പോൾ ദേഷ്യം കൊണ്ട് ഉള്ള് പൊള്ളും-. ഭവാനിയുടെ ജീവൻ ഊറ്റിയെടുത്ത് ജന്മമെടുത്ത ഈ ശിശു! ഇതെങ്ങനെ എന്റെ കൈകളിൽ തന്നെ വന്നു വീണു?! എന്നെ തിരക്കി വന്നു-? എന്തിന്-?

പക്ഷേ, അത് നിലവിട്ടു കരയുമ്പോൾ, പെട്ടെന്ന് എന്റെ നെഞ്ചും പിടയുന്നതെന്താണ്? പണ്ട് സ്കൂളിൽ പഠിച്ച *ശാകുന്തളം* നാടകം ഓർമ്മ വന്നു. ഏതോ അപ്സരസ്ത്രീ പ്രസവിച്ച് ഉപേക്ഷിച്ച കുഞ്ഞിനെ വളർത്തിയ താപസമുനി; മകൾ വീടുവിട്ടു പോകുമ്പോൾ വിലപിക്കുന്ന മുനിയെപ്പോലെ, ഇവൾ വിശന്നുകരയുമ്പോൾ എന്റെ ഹൃദയമിടിപ്പിന്റെ താളം തെറ്റുന്നു-അതെന്തു കൊണ്ടാണ്-?

അയാൾ ചിലപ്പോൾ ഓർക്കും, സ്വന്തം കുഞ്ഞായിരുന്നെങ്കിൽ ഭവാനി നീണ്ട മയക്കത്തിൽ നിന്ന് ഉണരുമായിരുന്നില്ലേ-?

അതിന്റെ മൃദുസ്പർശമേല്ക്കുന്ന മാത്രയിൽ അഹല്യയെപ്പോലെ അവൾക്ക് ജീവൻ വച്ചേനെ-സ്തന്യം നല്കിയേനെ-അതൊരു മായാ മോഹമായി അയാളെ അസ്വസ്ഥനാക്കിക്കൊണ്ടിരുന്നു-

പക്ഷേ, അവൾ കുഞ്ഞിനെ കണ്ടിട്ടേയില്ല, ഉണരാത്ത ഉറക്കത്തിലെ നിറമാർന്ന കിനാവുകളിൽ മാത്രം കുഞ്ഞിനെ കണ്ട് അവൾ നിശ്ശബ്ദം കടന്നുപോയി.-

അശോകൻ ആ ഓർമ്മയിൽ സ്വയം പിടഞ്ഞു മുറുക്കി അടച്ച കണ്ണുകളിൽ നിന്ന് കണ്ണീരൊഴുക്കി കവിൾ പൊള്ളുന്നു.

പെട്ടെന്ന് കുഞ്ഞ് കരച്ചിൽ നിർത്തിയെന്ന് അശോകൻ അതിശയത്തോടെ തിരിച്ചറിഞ്ഞു. അയാൾ തോളിലേക്ക് ചേർത്തുവച്ചപ്പോൾ തന്നെ അതിന്റെ കരച്ചിൽ തേങ്ങലായി നേർത്തിരുന്നു.

പ്രസവത്തിന് അഡ്മിറ്റ് ചെയ്യുന്നതിനു മുമ്പ് ഭവാനി പറഞ്ഞതയാൾ ഓർത്തു.

ഈ കുഞ്ഞിന് അശോകേട്ടന്റെ ശാന്തസ്വഭാവമായിരിക്കും. ഇത്ര പ്രായമായി ഗർഭിണിയായിട്ടും എനിക്കിവൾ ഒരു ബുദ്ധിമുട്ടും ഉണ്ടാക്കിയില്ല. എല്ലാം നോർമൽ.

അവൾ സ്വപ്നങ്ങൾ കൊണ്ട് ഉടുപ്പണിയിച്ച പെൺകുഞ്ഞ്!!

അയാൾ ഓളങ്ങൾ കടലിന്റെ മാറിൽ എഴുതുന്ന ലിഖിതങ്ങൾ നോക്കിയിരുന്നു-എല്ലാം അപ്പപ്പോൾ കാറ്റ് മായ്ച്ച് കളയുന്നു!

ദൂരെ നിന്ന് റോബിൻ കട്ടമരത്തിൽ നിന്നിറങ്ങി നനഞ്ഞ കുപ്പായം

പിഴിഞ്ഞുകൊണ്ട് നടന്നു വരുന്നു; അവൻ അടുത്തുവന്ന് തോർത്തു കൊണ്ട് തല തുടച്ചു.

നീയിതുവരെ പോയില്ലേ അശോകാ! ഞാൻ വരുന്നത് നോക്കിയിരിക്കുവാര്ന്നോ? നിലാവ് ഉണ്ടായിരുന്നതുകൊണ്ട് ഞങ്ങള് ഒരുപാട് ദൂരെ പോയി. കുറെ ചിപ്പി കിട്ടി. സാമും ജോണുമൊക്കെ അവിടെ നില്ക്കുവാ ഞാൻ വന്നത് നീയുണ്ടേൽ നിന്നെക്കൂടി കടലിലോട്ട് കൊണ്ട് പോവാനാ–ഇന്നാണേൽ മഴയില്ല നിലാവ് ഉണ്ട്, കൂട്ടുകാരെല്ലാം ഉണ്ട്–നിനക്കു കടല്കാണാൻ വല്യ കൊതിയല്യോ? മാനം തെളിഞ്ഞിരിക്കുന്നു. ഓളവും കൊറവാ–നീ വാടാ നിന്നെ ഞാൻ കടൽപ്പാരം ഒക്കെ കാണിച്ചു തരാം.

അവൻ ദൂരേക്കു വിരൽ ചൂണ്ടി–നോക്ക്–ദൂരെ കടലിലേക്ക് തള്ളി നില്ക്കണെ പാറകണ്ടോ? അതിനടുത്ത; താഴെക്കാഴത്തിലിറങ്ങി പാറകളുണ്ട്– എന്തു ഭംഗിയുള്ള കോറലുകളുണ്ടെന്നറിയാമോ? കൊതിവരും പെട്ടെന്നാണ് റോബിൻ, അയാളുടെ തോളിൽ കിടക്കുന്ന കുഞ്ഞിനെ കണ്ടത്.

എന്താടാ ഇത്? കുഞ്ഞിനെന്തു പറ്റി?

അശോകൻ മ്ലാനമായ മുഖത്തോടെ പറഞ്ഞു.

കുഞ്ഞമ്മ ഉറക്കിയാൽ ഉറങ്ങത്തില്ല. ഞാൻ തന്നെ എടുത്തു കൊണ്ടു നടക്കണം. കുറെ ദിവസമായി ഇതാ രീതി. ശരിക്കുറങ്ങിയിട്ട് എത്രനാളായെന്ന് അറിയാമോടാ–! ഈ പ്രായത്തില്–!?

റോബിൻ വിഷമത്തോടെ പറഞ്ഞു അപ്പോൾ നീ എങ്ങനെ വരുമെടാ? നമ്മുടെ കൂട്ടുകാരൊക്കെ അവിടെ ഉഷാറായി നില്ക്കുവാ. നിന്നെ കാത്തിരിക്കുന്നു.

കടൽ ഇതിലും തെളിച്ചമായി ഇനി ഈയിടെയെങ്ങും കാണാനൊക്കൂല്ലെടാ. അതുകൊണ്ടാ ഞാൻ വിളിക്കുന്നെ.

അശോകന് പെട്ടെന്നെന്തോ ഉള്ളിൽ വീണുടഞ്ഞതുപോലെ തോന്നി.

–അതെ ഞാൻ പോകുന്നു, കടൽ കാണാൻ ഇങ്ങനെ ഓരോരോ കാലത്തും ഞാൻ എന്റെ കാര്യം നോക്കാതെ എന്തിനാണ് ഈ ഭാരങ്ങൾ ചുമന്ന് നടക്കുന്നത്?

കൈകാലുകൾ വരിഞ്ഞുകെട്ടി, ആർക്കോ വേണ്ടി കൽച്ചുമടുകൾ ശിരസ്സിലേറ്റുന്ന അടിമയെപ്പോലെ–? അയാൾ എണീറ്റു.

– ഞാൻ വരുന്നു റോബിൻ. കുഞ്ഞ് കൈയിലിരുന്നോളും നീ നടക്ക്.

റോബിന്റെ കൈ പിടിച്ച് ബോട്ടിലേക്കു കയറുമ്പോൾ അവൻ ചോദിച്ചു.

– നീ ഒന്നും പേടിക്കണ്ടെടാ. എല്ലാവരും കൂടെയുണ്ട്– കടലമ്മ നിന്നെ കാത്തിരിക്കുവാ.

അയാൾക്ക് നെഞ്ചിനകത്തു കൂടി ഒരു മിന്നൽപിണർ പാഞ്ഞു പോയതു പോലെ തോന്നി–

അതെ, കടലമ്മയുടെ മടിത്തട്ടിലെ ശാന്തത എനിക്കു വേണം–ഒരു നിമിഷം മതി, ആ മടിയിലേക്ക് വീണ് എല്ലാം മറന്ന് തീരാൻ–ഒരു കുതിപ്പു

മതി–കൈയിൽ തൂങ്ങിക്കിടക്കുന്ന ഈ മാറാപ്പും കുടഞ്ഞെറിഞ്ഞ്, എല്ലാം ഉപേക്ഷിച്ച്, താഴേക്ക്–

– അലമാലകൾ കീറിമുറിച്ച്, ബോട്ട് ശബ്ദത്തോടെ നീങ്ങിയിട്ടും കുഞ്ഞ് ഉണർന്നില്ല. കുപ്പിയുടെ നിപ്പിൾ ഉറക്കത്തിൽ അതിന്റെ ചുണ്ടിൽ നിന്ന് വിട്ടുപോയി. ഒരു പാൽത്തുള്ളി തുടുത്ത കവിളിൽ ഒലിച്ചിറങ്ങി, ചാരുപ്രഭയിൽ വൈരക്കല്ല് പോലെ തിളങ്ങി.

റോബിൻ വിരൽ ചൂണ്ടി.

ദാ അവിടെയാണ് അഞ്ചുപാറകളുടെ കൂട്ടമായ വലിയ പാരുകൾ– നല്ല ആഴമുണ്ട്–പക്ഷേ, ചന്ദ്രന്റെ വെട്ടത്തിൽ അടിവശം വരെ കാണാം നമുക്കവിടെ വരെ പോവാം. അവൻ ബോട്ട് വേഗത്തിലാക്കി. കുറച്ചു ദൂരം ചെന്നപ്പോൾ ബോട്ട് വല്ലാതെ ചാഞ്ചാടാൻ തുടങ്ങി. റോബിൻ, അസ്വസ്ഥനായി അവൻ പറഞ്ഞു.

–കടൽ നമ്മൾ വിചാരിക്കുന്നപോലെ അല്ലെടാ. കടലനക്കങ്ങൾ ആർക്കു മനസ്സിലാക്കാൻ പറ്റും?

എന്നും കടലിൽ കഴിഞ്ഞ എന്റെ അപ്പയ്ക്കു പോലും ചിലപ്പോൾ പിടികിട്ടത്തില്ല കടലിന്റെ ഉള്ളിലും നമ്മൾ വിചാരിക്കാത്ത ഭൂകമ്പങ്ങളും ഉലച്ചിലുകളും വിറയലും ഒക്കെയുണ്ട്. പുറമേ കാണത്തില്ല.

നിമിഷങ്ങളോളം നീണ്ട തിരച്ചാട്ടങ്ങളിൽ, തുള്ളി കുലുങ്ങുന്ന ബോട്ടിന്റെ, കൈവരിയിൽ പിടിച്ച് ചാരിയിരിക്കാൻ പാടുപെടുമ്പോൾ അശോകൻ കുഞ്ഞിനെ ശ്രദ്ധിച്ചു. അശോകന്റെ ഉടുപ്പിൽ മുറുകെപ്പിടിച്ച്, അയാളുടെ മടിയിൽ അത് സ്വസ്ഥമായി മയങ്ങി. അതിന്റെ കുഞ്ഞ് ശിരസ്സ് അയാളുടെ നെഞ്ചോട് ചേർത്തു വച്ചിരുന്നു–ഭവാനി അയാളോട് ഒട്ടിക്കിടക്കുന്നതുപോലെ–

കടലിലെ ഓളങ്ങൾ സാവധാനം കുറഞ്ഞുവന്നു; ബോട്ടിന്റെ ഊഞ്ഞാലാട്ടങ്ങൾ നിലച്ചപ്പോൾ റോബിൻ ആശ്വാസത്തോടെ തിരിഞ്ഞു പറഞ്ഞു.

–ചിലപ്പോൾ ഇത് കുറച്ചു നേരം കൂടി കാണും പക്ഷേ, ഇത്രയും ശക്തിയായി വരാറില്ല. ഞാൻ ആകെ വിഷമിച്ചു പോയെടാ, കൊച്ചുകുഞ്ഞും കൂടെയില്ല്യോ!

പിന്നെ ചെറുപുഞ്ചിരിയോടെ ഗാഢനിദ്രയിലാണ്ടു കിടക്കുന്ന കുഞ്ഞിനെ അവൻ അത്ഭുതത്തോടെ നോക്കി.

–എടാ, ഇത് ഒന്നു കരഞ്ഞുപോലുമില്ലല്ലോ ഇതൊന്നും അറിഞ്ഞമട്ടുപോലുമില്ല. ഒരു പേടീമില്ല–മിടുക്കിക്കുട്ടി! ഈ മോൾ നിന്റെ ഭാഗ്യമാടാ. നിന്നെ വിട്ട് ഇതെങ്ങും പോവത്തില്ല. അത്രയ്ക്കും നിന്നോടൊട്ടിത്തന്നെയാ ഇത് കിടക്കുന്നെ, നിന്റെ ഒരു കൈയോ കാലോ പോലെ ഒട്ടിച്ചേർന്ന്–

പെട്ടെന്ന് അശോകന്റെ ഉള്ളിൽ ഒരു ഉറവപൊട്ടി–തന്നെ വിടാതെ മുറുകെ പിടിച്ച കുഞ്ഞു വിരലുകൾ തലോടുമ്പോൾ, കണ്ണുകൾ വിതുമ്പുന്നതയാൾ അറിഞ്ഞു അയാൾ പതുക്കെ കുനിഞ്ഞ് കുഞ്ഞിന്റെ പൂവിതൾ പോലെ നനുത്ത നെറ്റിയിൽ ചുംബിച്ചു.

പിന്നെ സ്വയം ചോദിച്ചു- ഈ പിഞ്ചു കുഞ്ഞിനെ കുടഞ്ഞെറിഞ്ഞ് കളഞ്ഞ് ചെല്ലുമ്പോൾ ഏതു സമുദ്രഗർഭമാണ് എനിക്ക് അഭയം നല്കുന്നത്?

ഈ കരയിലും കടലിലും, എവിടെയാണ് വിഹ്വലതകളും പ്രകമ്പനങ്ങളും ഒട്ടും ഇല്ലാത്തത്? ഉള്ളിലെ അഗ്നികുണ്ഡത്തിന്റെ താപത്തിൽ സ്വയം, തിരിയുകയും കറങ്ങുകയും ചെയ്യുന്ന ഈ ഭൂമിയിൽ എവിടെയാണ് ശാന്തി കിട്ടുന്നത്?

ഇല്ല; ഇനി ഞാൻ എങ്ങോട്ടും പോകുന്നില്ല! അശോകൻ കുഞ്ഞിനെ ഒന്നുകൂടി ചേർത്ത് പിടിച്ച്, പണ്ടെങ്ങോ കേട്ടുമറന്ന ഒരു ഉറക്കുപാട്ട് ഓർത്ത് ഉച്ചത്തിൽ പാടാൻ തുടങ്ങി. കടലലകളും കാറ്റും ആ താരാട്ടുപാട്ട് ഏറ്റുമൂളി.

●

നീലമുളകൾ തേങ്ങുമ്പോൾ

മീനമാസത്തിലെ കനൽച്ചൂടിന്റെ പകലോർമ്മയിൽ ഭൂമി തളർന്നു കിടക്കുന്നു. ഇളംകാറ്റുപോലും വീശാത്ത രാത്രി.

ലോല പകുതി തുറന്നു കിടന്ന ജനവാതിലിലൂടെ പുറത്തേക്കു നോക്കി. അപ്പോഴാണ് ശ്രദ്ധിച്ചത്, ആകാശത്ത് ചന്ദ്രൻ ചുവന്ന ചോരയിൽ കുളിച്ചതുപോലെ. അവൾ ഓർത്തു, ഇതാണ് സാറാ അമ്മച്ചി മൂന്നാഴ്ച മുമ്പ് പറഞ്ഞത്.

'ലോലക്കുട്ടി, ഇത്തവണ സൂപ്പർ മൂണിനെ കാണുമ്പോൾ, ചന്ദ്രഗ്രഹണം കാരണം ബ്ലഡ്മൂണിനെയും കാണാം. ഇനി അത് അമ്പത് കൊല്ലമെങ്കിലും കഴിഞ്ഞേ കാണൂ. നമുക്ക് ഇപ്പോൾ ഇത് കാണാനുള്ള ഭാഗ്യമുണ്ട് കൊച്ചേ.'

സാറാ അമ്മച്ചി എന്നും അങ്ങനെയായിരുന്നു. ഏതെങ്കിലും പുതിയ പുസ്തകം വായിച്ചാൽ, പുതിയ പാട്ടുകേട്ടാൽ, പുതിയ വാർത്ത കേട്ടാൽ, ഉടനെ വിളിച്ചു പറയും– ലോലക്കുട്ടി എന്ന വിളി കേൾക്കുമ്പോൾ എന്തിനാണെന്ന് അവൾക്കറിയാം; പുതിയ ഉടുപ്പു കണ്ടാൽ, പുതിയ മോഡൽ ചെരുപ്പു കണ്ടാൽ ചോദിക്കും, നിനക്കുവേണോ കൊച്ചേ– എല്ലാം അവർ തന്നത്, ലോല എന്ന പേര് പോലും– പതിനാറുവയസ്സിൽ അവരുടെ അടുത്ത് പത്മനാഭൻ ചേട്ടൻ കൊണ്ടുചെല്ലുമ്പോൾ ലതിക എന്നായിരുന്നു പേര്. പത്മനാഭൻ ചേട്ടൻ പറഞ്ഞു.

'ഇത് എന്റെ അമ്മായിയുടെ മകളാണ്, ലതിക. അമ്മായി എട്ടുപത്ത് വർഷം മുമ്പ് മരിച്ചു. ഇവൾടെ അച്ഛൻ വേറെ കല്യാണം കഴിച്ചു. രണ്ടു കുട്ടികളായി. ഇവൾക്കവിടെ വലിയ പ്രയാസമാണ് കൊച്ചമ്മേ. ഇവിടെ ഒരാളെ വേണമെന്ന് പറഞ്ഞില്ലേ, ഇവൾ കൊച്ചമ്മയെ നോക്കാനിവിടെ നില്ക്കും.

ലോല, അത്ഭുതത്തോടെ ചന്ദനനിറമാർന്ന ആ വലിയ വീടിന്റെ വരാന്തയിൽ, മിനുമിനുപ്പാർന്ന തറയിൽ കാലുചവിട്ടാൻ മടിച്ച് നിന്നു. മദ്ധ്യവയസ്സുകഴിഞ്ഞ, വെളുത്ത പ്രൗഢസ്ത്രീ. സാറാ ജോൺ. റോക്കിങ് ചെയറിൽ ചാരിയിരുന്ന് പതുക്കെ ആടുന്നു. വർഷങ്ങളായി ഇംഗ്ലണ്ടിൽ നഴ്സായി ജോലി നോക്കിയവർ. രണ്ടുവർഷമായി നാട്ടിൽ സ്ഥലം വാങ്ങി വീടുവച്ചിട്ട്. ഫിസിയോതെറാപ്പിസ്റ്റായിരുന്ന ഭർത്താവ് മരിച്ചിട്ട്, വെറും രണ്ടു മാസം മാത്രം. അവർക്ക് കാലിന് ഒടിവ് പറ്റി, പ്ലാസ്റ്ററിട്ടതിനാൽ സഹായത്തിന് ഒരാൾ വേണമെന്ന് അവരുടെ എസ്റ്റേറ്റിലെ കാര്യങ്ങൾ നോക്കുന്ന പത്മനാഭനോടു പറഞ്ഞിട്ട് ഒരാഴ്ച.

സാറാ ജോൺ ആശ്വാസത്തോടെ പറഞ്ഞു-

'പത്മനാഭൻ എന്തായാലും പറഞ്ഞയുടനെ ഒരാളെ കൊണ്ടുവന്നല്ലോ. ത്രേസ്യക്ക് അടുക്കളപ്പണിയും പശുക്കളെ നോക്കലും വൃത്തിയാക്കലും ഒക്കെ കഴിഞ്ഞാൽ പിന്നെ ഒന്നിനും നേരമില്ല. എനിക്കാരെങ്കിലും അടുത്ത് ഇല്ലാതെയും പറ്റില്ല.'

ലോല ഓർത്തു. മുപ്പതുവർഷങ്ങൾക്കു മുമ്പ്, റേഷൻകടയിലേക്ക് അന്തിമയങ്ങിയപ്പോൾ ഇടവഴിയിലൂടെ പേടിയോടെ നടന്നുപോകുമ്പോൾ, നടവരമ്പ് കയറിവരുന്ന പത്മനാഭൻ ചേട്ടനെ കണ്ടില്ലായിരുന്നുവെങ്കിൽ.

നാട്ടുമ്പുറത്ത് കൂലിപ്പണിക്ക് പോയിരുന്ന അച്ഛൻ. രണ്ടാമത്തെ ഗർഭത്തിൽ രക്തസ്രാവം വന്ന് അമ്മ മരിക്കുമ്പോൾ ലോലയ്ക്ക് വയസ്സ് അഞ്ച്. ഉടനെതന്നെ അകന്ന ബന്ധത്തിലുള്ള ഒരു സ്ത്രീയെ ഭാര്യയായി, അച്ഛൻ കൊണ്ടുവരുമ്പോൾ വരാനിരിക്കുന്നത് ദുരിതകാലങ്ങളാണെന്ന് അവൾക്കറിയില്ല. പുറമ്പോക്കിലെ ഓലപ്പുരയുടെ മൺചുവരുകളുടെ കാളിമയെക്കാൾ കറുത്ത ആ കാലത്തെക്കുറിച്ച് ഓർക്കുമ്പോൾ അവൾക്ക് ഇപ്പോഴും ശ്വാസംമുട്ടുന്നു.

സുമതി എന്ന രണ്ടാനമ്മയുടെ ഉറക്കെയുള്ള ശകാരങ്ങളിൽ, കലഹങ്ങളിൽ, വിറകൊള്ളുന്ന വീട്, എപ്പോഴും രോഗങ്ങൾ കൊണ്ട് കരഞ്ഞുകൊണ്ടിരിക്കുന്ന രണ്ടു ചെറിയ കുഞ്ഞുങ്ങൾ, എന്തുകണ്ടാലും പ്രതികരിക്കാത്ത അച്ഛൻ.

ഒരു ആലിലയുടെ തണുപ്പുപോലും തലയ്ക്കു മുകളിലില്ലാതിരുന്ന ആ കാലത്താണ് സന്ധ്യക്ക് ഇടവഴിയിൽ വച്ച് പത്മനാഭൻ ചേട്ടനെ കണ്ടത്.

അയാൾ അങ്കലാപ്പോടെ ചോദിച്ചത് ഓർക്കുന്നു.

'ഇരുട്ടായല്ലോ മോളേ, നീയാണോ ഒറ്റയ്ക്ക് ഈ സമയത്ത് കടയിൽ പോകുന്നത്?' 'വേറെ ആര് പോകാനാ ചേട്ടാ. കുഞ്ഞമ്മ എന്നോട് എല്ലാത്തിനും പോകാൻ പറയും. അച്ഛനൊന്നും എതിർക്കത്തില്ല. കുഞ്ഞമ്മ പറഞ്ഞതുപോലെ കേട്ടില്ലേൽ പിന്നെ പുകിലാ.' അവൾ പറഞ്ഞു.

'നിന്റെ കുഞ്ഞമ്മയുടെ സ്വഭാവം ശരിയല്ലെന്ന്, ഞാനറിഞ്ഞിട്ടുണ്ട്. ദൂരെയാണേലും വിവരമൊക്കെ എനിക്കറിയാം. നീ പത്താംക്ലാസ് പാസായോ?'

അവൾ കരഞ്ഞു. 'പത്താംക്ലാസില് നല്ല മാർക്കുണ്ട്. പക്ഷേ, എന്നെ ഇനി പഠിപ്പിക്കത്തില്ല. എനിക്ക് എങ്ങോട്ടെങ്കിലും ഇവിടുന്ന് പോയാമതി. ഇവിടെ നില്ക്കാൻ വയ്യ. അച്ഛനോടു പറഞ്ഞിട്ട് ഒരു കാര്യോമില്ല.' അവൾ ഇപ്പോഴും ഓർക്കും. ഉത്തരവാദിത്വവും കഴിവുമില്ലാത്ത രക്ഷിതാക്കൾക്ക് പിറക്കുന്നത്, ശാപഗ്രസ്തരായ ജന്മങ്ങളാണ്. ആ ജന്മങ്ങൾ അനുഭവിക്കുന്ന ദുഃഖം ആർക്കും മനസ്സിലാവില്ല.

അവൾ വീണ്ടും പറഞ്ഞു. 'ഏതോ ഒരുത്തന്റെ കൂടെ കല്യാണം കഴിപ്പിക്കാനുള്ള ചിന്തയാ. അച്ഛന്റെ കൂടെ എപ്പോഴും അയാൾ വരും. അയാൾ അച്ഛനും കുഞ്ഞമ്മയ്ക്കും കാശ് ഇടയ്ക്കിടയ്ക്ക് കൊടുക്കും. എനിക്ക് പേടിയാ അയാളെ– അയാൾ ഒന്ന് കല്യാണം കഴിച്ചിട്ടുണ്ടെന്ന് ആളുകൾ പറയുന്നു.' ലോല ആ ഓർമ്മയിൽ ഇപ്പോഴും ആശ്ചര്യം കൂറും. ആരാണ് എന്നെക്കൊണ്ട് ഇത്രയൊക്കെ പറയിച്ചത്. വർഷങ്ങൾക്കുശേഷം കാണുന്ന, അതും വല്ലപ്പോഴും നാട്ടിൽ വരുന്ന പത്മനാഭൻ ചേട്ടനോട്?

പകലിന്റെ മിഴികൾ കൂമ്പിത്തുടങ്ങിയിരുന്നു. പ്രകാശം കെട്ടുപോയ ആ നേരത്തും, പത്മനാഭൻ ചേട്ടന്റെ മുഖത്തെ വിഷമം അവൾ കണ്ടു. അയാൾ പറഞ്ഞു.

'നിന്റെ അമ്മ ഒരു പാവമായിരുന്നു. അച്ഛന്റെ പെങ്ങളായിരുന്നേലും, സ്വന്തം അമ്മയെപ്പോലെ എന്നോട് സ്നേഹമായിരുന്നു. ഞാൻ വീട്ടിൽ ചെന്നാൽ എന്തെങ്കിലും കഴിക്കാതെ വിടത്തില്ല. നീ ഇങ്ങനെ ത്രിസന്ധ്യയ്ക്ക് നിന്ന് കരയാതെ ഞാനങ്ങോട്ടു വരാം. നിന്റെ അമ്മയുടെ ആത്മാവ് എന്നോട് ക്ഷമിക്കില്ല, അല്ലെങ്കിൽ–'

കുഞ്ഞമ്മ എതിർത്തു.

'ഇത്രയും ദൂരെ പ്രായമായ കൊച്ചിനെ വിടാനൊക്കത്തില്ല. തന്നേമല്ല, രണ്ടുപൊടിക്കൊച്ചുങ്ങളും ഞാനും തന്നാ ഇവിടെ മിക്കപ്പോഴും. ഇയാള് പണീന്ന് പറഞ്ഞ് പോയാൽ ഒത്തിരിക്കാലം കഴിഞ്ഞേ വരൂ'.

പത്മനാഭൻചേട്ടൻ ഉറക്കെ പറഞ്ഞു.

'വെറുതെയല്ലല്ലോ. അവര് നല്ല ശമ്പളം തരും. നിങ്ങൾക്ക് വേണ്ടത് മാസാമാസം ഞാനിവിടെ എത്തിക്കും. അത് പോരേ?'

അഭിപ്രായമൊന്നും പറയാതെ ബീഡി പുകച്ച് അച്ഛൻ തൂണും ചാരി, നിസ്സംഗതയോടെ ഇരുന്നു. ഒരു ചുരുൾ നോട്ടുകൾ, കുഞ്ഞമ്മയുടെ കൈയിൽ പത്മനാഭൻ ചേട്ടൻ തിരുകിക്കൊടുത്തപ്പോൾ അവർ കൂടുതൽ പറയാൻ വന്ന വാക്കുകൾ വിഴുങ്ങി.

ലോല ദീർഘമായി നിശ്വസിച്ചു. ഇവിടെ വന്നിട്ട് ഇന്നിപ്പോൾ മുപ്പതുവർഷങ്ങളായിരിക്കുന്നു. പത്മനാഭൻചേട്ടൻ സാറാ ജോണിനോട് പറഞ്ഞു.

'ഇവൾ പഠിക്കാൻ മിടുക്കിയായിരുന്നു. വീട്ടിലെ സാഹചര്യം കാരണം–'

വാക്കിങ് സ്റ്റിക്കിൽ താങ്ങി, പ്ലാസ്റ്ററിട്ട കാലിൽ ശക്തി കൊടുക്കാതെ പതുക്കെ സാറാ ജോൺ എണീറ്റു.

'ഇപ്പോൾ എന്റെ കൂടെ ഒരാൾ വേണമല്ലോ പത്മനാഭാ, എന്റെ കാലു കമ്പിയിട്ടിരിക്ക്യല്ലേ-അത് ഭേദമായിട്ട് ഇവളെ പഠിപ്പിക്കുന്ന കാര്യം നോക്കാം-അത് പോരേ.'

ലോല, അവരുടെ സൗമ്യമായ മുഖഭാവവും മൃദുവായ വാക്കുകളും ശ്രദ്ധിച്ചു നില്ക്കുകയായിരുന്നു. പുറംപോക്കിലെ കോളനിയിലെ അലമുറകൾക്കും വാക്ക് തർക്കങ്ങൾക്കും ഇടയിൽ നിശ്ശബ്ദതയ്ക്കു വേണ്ടി കൊതിച്ച ദിനങ്ങൾ; മദ്യപന്മാരുടെ വൃത്തികെട്ട വാക്കുകളും, കാമാർത്തി പൂണ്ട നോട്ടങ്ങളും കൊണ്ട് സഹികെട്ട നാളുകൾ.

ഇവിടെ ഈ വീടിന്റെ പാൽനിറമാർന്ന ചുവരുകളും മിനുസമുള്ള തറയുള്ള മുറികളും അവളെ കൊതിപ്പിച്ചു. എനിക്ക് പഠിച്ചില്ലെങ്കിലും സാരമില്ല. ഈ ശാന്തതയിൽ ജീവിക്കാൻ പറ്റിയാൽ മതി.

പോകാൻ നേരം, പത്മനാഭൻ ചേട്ടൻ അടുത്തേക്കു വിളിച്ചു പറഞ്ഞു.

'നിനക്കിവിടെ പേടിക്കാനൊന്നുമില്ല. ഡ്രൈവർ ജോസേട്ടൻ പാവമാണ്. അയാളുടെ ഭാര്യ ത്രേസ്യേച്ചേട്ടത്തിയാണ് അടുക്കളേല്. സാറ കൊച്ചമ്മയ്ക്ക് ബന്ധുക്കളായിട്ട് ഇവിടെ കുറവാണ്– ഇവരുടെ ഭർത്താവ് രണ്ടുമാസം മുമ്പ് മരിച്ചപ്പോൾ പള്ളീലെ ചടങ്ങുകഴിഞ്ഞു വന്നപ്പോഴാണ് കാല് തെറ്റിവീണ് ഒടിവുണ്ടായത്. മക്കള് രണ്ടും ദൂരെയാ–വന്നിട്ടു തിരിച്ചുപോയി–'

ഒന്നു നിർത്തി അയാൾ പറഞ്ഞു.

'ഞാനിവരുടെ കൂടെ വന്നിട്ട് രണ്ടുകൊല്ലമായി. എനിക്കൊരു പ്രയാസോമില്ല–നിനക്കും കുഴപ്പമൊന്നും വരില്യമോളെ.'

ഇപ്പോഴും അന്ന് തോന്നിയ സമാധാനം. ലോല ഓർക്കുന്നു. അന്ന് സാറ ജോണിന്റെ കൈ പിടിച്ചുവരാന്തയിലൂടെ പതുക്കെ നടത്തുമ്പോൾ അവർ പറഞ്ഞു.

'എനിക്ക് ലതികേ എന്നൊന്നും വിളിക്കാൻ എപ്പോഴും പറ്റത്തില്ല കൊച്ചേ, ഞാൻ നിന്നെ ലോല എന്ന് വിളിക്കും. നിനക്ക് സമ്മതമാണോ?'

അവൾ ഒന്നും പറഞ്ഞില്ല. ഏതു പേരായാലെന്ത്? എനിക്ക് അവിടെ പ്രത്യേകിച്ച് പേര് ഒന്നും തന്നെ ഇല്ലായിരുന്നു. കുഞ്ഞമ്മ എപ്പോഴും വിളിക്കുന്നത് പെണ്ണേ എന്ന്. അച്ഛനും കോളനിയിലുള്ള മറ്റുള്ളവരും വിളിക്കുന്നത് കൊച്ചേ എന്ന്. പേരുണ്ടോ എന്നുപോലും ഓർക്കാത്ത നാളുകൾ.

അവർ വാക്കിങ് സ്റ്റിക്ക് മുറിയുടെ ചുവരിൽ ചാരി വച്ചിട്ടു പറഞ്ഞു.

'ഇനി നീയാണെന്റെ വാക്കിങ് സ്റ്റിക്ക്.'

മെത്തയിൽ ചാരിക്കിടന്ന് അവർ ആലോചനയോടെ പറഞ്ഞു.

'എനിക്ക് മൂന്നാമതൊരു മകൾ ജനിച്ചിരുന്നു. രണ്ടു മാസമായപ്പോൾ മരിച്ചുപോയി. ഇപ്പോൾ ഉണ്ടായിരുന്നേൽ, ഇരുപത് വയസ്സ് കണ്ടേനെ. നിന്നെ കണ്ടപ്പോൾ ഞാനെന്റെ കുഞ്ഞിനെ ഓർത്തുപോയി.'

പെട്ടെന്ന് ഏതോ സുവർണ്ണ നൂൽകൊണ്ട് അവരോട് ചേർത്ത് ബന്ധിക്കപ്പെട്ടതായി അവൾക്കു തോന്നി.

ലോലയുടെ മിഴികൾ തുളുമ്പി ഒഴുകി. ആ സ്വർണ്ണച്ചരട് ഇപ്പോഴും ദേഹത്തോട് ചേർന്നുകിടക്കുന്നു. പൊട്ടാതെ.

അതുകൊണ്ടായിരിക്കാം, വന്നതിന്റെ രണ്ടു ദിവസം കഴിഞ്ഞ്, മുറ്റത്ത് ഒരു പ്ലാസ്റ്റിക് കൂടിലിരുന്ന നീലമുളയുടെ തൈകൾ പുഴയോരത്ത് നടാനായി അവൾ എടുത്തപ്പോൾ അവർ പറഞ്ഞത്.

'ലോലേ, അത് ജോൺ കൊണ്ടുവന്നതാണിവിടെ വയ്ക്കാൻ. ഏതോ ഫ്രണ്ട്സ് ഗിഫ്റ്റ് കൊടുത്തതാണ്. പക്ഷേ, നിനക്കറിയാമോ, ഇതിനെപ്പറ്റി ഒരു കഥയുണ്ട്. ഈ നീലമുള വളർന്ന്, വച്ച ആളിന്റെ പൊക്കമെത്തുമ്പോൾ ആ ആൾ മരിക്കുകയോ, വീട് വിട്ട് പോവുകയോ ചെയ്യേണ്ടിവരുമെന്ന്. ജോൺ അതുകേട്ട് പേടിച്ച് നട്ടില്ല.'

പിന്നെ അവർ നനഞ്ഞമിഴികൾ തുടച്ചുകൊണ്ടു പറഞ്ഞു.

'അതു നട്ടില്ലേലും ജോൺ പോയി. ഇവിടെ കൊണ്ട് വച്ചതേയുള്ളൂ. നീയിതു നടണ്ട കേട്ടോ. നീയും എന്നെ വിട്ടുപോയാലോ' ലോല അപ്പോൾ ചിരിച്ചു.

'ഓ. അതൊക്കെ വെറുതെ ഓരോ കഥകളാ അമ്മച്ചി. ഈ ചെറിയ മുളം തൈ എന്റെ പൊക്കമെത്താനിനി എത്ര വർഷമെടുക്കും? ഇവിടെ വിട്ട് ഞാൻ എങ്ങോട്ടു പോവാനാ അമ്മച്ചി? ചത്തുപോവുമായിരിക്കും.

എന്താണങ്ങനെ അന്ന് പറയാൻ തോന്നിയത് എന്ന് അവൾക്കറിയില്ല. ലോല ജനൽ മലർക്കെ തുറന്നു. പറമ്പിനതിരിലൂടെ ഒഴുകുന്ന പുഴയുടെ കരയിൽ നട്ട തൈ വളർന്ന് മുളങ്കാടുകൾ തീർത്തിരിക്കുന്നു. അതിന്റെ ഇരുണ്ടു നീണ്ട ഇലകൾ നദിയുടെ ആഴങ്ങളിലേക്ക് മുഖം നീട്ടി നില്ക്കുന്നു. മുളംതണ്ടുകൾ ലോലയെക്കാൾ പൊക്കത്തിൽ വളർന്ന് വളർന്ന് ഇടതൂർന്നു. ഒരു നേർത്ത കാറ്റു കടന്നുപോകുമ്പോഴേക്കും തണ്ടുകളും രണ്ട് തേങ്ങൽ പോലെയുള്ള നാദമുതിരുന്നു.

സാറ ജോൺ പറഞ്ഞു.

'ഈ ശബ്ദം കേൾക്കാൻ തുടങ്ങിയാൽ പേടിക്കണമെന്നാണ് ജോൺ പറഞ്ഞത്. ഞങ്ങളുടെ ഇംഗ്ലണ്ടിലെ വീടിന്റെ മൂലയിൽ ഈ മുളകളുണ്ടായിരുന്നു. ഈ ശബ്ദം കേട്ടു തുടങ്ങിയപ്പോൾ ജോൺ പറയും. നമുക്ക് വീട് വിടാറായി എന്ന്. അതുപോലെ തന്നെ, വീട് വിട്ടുപോന്നു.'

ഒരു ഗദ്ഗദം പോലെ അവർ തുടർന്നു.

'ജോണിന് വലിയ ആഗ്രഹമായിരുന്നു, പുഴക്കരയിലൊരു വീട്. അതുകൊണ്ടാണ് മക്കൾ രണ്ടും ദൂരെയായിട്ടും, ഇവിടെ സ്ഥലം വാങ്ങിച്ച്

വീടുവച്ചത്. രണ്ടുകൊല്ലം പോലും തികച്ച് നില്ക്കാനായില്ല ജോണിന്–പാവം!'

പിന്നെ ഒരു മന്ത്രണം പോലെ അവർ പറഞ്ഞു. 'പക്ഷേ, എല്ലായിടവും എന്റെ ജോണുണ്ട്. ഈ കല്ലിന്റെ കസേര ജോൺ ചെയ്യിച്ചതാണ്. മുറ്റത്ത് പുഴയെ നോക്കിയിരിക്കാൻ. പിന്നെ ജോൺ കൊണ്ടുവന്ന ഈ നീലമുളകൾ. ആ ചെറിയ കുളത്തിലെ താമരപ്പൂ ജോൺ നട്ടതാണ്. ഒരു താമരപ്പൂവ് പറിക്കാൻ കുളത്തിലേക്കിറങ്ങിയപ്പോഴാണ് കുഴഞ്ഞു വീണത്. അറ്റാക്കായിരുന്നു. ഈ മരങ്ങളെല്ലാം വളരുന്നത് കാണാൻ, കായ്ക്കുന്നത് കാണാൻ, എല്ലാം തീർന്നു ഒറ്റ നിമിഷം കൊണ്ട്.'

അവർ വീണ്ടും തേങ്ങി. മുഖം പൊത്തിയിരുന്നു ലോല എപ്പോഴും വിചാരിക്കും ഇത്രയും സ്നേഹവതിയായ ഒരു ഭാര്യക്ക്, ഭാര്യയെ ഇത്രയും കരുതലോടെ കാക്കുന്ന ഭർത്താവിന്, എങ്ങനെ നിർദ്ദയരായ രണ്ടു മക്കൾ ഉണ്ടായി? പ്രണയത്തിൽനിന്നും പിറന്ന മക്കൾക്ക് സ്നേഹം വറ്റിപ്പോകുന്നതെങ്ങനെയാണ്?

മാസത്തിൽ ഒരു തവണ പോലും വിളിക്കാൻ മടി കാണിക്കുന്ന പെൺമക്കൾ. വിളിച്ചാൽ തന്നെ ഉദാസീനരാവുന്നവർ. ജോലിത്തിരക്കിന്റെ ബുദ്ധിമുട്ടുകൾ പറയുന്നവർ.

ലോല ചോദിച്ചു.

'എന്നാണ് വിന്നിച്ചേച്ചിയും ജന്നിച്ചേച്ചിയും ഇവിടെ മുമ്പ് വന്നത്?'

അവർ മ്ലാനമായ മുഖത്തോടെ പറഞ്ഞു. 'പപ്പ മരിച്ചപ്പോൾ വന്നു. അന്ന് എന്റെ കാലിന് ഓപ്പറേഷൻ കഴിയുന്നതുവരെ നില്ക്കേണ്ടിവന്നില്ലേ. അതു വളരെ ബുദ്ധിമുട്ടായി പറഞ്ഞു. ഞാനീ പ്ലാസ്റ്ററും ഇട്ടുകൊണ്ട് അങ്ങോട്ട് ചെല്ലാനാണ് പറയുന്നത്. അവരുടെ ജോലിത്തിരക്കിലേക്ക് ഞാനും കൂടി ചെല്ലുന്നതെന്തിനാണ്? ഒരാൾ അമേരിക്കയിൽ, ഒരാൾ ജർമ്മനിയിൽ. പിന്നെ എന്റെ ജോൺ ഈ മണ്ണിലല്ലേ കിടക്കുന്നത്? ജോണില്ലാത്തിടത്ത് ഞാനെന്തിനാണ് പോകുന്നത്!'

പിന്നെ അവർ, ലോലയുടെ കൈകൾ പിടിച്ചു മടിയിൽ വച്ച് പതുക്കെ തലോടി.

'പിന്നെ എന്റെ ലോലക്കൊച്ചില്ലേ, ഇപ്പോൾ എനിക്ക് വേറെ ആരും വേണ്ട.'

ആ ഓർമ്മയിൽ ലോലയുടെ മിഴികൾ വീണ്ടും പെയ്തു. ഈ മുറി രണ്ടു ദിവസം മുമ്പുവരെ, സാറാ അമ്മച്ചി കിടന്ന മുറി, അവർ ഉപയോഗിച്ച കർപ്പൂരഗന്ധമുള്ള സോപ്പിന്റെയും പൗഡറിന്റെയും പിന്നെ ലോഷന്റെയും സാവ്ലോണിന്റെയും മുടിയിൽ തേച്ചിരുന്ന കയ്യോന്നി എണ്ണയുടെയും മണങ്ങൾ കൂടിക്കുഴഞ്ഞ മുറി.

ഈ മുറിയിൽ, ഇരുട്ടിൽ ഒറ്റയ്ക്ക്.

പെട്ടെന്ന് പുറത്ത് കാറ്റ് ആഞ്ഞുവീശി. ജനൽപാളി അടഞ്ഞു ശബ്ദമുണ്ടാക്കി. ലോല പതുക്കെ എഴുന്നേറ്റ് ജനാല തുറന്നു. ആകാശത്തിന്റെ

ഒത്ത നടുക്ക് ചന്ദ്രൻ അസാധാരണമാംവിധം വലുപ്പം വച്ച് തെളിഞ്ഞ് നില്ക്കുന്നു, ശോണ നിറമാർന്ന്.

സാറാ അമ്മച്ചി പറഞ്ഞത് അവൾ ഓർത്തു.

ഭൂമിയോട് ഏറ്റവും അടുത്തുവരുമ്പോഴാണ് ചന്ദ്രന് ഇത്രയും വലുപ്പം തോന്നുന്നത്. പക്ഷേ, അത് ഭൂമിക്ക് വളരെ നാശങ്ങളുണ്ടാക്കും പോലും-ദുഃഖങ്ങളും ദുരിതങ്ങളും യുദ്ധങ്ങളുമെല്ലാം. കൂടുതൽ അടുത്തേക്കു വന്നാൽ ഭൂമി തന്നെ നശിക്കാൻ കാരണമാവുമെന്നാണ് പറയുന്നത്.

ലോലയ്ക്ക് അത്ഭുതം തോന്നി. ഭൂമിയിൽ നിന്നുണ്ടായി, ഭൂമിയിൽ നിന്ന് അകന്നുപോയ പനിമതി, അടുത്തേക്കു വരുമ്പോൾ എങ്ങനെയാണ് പൃഥ്വിക്ക് ദുഃഖകാരണമാവുന്നത്?

സാറാ അമ്മച്ചി പറഞ്ഞു.

ഒരുപാട് കാര്യങ്ങൾക്ക്, വിശദീകരണങ്ങൾ ഉണ്ടെങ്കിലും അവയൊന്നും നമുക്ക് അറിയില്ല. എന്തുകൊണ്ടാണിതെന്ന് ചിലപ്പോൾ തോന്നും. പലകാര്യങ്ങൾക്കും ഉത്തരം നമുക്കറിയില്ല.

റോക്കിങ് ചെയറിൽ ഇരുന്ന് ആടിക്കൊണ്ട് അകലേക്കു നോക്കി. വിഷണ്ണമായ മുഖത്തോടെ അവർ പതുക്കെ പറഞ്ഞു.

'ഞാൻ നൈറ്റ് ഡ്യൂട്ടി എടുക്കുമ്പോൾ, രണ്ടു വയസ്സിന്റെ വ്യത്യാസമുള്ള കുഞ്ഞുങ്ങളെയും കൊണ്ട് ജോൺ വരും- മുലപ്പാൽ കൊടുക്കാൻ. ഒരു മണിക്കൂർ കഴിയുമ്പോൾ വീണ്ടും നെഞ്ചുവിങ്ങാൻ തുടങ്ങും. പിന്നെയും ജോണിനെ വരുത്തും. അങ്ങനെ എത്രനാൾ. നൈറ്റ് ഡ്യൂട്ടി എടുക്കുന്നത് പകൽ കുഞ്ഞുങ്ങളുടെ കൂടെ ഇരിക്കാൻ വേണ്ടിയാണ്. ശരിക്ക് ഉറങ്ങാത്ത എത്രയോ ദിവസങ്ങൾ. എന്നിട്ടും.'

അവർ വരണ്ട ശബ്ദത്തിൽ തുടർന്നു. 'ജീവിതത്തിന്റെ നല്ല സമയങ്ങളിലൊക്കെ ഞങ്ങൾക്ക് കഷ്ടപ്പാടുകൾ തന്നെയായിരുന്നു. പൈസയുണ്ടാക്കി, കുട്ടികൾക്ക് നല്ല എഡ്യൂക്കേഷൻ കൊടുക്കാനുള്ള തത്രപ്പാടുകൾ. അവർ രണ്ടുപേരും ഡോക്ടർമാരായി. പക്ഷേ....'

ലോല പറഞ്ഞു,

'ജോൺസാറിനോ, അമ്മച്ചിക്കോ പറയാൻ വയ്യായിരുന്നോ, ഒന്നിച്ച് എല്ലാവരും കൂടി ഒരിടത്ത് നില്ക്കണമെന്ന്. എന്തിനാണ് അമേരിക്കയിലും ജർമ്മനിയിലുമൊക്കെ പോകാൻ സമ്മതിച്ചത്?'

അവർ നിശ്ശബ്ദയായി ഇരുന്നു, നിമിഷങ്ങളോളം. പിന്നെ പറഞ്ഞു 'മക്കൾ വളർന്നു വലുതായി ആകാശം മുട്ടുമ്പോൾ നമ്മൾ താഴെ നിന്ന് മുകളിലോട്ട് നോക്കി നിസ്സഹായരായി നില്ക്കാനേ പറ്റൂ. അവർക്ക് കരിയറാണ് വലുത്. ഇളയവൾക്ക് മക്കൾ വേണ്ട. കരിയർ പോകുമത്രെ. ഞാൻ മക്കളെ നോക്കി വളർത്തിത്തരാമെന്നു പറഞ്ഞപ്പോൾ അനാഥാലയത്തിലെ മേട്രണാവാൻ പോവാനാണവൾ പറഞ്ഞത്, അത്ര ആഗ്രഹമാണ് മമ്മിക്കെങ്കിൽ. ജോൺ ഇടയ്ക്കിടയ്ക്ക് പറയും, നമ്മൾ എന്തി

നാണ് ഇങ്ങനെ ജോലി ചെയ്യാൻ മാത്രമറിയുന്ന റോബോട്ടുകളെ സൃഷ്ടിച്ചതെന്ന്?'

അവരുടെ കണ്ണുകൾ ഈറനായി.

ജെന്നിയുടെ മകന്റെ കല്യാണത്തിന് എനിക്ക് പോകാൻ പറ്റിയില്ല. അവനും ഇവരെപ്പോലെ ഇഷ്ടപ്പെട്ട ആളിനെ കണ്ടുപിടിച്ച് കല്യാണം കഴിച്ച് ആസ്ട്രേലിയയിൽ. അവനെ ഇവിടെ കൊണ്ടുവന്നിട്ടില്ല. വിന്നിയുടെ ഭർത്താവിനെ നേരിട്ട് ഞാൻ കണ്ടിട്ട് എത്രയോ നാളായി. കംമ്പ്യൂട്ടറിൽ കുറെ പടമിട്ടിട്ട് എന്തുകാര്യമാണ്? ആർക്ക് കാണണം. ജീവനില്ലാത്ത ഈ ചിത്രങ്ങൾ?

അവർ തേങ്ങി.

'ഞങ്ങളുടെ കൈയിലും കുറ്റമുണ്ട്. നന്നായി പഠിക്കണം. ഉയർന്നു പോകണം എന്ന് പറഞ്ഞ് പറഞ്ഞ്- മക്കൾ കുറച്ചു വലുതായതിൽ പിന്നെ നാട്ടിലങ്ങനെ വന്നിട്ടില്ല. അവരുടെ പഠിപ്പ്, ജോലി, അങ്ങനെ കുറേ കാര്യങ്ങൾ. ഒരു ദ്വീപിൽ താമസിക്കുന്നതുപോലെ-ആരുമായും ഒരു ചങ്ങാത്തവുമില്ലാതെ കുട്ടികളുടെ കാര്യം മാത്രം-നമുക്ക് ഓരോ കാലത്ത് ഓരോന്നാണ് ശരികൾ. ശരികൾ കാലംപോകുമ്പോൾ പിന്നീട് തെറ്റുകളാവുന്നു. പക്ഷേ, തിരുത്താനാവില്ലല്ലോ, അപ്പോൾ.'

ലോല അവരുടെ ചുളിഞ്ഞ വിരലുകൾ തലോടി.

'സാറാ അമ്മച്ചി, ആരുമില്ലെന്ന് വിഷമിക്കണ്ട, എത്ര തവണ ഇപ്പോൾ ആശുപത്രീല് കിടന്നു. ആരുടെയും സഹായം വേണ്ടിവന്നില്ലല്ലോ. ഞാനില്ലേ എപ്പോഴും കൂടെ?' സാറാ ജോൺ മുഖമുയർത്തി. അവരുടെ കവിളുകൾ ഈർപ്പംകൊണ്ട് ചുവന്നിരുന്നു. അവർ നിശ്വസിച്ചു. അതും ഒരു സങ്കടമാണ് മോളേ, എന്റെ പുറകെ നടന്ന് നടന്ന്, നിനക്ക് പഠിക്കാൻ പറ്റിയില്ല, കല്യാണം കഴിച്ചില്ല.

ലോല കണ്ണീരിലൂടെ ചിരിച്ചു. 'എനിക്ക് പഠിത്തവും വേണ്ട, കല്യാണവും വേണ്ട. ഞാൻ പഠിക്കാൻ പോയാൽ അമ്മച്ചി ഷുഗറും പ്രഷറും കൂടി ആശുപത്രിയിൽ കിടക്കുമ്പോൾ ആരു നോക്കും? ത്രേസ്യച്ചേച്ചിയും ജോസേട്ടനും പത്മനാഭൻ ചേട്ടനുമൊക്കെ പറ്റുമോ, അവിടെ കൂടെയിരിക്കാൻ? അല്ലെങ്കിലും എനിക്ക് ഞാൻ തന്നെ അമ്മച്ചിയെ നോക്കുന്നതാ തൃപ്തി.'

അവരുടെ മിഴികൾ കലങ്ങി.

'ലോലേ, ഞാനില്ലാതായാൽ നീ വിഷമിക്കും. എന്റെ മക്കൾ നിന്നെ നോക്കുമോ?'

ലോലയ്ക്ക് അതിന് ഉത്തരം കണ്ടെത്താനാവുന്നില്ല.

കഴിഞ്ഞ തവണ ന്യുമോണിയ കൂടുതലായി ആശുപത്രിയിൽ അഡ്മിറ്റ് ചെയ്തപ്പോൾ മക്കൾ വന്നത് ലോല ഓർത്തു. അമ്മച്ചി ഡ്രിപ്പിട്ട് അവശയായി കിടന്നപ്പോൾ, അവരുടെ മുമ്പിൽവച്ച് ജെന്നി മധുരം തിന്നുന്നതുകണ്ടപ്പോൾ ലോല പറഞ്ഞു.

'അതുകൊള്ളാം. വെറുതെയല്ല ഡയബറ്റീസ് കൂടി ഓരോ ഇൻ പിടിപ്പിച്ചുകിടക്കുന്നത്. അവരവരുടെ അസുഖം അറിഞ്ഞ് കൺട്രോൾ ചെയ്യണം. നിന്നെ അതിനല്ലേ കൂടെ ശമ്പളം തന്ന് നിർത്തിയിരിക്കുന്നത്? അല്ലാതെ ഉപദേശിക്കാനല്ല! ഇനി കിഡ്നിയും കൂടി അടിച്ചുപോകുമ്പോഴേ പഠിക്കൂ.'

അവർ പോയിക്കഴിഞ്ഞപ്പോൾ ലോല വിഷമത്തോടെ പറഞ്ഞു.

'അമ്മച്ചീ, അവർക്കറിയാമല്ലോ അമ്മച്ചിക്ക് സ്വീറ്റ് സമോസ വലിയ ഇഷ്ടമാണെന്ന്. ഇവിടെ വയ്യാതെ കിടക്കുമ്പോഴാണോ ആശുപത്രിയിൽ നിന്ന് അമ്മച്ചീടെ മുമ്പിൽ വച്ച് തിന്നുന്നത്? അത് പറഞ്ഞത് തെറ്റായോ? അമ്മച്ചിക്ക് ഞാൻ സമോസ കൊണ്ടുതരാം, ഡോക്ടർ അറിയാതെ' സാറാ ജോൺ പറഞ്ഞു, 'പോട്ടെ കൊച്ചേ, അസുഖം കൂടുതലാണെന്ന് പറഞ്ഞ് വിളിച്ചു വരുത്തിയതിന്റെ ദേഷ്യമാണ്. കഴിഞ്ഞ തവണ വിന്നിയും വന്നപ്പോൾ ഇതുപോലെ പരാതി പറഞ്ഞു. ഞാൻ ചത്തുപോവുമെന്ന് വച്ച് വന്നതാണ്. ചാവുന്നില്ലല്ലോ. ഇനി നീ ആരെയും വിളിക്കണ്ട.'

പക്ഷേ, രണ്ടാഴ്ച മുമ്പ്, നടുവേദന വന്ന് കൂടിയപ്പോൾ ഹോസ്പിറ്റലിൽ അഡ്മിറ്റ് ചെയ്തിട്ട്, ഡോക്ടർ മാത്യു പറഞ്ഞു.

'ഇത്തിരി സീരിയസാണ്. മക്കൾ ഡോക്ടർമാരല്ലേ അറിയിക്കണം. പറ്റുമെങ്കിൽ വരാൻ പറയണം. ഐ സി യുവിൽ ആക്കേണ്ടിവരും.' തലേന്ന് വൈകിട്ട്, മുറ്റത്തുനിന്ന് പൂത്ത ചെമ്പകത്തിനെ തൊട്ടുവരുന്ന ഇളംകാറ്റേറ്റ് റോക്കിങ് ചെയറിൽ ചാരിയിരിക്കുമ്പോൾ സാറാജോൺ പറഞ്ഞു.

'ആ പുഴക്കര വരെ എനിക്കൊന്നുപോകണം. മുളയുടെ കരച്ചിൽ കേട്ടില്ലേ. അതുപൂക്കുമ്പോൾ തണ്ടിന് കനം വച്ച് ഉരയുമ്പോഴാണ് ഈ ശബ്ദം കേൾക്കുന്നത് എന്ന് ജോൺ പറഞ്ഞിട്ടുണ്ട്. നീ എന്നെ അവിടെ ഒന്ന് കൊണ്ടുപോയേ.'

നീലമുളം തണ്ടുകളുടെ മുട്ടുകളിൽ സ്വർണ്ണവർണ്ണമാർന്ന അരിപ്പൂക്കൾ കുലച്ചുകിടന്നു. ഇരുണ്ട പച്ച നിറമാർന്ന കൂർത്ത ഇലകൾ പുഴയിലെ വെള്ളാരം കല്ലുകളിൽ പാറിക്കിടന്നു. മുറ്റിയ മുളം കാലുകളിലൂടെ കാറ്റുപായുമ്പോൾ ഏങ്ങലടിക്കുന്ന ചില്ലകൾ.

അവർ വിഷാദത്തോടെ പറഞ്ഞു.

'നിന്നെക്കാൾ പൊക്കത്തിലെത്തിയല്ലോ ലോലേ, ഈ മുളകൾ. വീടുവിട്ടു പോകാറായോ എന്തോ–'

ലോല അവരുടെ വേദനിക്കുന്ന പുറം തലോടി.

'ഈ കള്ളക്കഥകളൊക്കെ വിശ്വസിക്കാതെ അമ്മച്ചി. ഞാനീ വീടുവിട്ട് മുപ്പതുകൊല്ലമായി ഒറ്റയ്ക്ക് എങ്ങും പോയിട്ടില്ല. ഇനി എങ്ങോട്ട് പോവാനാണ്?'

ലോലയ്ക്ക് അതിനെക്കുറിച്ച് സംശയമേതുമില്ല. വർഷങ്ങളായി അവരുടെ നിഴൽപോലെ അവർ പോകുന്നിടത്തെല്ലാം കൂടെ ചേർന്ന് ഓരോ

മൂലയും കോണും വളവും തിരിവും എല്ലാം മനപ്പാഠമായ ഈ പറമ്പും വീടും വിട്ട് എനിക്കെവിടെയാണ് പോകാനുള്ളത്?

പണം കിട്ടാൻ താമസം വരുമ്പോൾ മാത്രം അന്വേഷിക്കുന്ന, ഒരിക്കൽപ്പോലും തിരക്കിവരാത്ത അച്ഛന്റെയും കുഞ്ഞമ്മയുടെയും മക്കളുടെയും അടുത്തേക്കോ? എപ്പോഴും അഹന്തയോടെയും അകൽച്ചയോടെയും സംസാരിക്കുന്ന ജെന്നിയുടെയും വിന്നിയുടെയും അടുത്തേക്കോ?

അവർ മുളയുടെ ഇളം കൂമ്പിൽ പിടിച്ചുനിന്ന് വിദൂരതയിലേക്ക് നോക്കി പറഞ്ഞു.

'നിന്നെ ഞാൻ കല്യാണം കഴിപ്പിക്കണ്ടതായിരുന്നു.

എനിക്ക് സമാധാനം വന്നേനെ.

ലോല ചിരിച്ചു.

എനിക്ക് സമാധാനം ഇല്ലാതായേനെ. അമ്മച്ചി ഒന്നു രണ്ടുപേരെ ആലോചിച്ചതല്ലേ? അവർക്കെല്ലാം അമ്മച്ചി തരാമെന്നു പറഞ്ഞ പണത്തിന്റെയും സ്വർണ്ണത്തിന്റെയും കണക്ക് മതി. അതു കിട്ടീട്ട് ഒരു കൊച്ചാവുമ്പോ പിന്നെ ഇങ്ങോട്ടു തന്നെ കൊണ്ടുവിടും. അമ്മച്ചിക്ക് കൂടുതൽ ഭാരം. അല്ലാതെ വേറെ ഒരു ഗുണവുമില്ല. ഇവരെയൊക്കെ കെട്ടിയാൽ ത്രേസ്യച്ചേച്ചി വഴക്കുപറയും.

നിനക്കാരേം പിടിക്കത്തില്ലല്ലോ. വരും നിനക്ക് രാജാവ്! ഇങ്ങനെ കണ്ണിൽ കണ്ടതൊക്കെ വായിച്ചു കൂട്ടീട്ടാ മനുഷ്യർക്കില്ലാത്ത ഓരോ പുതിയ ചിന്തകള്!

അവൾ തിരിച്ചു ചോദിച്ചു.

ത്രേസ്യ ചേച്ചിക്ക് സന്തോഷമുണ്ടോ, കല്യാണം കഴിച്ചിട്ട്? എപ്പോഴും ജോസേട്ടന്റെ കുറ്റം പറയുന്നത് കേൾക്കാമല്ലോ. ഒരു വിധം ഒപ്പിച്ച് കല്യാണം കഴിച്ചിട്ട് ഇങ്ങനെ എപ്പോഴും പരസ്പരം ഉരസിഉരസി ഉരഞ്ഞില്ലാതാവണോ? ഞാനിങ്ങനെ കഴിഞ്ഞോളാം.

രാത്രി ഉറങ്ങാതെ കിടക്കുമ്പോൾ അതോർക്കും എന്നെ അന്വേഷിച്ച് സ്ഫടികപാദുകവുമായി ഒരു രാജകുമാരൻ വരില്ലെന്ന് എനിക്കറിയാം. മുള്ളുതറച്ചു കയറിയ ഒരു വിരൽത്തുമ്പുപോലെ സദാ വേദനിപ്പിക്കുന്ന ഒരു ദാമ്പത്യത്തേക്കാൾ ഒറ്റയ്ക്ക് ഇതുപോലെ ഇരുട്ടത്ത് കിടക്കുവാൻ ആഗ്രഹിക്കുന്നതെന്താണ്? ത്രേസ്യ ചേച്ചി പറഞ്ഞതുപോലെ, പുസ്തകങ്ങൾ വായിച്ചു കൂട്ടുന്നതു കൊണ്ടുള്ള കുഴപ്പമാണോ?

സാറാ ജോൺ അവളുടെ ചുമലിൽ പിടിച്ചു. ഞാൻ വിൽപ്പത്രത്തിൽ, എസ്റ്റേറ്റിനടുത്തുള്ള സ്ഥലവും വീടും തരാൻ എഴുതിവച്ചിട്ടുണ്ട് അതിന്റെ പേപ്പർ തരാം.

ലോല സ്തബ്ധയായി നിന്നു

എന്താ ഇത്? എനിക്കൊന്നും വേണ്ട. അതു വിചാരിച്ചാണോ ഞാൻ അമ്മച്ചിയെ നോക്കുന്നത്? അമ്മച്ചി ഇറക്കി വിട്ടാലും ഞാൻ പോവത്തില്ല.

അതെ, ആട്ടിയിറക്കിയാലും പോകാനാവാത്ത വിധം എന്റെ നെറു

കയിൽ ഏത് മന്ത്രജലം ആര് തളിച്ചു? ഈ വലിയ വീടിന്റെ ശാന്തത നിറഞ്ഞ അകത്തളങ്ങൾ അത്രമാത്രം മോഹിപ്പിച്ചു, ആശ്വസിപ്പിച്ചു.

പക്ഷേ, ലോലയ്ക്ക് ഹൃദയമിടിപ്പിന്റെ താളം തെറ്റുന്നതുപോലെ തോന്നി, ഈ സ്വാസ്ഥ്യം തീരാറായിരിക്കുന്നുവോ?

ഐ സി യു വിലെ തണുപ്പിൽ വിറങ്ങലിച്ച് പല കുഴലുകൾ ഇഴയുന്ന ശരീരഭാഗങ്ങളുമായി തളർന്നു കിടക്കുന്ന അമ്മച്ചിയെ കണ്ടപ്പോൾ നെഞ്ചുരുകി. അവരുടെ പനിയിൽ പൊള്ളുന്ന നെറ്റി തലോടുമ്പോൾ അവർ പറഞ്ഞു. എനിക്ക് വേദന സഹിക്കാനാവുന്നില്ല കൊച്ചേ. എനിക്കിത്രയും കഷ്ടപ്പാട് ഒരിക്കലും ഉണ്ടായിട്ടില്ല.

പെട്ടെന്ന് ലോലയ്ക്ക് അതുവരെ തോന്നാത്ത ഭീതി തോന്നി. എത്ര വേദനയും കടിച്ചമർത്തി സഹിച്ചിരുന്നവർ പെട്ടെന്ന് ക്ഷീണിതയായതെന്താണ്? അവൾ ഡോക്ടർ മാത്യുവിന്റെ മുഖത്തേക്ക് നോക്കി. അദ്ദേഹം വരാന്തയിലേക്കു വിളിച്ചു പറഞ്ഞു.

അസുഖം നല്ല ഗൗരവമുള്ളതാണ്. നട്ടെല്ലിലെ ഗ്രോത്തിന്റെ കാര്യം ഞാൻ പറഞ്ഞില്ലേ? കൂടുതൽ പരിശോധന വേണം. മകളോട് ഞാൻ സംസാരിച്ചു. ഞങ്ങൾ ഓങ്കോളജിസ്റ്റിനെ ഒന്നു കൺസൽട്ട് ചെയ്യട്ടെ. തൽക്കാലം വേദനയ്ക്കുള്ള മരുന്നു കൊടുക്കുന്നുണ്ട്.

ലോലയ്ക്ക് നിന്നിടത്ത് ശിലയായതുപോലെ തോന്നി. അകലെയെവിടെയോ നിന്ന് തണുത്ത ഒരു കരം നീണ്ടു വന്ന്, അവരെ തൊട്ടുവിളിക്കുന്നു.

അവൾ ശക്തിയായി തലയാട്ടി. ഇല്ല, ഇല്ല-അമ്മച്ചിയെ ആരും കൊണ്ടുപോവാൻ ഞാൻ സമ്മതിക്കില്ല.

പക്ഷേ, ആരോട് പറയാനാണ്? ജെന്നി പറഞ്ഞു.

ഞാൻ ഓങ്കോളജിസ്റ്റിനോട് സംസാരിച്ചു. വേണമെങ്കിൽ അമേരിക്കയിൽ കൊണ്ടുപോയി ട്രീറ്റ് ചെയ്യാമെന്നു പറഞ്ഞു. ഈ പ്രായത്തിൽ ഇനി അവിടെ കൊണ്ടുപോയിട്ടെന്തു ചെയ്യാനാണ്. കീമോയുടെയും റേഡിയേഷന്റെയും സ്റ്റേജ് കഴിഞ്ഞു പാലിയേറ്റീവ് കെയർ കൊടുക്കാം. വീട്ടിൽ കൊണ്ടുപോകാം. ആശുപത്രിയിൽ കിടത്തി കാശുകളയുന്നതെന്തിന്?

മുമ്പിൽ പ്രകാശിച്ചുകൊണ്ടിരിക്കുന്ന വിളക്ക് കെട്ടുപോയതുപോലെ തോന്നി, ലോലയ്ക്ക്. അവൾ മരുന്നിന്റെ ശക്തിയിൽ മയങ്ങുന്ന അമ്മച്ചിയുടെ പുറം തലോടി ഇരിക്കുമ്പോൾ വിന്നി അടുത്തേക്കുവന്നു.

ലോലേ, ഇങ്ങോട്ടു വരൂ. ഒരു കാര്യം. വരാന്തയിലെ അരണ്ടവെട്ടത്തിൽ നിന്ന് വിന്നി പറഞ്ഞു.

മമ്മിയുടെ വിൽപ്പത്രവും ബാങ്ക് അക്കൗണ്ടുകളുടെ ഡീറ്റെയിൽസുമൊക്കെ എവിടെയാണ്? നിന്നെയാണല്ലോ വിശ്വാസം-ഞങ്ങളോടൊന്നും പറഞ്ഞിട്ടില്ല. ചോദിച്ചു വാങ്ങിത്തരണം. പിന്നീടായാൽ ബുദ്ധിമുട്ടാവും കാര്യങ്ങൾ.

തലയ്ക്ക് അടിയേറ്റതുപോലെ ലോല തരിച്ചു നിന്നു. പക്ഷേ, പ്രഭുക്കളാണ് മക്കളും മരുമക്കളുമെന്നും ഇടയ്ക്കിടെ പറയാറുള്ള അമ്മച്ചി–അവരോട് വിന്നി പറഞ്ഞ കാര്യങ്ങൾ പറയുന്നതെങ്ങനെ? അവൾ പതുക്കെ പറഞ്ഞു–എനിക്കൊന്നും അറിഞ്ഞൂടാ. തന്നെയല്ല ഇപ്പോൾ എങ്ങനെയാണ്? അമ്മച്ചിക്ക് ഇത്തിരി ഭേദമാവട്ടെ.

പിന്നെ എപ്പോഴാണ്? ഇപ്പോൾ തന്നെ കണ്ടീഷൻ സീരിയസാണ്. ഒപ്പിടാൻ പറ്റുമോ എന്നറിയില്ല. തംബ് ഇംപ്രഷൻ എടുക്കാമോ എന്ന് അഡ്വക്കേറ്റിനോട് ചോദിക്കണം. മമ്മിക്ക് ഒപ്പിടാൻ പറ്റില്ലെന്ന് എഴുതിത്തരാമെന്ന് ഡോക്ടർ മാത്യു സമ്മതിച്ചിട്ടുണ്ട്.

ജെന്നി പറഞ്ഞു.

ആശുപത്രിയിൽ നിന്ന് പോകുന്നതിനു മുമ്പ് തംബ് ഇംപ്രഷൻ എടുത്ത് ബാങ്കിലെ ഇടപാടുകൾ എല്ലാം ക്ലിയർ ചെയ്യണം.

ലോലയ്ക്ക് കാതുകൾ പൊള്ളുന്നതുപോലെ തോന്നി. കസേരയിൽ മുറുകെ പിടിച്ചവൾ നിന്നു, കാതു പൊട്ടിപ്പോയെങ്കിൽ എന്ന് ആശിച്ചു.

പെട്ടെന്ന് മുറിയിലേക്ക് ഡോക്ടർ മാത്യു കടന്നു വന്നു. കൂടെ ഒരു ചെറുപ്പക്കാരനും ഡോക്ടർ പറഞ്ഞു.

'ഡോ. വിന്നിക്ക് വീട്ടിൽ കൊണ്ടുപോകണമെന്നു പറഞ്ഞു. വേറെ ട്രീറ്റ്മെന്റ് ഒന്നും കൊടുക്കണ്ട എന്നാണ് അവരുടെ ഒപ്പിനിയൻ. ഇത് ഡോക്ടർ വിപിൻ. വിപിൻ അവിടെ എന്നും വന്ന് വേണ്ടതു ചെയ്തുതരും. ഡിസ്ചാർജ്ജ് ചെയ്യാൻ ഞാൻ എഴുതി. എന്തെങ്കിലും പ്രോബ്ളമുണ്ടെങ്കിൽ അറിയിക്കൂ.'

വിപിൻ പുഞ്ചിരിയോടെ അടുത്തേക്ക് വന്നു. 'സാറാ മാഡത്തിനെ നോക്കുന്നതു ആന്റിയാണല്ലേ? പാലിയേറ്റീവ് കെയറിന്റെ കാര്യങ്ങളെല്ലാം ഞാൻ ഡോ. വിന്നിയെ അറിയിച്ചിട്ടുണ്ട്. വേദനയ്ക്കുള്ള മെഡിസിൻ എടുത്തു വച്ചിട്ടുണ്ട്. മുറിയിലേക്കു വന്നാൽ മതി.'

വീട്ടിൽ, തണുപ്പും തളം കെട്ടിയ അകത്തെ മുറിയിലെ കട്ടിലിൽ അമ്മച്ചിയെ ചരിച്ചു കിടത്തിയപ്പോൾ കഠിനമായ വേദനകൊണ്ട് ഉറക്കെക്കരഞ്ഞ അമ്മച്ചിയോട് ജെന്നി ദേഷ്യപ്പെട്ടു.

'കുറച്ചു വേദനയൊക്കെ കാണും. ഇങ്ങനെ ഉറക്കെക്കരഞ്ഞ് ആളെ കൂട്ടണോ? വേദനയുടെ മരുന്ന് വിപിൻ തന്നിട്ടുണ്ട്. രണ്ടു നേരം കൊടുക്കൂ ലോലേ–ഞാൻ എടുത്തുകൊണ്ടുവരാം.'

വിന്നി പിറുപിറുക്കുന്നു.

'വന്നിട്ട് ഒരാഴ്ച കഴിഞ്ഞു. ഇനി ഒരാഴ്ച കൂടിയേ ലീവുള്ളൂ. വല്ലതും സംഭവിച്ചാൽ ഉടനെയെങ്ങും വരാനും സാധിക്കില്ല. തന്നേമല്ല ബാങ്കിലെ ഇടപാടുകളെല്ലാം ഇപ്പോൾ തന്നെ ചെയ്തേ പറ്റൂ. എന്തൊരു പ്രയാസമാണിതൊക്കെ! ഒന്നിനും സമയം കിട്ടുന്നില്ല.'

പിറ്റേ ദിവസം ഉച്ചയ്ക്ക് വിന്നിയും ജെന്നിയും ബാങ്ക് മാനേജരും വക്കീലും മുറിയിലേക്ക് വന്നപ്പോൾ പകച്ചുപോയി. വിന്നി പറഞ്ഞു. 'ലോല പുറത്തേക്കു പോകൂ. വിളിക്കാം.'

വളരെ സമയത്തിനു ശേഷം അകത്തുചെന്നപ്പോൾ തലയിണകളിൽ ചാരിയിരുന്ന അമ്മച്ചിയുടെ മുഖമാകെ വിളറിയിരുന്നു. അവർ ക്ഷീണിച്ച മിഴികൾ ചരിച്ചു നോക്കിയപ്പോൾ ലോല ചോദിച്ചു.

'എന്താ അമ്മച്ചി?'

അവർ തള്ളവിരൽ ഉയർത്തിക്കാണിച്ചു, മഷിയിൽ കുതിർന്ന വിരൽ.

ലോല അവരുടെ ജട കെട്ടിയ മുടി തടവി.

'പോട്ടെ അമ്മച്ചി, അവർക്ക് കൊടുക്കാനുള്ളതല്ലേ എല്ലാം. എന്നായാലും കൊടുക്കണ്ടേ? അവരുടെ തലമുടിയുടെ ജട വിടർത്തി ചീകിക്കൊടുക്കുമ്പോൾ അവരുടെ നെഞ്ച് വല്ലാതെ പരവശപ്പെട്ടു മിടിക്കുന്നതവൾ അറിഞ്ഞു. ഇവിടെ വാക്കുകൾ മതിയാവുന്നില്ല, മൗനം കൊണ്ട് ഈ മുറിവുകൾ തണുപ്പിക്കാനുമാവില്ല.'

രാത്രി ജെന്നി മുറിയിലേക്ക് കടന്നുവന്നു. 'ലോലേ നീ ശരിക്ക് ഒന്നുറങ്ങിയിട്ട് എത്ര നാളായി? രാത്രി മുഴുവൻ മമ്മി ഉറക്കുന്നില്ലല്ലോ. ഇന്ന് ഞാൻ ഡോ. വിപിന്റെ അടുത്തുനിന്ന് പുതിയൊരു മെഡിസിൻ കൊണ്ടുവന്നു. സന്ധ്യക്ക് വലിയ ഒരു സ്പൂൺ കൊടുക്കണം. പിന്നീട് രാത്രി വേദന കുറവില്ലെങ്കിൽ പിന്നെയും കൊടുക്കാം. മമ്മി ശരിക്ക് വേദനയില്ലാതെ ഉറങ്ങട്ടെ.' ലോല ഓർമ്മിച്ചു. ഫാനിന്റെ നേർത്ത കാറ്റടിക്കുമ്പോൾ പോലും വേദനകൊണ്ട് ഞരങ്ങുന്ന അമ്മച്ചി, മരുന്നു കഴിച്ച് നിമിഷങ്ങൾക്കകം ഗാഢമായ മയക്കത്തിലേക്ക് തെന്നിവീണത് കണ്ട്, സമാധാനത്തോടെയാണ് അടുത്തിരുന്നത്.

രാത്രി വൈകി വിന്നി മുറിയിലേക്ക് വന്നു.

'മമ്മി ഉറങ്ങിയോ ലോലേ-ഉറങ്ങട്ടെ. ഇനി രാത്രി ഒന്നു കൂടി കൊടുക്കണം. ആറേഴു മണിക്കൂർ വേദനയില്ലാതെ ഉറങ്ങിക്കോളും. ഡോ. മാത്യുവിനോട് പറഞ്ഞ് പ്രത്യേകം വാങ്ങിച്ചതാണ്.'

പെട്ടെന്ന് ഒരു ഞരക്കത്തോടെ അമ്മച്ചി അർദ്ധമയക്കത്തിലാണ്ട മിഴിഗൾ തുറന്നു.

വിന്നി ചോദിച്ചു, 'വേദനയുണ്ടോ മമ്മി?' അവർ പതുക്കെ ഞരങ്ങി.

വിന്നി പറഞ്ഞു. ഒരു വലിയ സ്പൂൺ മരുന്നുകൂടി കൊടുത്തേക്ക് ലോലേ-മുഴുവൻ കൊടുക്കണം.

മരുന്ന് കഴിച്ച് ഗാഢമായ മയക്കത്തിലേക്ക് ഊർന്നുപോയ സാറാ അമ്മച്ചിയുടെ അടുത്ത് തലവച്ച് കിടന്നതേ ഓർമ്മയുള്ളു. ഉണരുമ്പോൾ പുലർന്നു കഴിഞ്ഞിരുന്നു. ജെന്നിയും വിന്നിയും അടുത്തേക്ക് വന്നു. 'മമ്മി ഉറങ്ങുവാണല്ലേ. ഉറങ്ങട്ടെ. പിന്നെ പകലുറങ്ങാൻ സമ്മതിക്കരുത്.'

രണ്ട് മൂന്ന് ദിവസം ഇങ്ങനെ കൊടുക്കാം. ഇതിൽ കൂടുതൽ ഈ സ്റ്റേജിൽ ഒന്നും ചെയ്യാനില്ല.

ലോല അടുക്കളയിൽ നിന്ന് ഓട്സ് പാകം ചെയ്യുമ്പോൾ ഡോ. വിപിൻ പരിഭ്രാന്തനായി വിളിക്കുന്നതു കേട്ട് അകത്തേക്ക് ചെന്നു. അയാൾ സ്റ്റെത് അമ്മച്ചിയുടെ നെഞ്ചത്ത് ധൃതിപ്പെട്ടു മാറിമാറി വച്ചു നോക്കുകയും പൾസ് പിടിക്കുകയുമായിരുന്നു.

പിടയ്ക്കുന്ന ഹൃദയത്തോടെ ലോല പാത്രം മേശപ്പുറത്ത് വച്ച് ഓടി. അമ്മച്ചിയെ തൊട്ടു നോക്കി. തണുപ്പ് കൈയിലൂടെ അരിച്ചിറങ്ങുന്നു.

വിപിൻ തിരിഞ്ഞു ചോദിച്ചു.

'എപ്പോഴാണ് സാറാ, മാഡം രാവിലെ ഉണർന്നത്?'

ഉണർന്നില്ല, ഞാനും ഉറങ്ങിപ്പോയി. ഇപ്പോൾ എഴുന്നേറ്റ് അടുക്കളയിലേക്ക് പോയതേയുള്ളൂ.

വിപിൻ ആകാംക്ഷയോടെ ചോദിച്ചു.

'രാത്രി ഉറങ്ങിയിട്ട് സാറ മാഡം ഉണർന്നില്ലേ?'അയാൾ അവരുടെ കൺപോളകൾ തുറന്ന് ടോർച്ചടിച്ചു നോക്കി, വായ് തുറന്ന് അകം പരിശോധിച്ചു. നെഞ്ചിൽ അമർത്തിത്തിരുമ്മി. പിന്നെ പരിക്ഷീണനായി കസേരയിൽ ചാഞ്ഞിരുന്നു. ലോല വെപ്രാളപ്പെട്ടു.

'മരുന്നു കൊടുക്കുന്നതിന്റെ മയക്കമാണെന്നാ വിന്നി ചേച്ചി പറഞ്ഞത്. വേറെ എന്താ പ്രശ്നം സാർ? അയാൾ ഞെട്ടി തലയുയർത്തി.

മരുന്ന് എപ്പോഴാണ് കൊടുത്തത്?'

'സന്ധ്യക്കും കൊടുത്തു, രാത്രി വൈകി പിന്നെയും കൊടുക്കാൻ വിന്നിച്ചേച്ചി പറഞ്ഞു.' വേദനയില്ലാതെ കിടക്കട്ടെ എന്നു പറഞ്ഞു.

അയാൾ പെട്ടെന്നെണീറ്റ്, കൈകൾ കൂട്ടിത്തിരുമ്മി.

'മൈ ഗോഡ്! ഞാൻ പ്രത്യേകം പറഞ്ഞ് കൊടുത്തതല്ലേ. അര സ്പൂണിൽ കൂടുതൽ കൊടുക്കരുതെന്ന്. പുതിയ മോളീക്യൂളാണെന്ന് ഡോ. ജെന്നിക്കും ഡോ. വിന്നിക്കും അതറിയാമല്ലോ.'

ജെന്നി അകത്തേക്കു വന്നു. 'എന്താ ഡോ.വിപിൻ? വാട്ട് ഹാപ്പന്റ്?'

അയാൾ തിരിച്ചു ചോദിച്ചു.

'ആ മരുന്നിന്റെ ഡോസ് കറക്ടായിട്ടാണോ കൊടുത്തത്? ചെക്ക് ചെയ്തോ നിങ്ങൾ?'

ജെന്നി അലസമായി പറഞ്ഞു.

'ലോലയാണ് മെഡിസിനൊക്കെ കൊടുക്കുന്നത്. രാത്രി കൊടുത്തെന്നും പറഞ്ഞു.'

വിപിൻ സങ്കടത്തോടെ പറഞ്ഞു.

'എന്തായാലും, ഷീ ഈസ് നോ മോർ. പ്യൂപ്പിൾസ് നോക്കൂ. കൺസ്ട്രിക്ടഡ് ആണ്. മേ ബി ഡ്യൂ റ്റു ഓവർ ഡോസേജ്. നിങ്ങൾക്ക് മനസ്സിലാവുമല്ലോ?' ഭാവമാറ്റമൊന്നുമില്ലാതെ വിന്നി കടന്നുവന്നു, വിപിനോട് പറഞ്ഞു.

'ഡോസിന്റെ ഒന്നുമായിരിക്കില്ല. സയലന്റ് അറ്റാക്ക് ആയിക്കൂടേ? മമ്മി ഡയബറ്റിക് ആണ്.'

ഡോ. വിപിൻ പറഞ്ഞു, 'ഞാൻ പറഞ്ഞില്ലേ കൃഷ്ണമണി നോക്കൂ. റിയാക്ട് ചെയ്യുന്നില്ല. കൺട്രിക്ടഡ് ആണ്. ഞാനെന്താ വേണ്ടത്. റിപ്പോർട്ട് ചെയ്യണോ? അൺ നാച്ചുറൽ ഡെത്ത് എന്ന്? പോസ്റ്റുമോർട്ടം ചെയ്യട്ടെ?'

ജെന്നി തിടുക്കത്തിൽ പറഞ്ഞു.

'ആർക്ക് റിപ്പോർട്ട് ചെയ്യാനാണ്? ഞങ്ങൾക്കാർക്കും ഒരു കംപ്ലെയിന്റും ഇല്ല. അല്ലെങ്കിലും മമ്മീടെ കണ്ടിഷൻ വളരെ വളരെ ബാഡ് അല്ലേ. സെക്കന്റഡറീസ് ഒക്കെയായാൽ എത്രനാൾ വലിച്ചു നീട്ടാനാവും? ഏർലിയർ ദി ബെറ്റർ. ഞങ്ങൾക്കൊന്നും ലീവില്ല. ഞങ്ങൾക്കു തിരിച്ചു പോവണ്ടേ?'

ലോല ഇടിമിന്നലേറ്റ പോലെ മരവിച്ചുനിന്നു. ഡോ. വിപിൻ നിശ്ശബ്ദം കതകുചാരി പുറത്തേക്കു നടന്നു. ലോല നെഞ്ചുപൊട്ടിപ്പിളരുന്ന കരച്ചിലോടെ, വിന്നിയുടെ അടുത്തേക്ക് ഓടിച്ചെന്നു.

'വിന്നിച്ചേച്ചി എന്തിനാണ് എന്നോട് രണ്ടുനേരം മരുന്നുകൊടുക്കാൻ പറഞ്ഞത്? അമ്മച്ചി വേദനയെടുത്ത് കരഞ്ഞതുകൊണ്ടാണ് ഞാൻ. അല്ലെങ്കിലും എനിക്കെന്ത് അറിയാം. നിങ്ങൾക്കല്ലേ എല്ലാം അറിയുന്നേ? എന്നെക്കൊണ്ട് എന്താ നിങ്ങള് ചെയ്യിച്ചത്?'

ജെന്നി വലിഞ്ഞു മുറുകിയ മുഖവുമായി ലോലയുടെ അടുത്തേക്ക് വന്ന് കടുത്ത ശബ്ദത്തിൽ പറഞ്ഞു. 'ഒരു കാര്യം പറഞ്ഞേക്കാം. ഈ മരുന്നു കൂടുതൽ കൊടുത്തെന്ന് നീ ഒറ്റ ആളിനോടും മിണ്ടിപ്പോകരുത്! നീയാണ് മരുന്നെടുത്തു കൊടുത്തത്. എന്തെങ്കിലും കുഴപ്പം പറ്റിയാലും നിനക്കേ പറ്റൂ. നോക്കാൻ നിന്നവൾ മരുന്ന് ഡോസ് കൂട്ടിക്കൊടുത്തു കൊന്ന് എന്ന് പത്രത്തിലൊക്കെ വരുത്താൻ ഞങ്ങൾക്കറിയാം. അതു വേണോ? ഞങ്ങൾക്കാർക്കും പരാതിയില്ല. പിന്നെ നിനക്കാണോ ഇത്ര സങ്കടം?'

ലോലയ്ക്ക് ശരീരം കുഴഞ്ഞു തളരുന്നതുപോലെ തോന്നി. അവൾ കട്ടിലിന്റെ അഴികളിൽ പിടിച്ച് പതുക്കെ താഴെയിരുന്നു.

ജെന്നിയുടെയും വിന്നിയുടെയും മുഖങ്ങൾ കോപം കൊണ്ട് വികൃതമായിരുന്നു. ലോലയുടെ നേർക്ക് വിരൽ ചൂണ്ടി വിന്നി പറഞ്ഞു.

'അനങ്ങാതെ ഇവിടെ ഇരുന്നോ. വേണ്ട കാര്യങ്ങൾ ഞങ്ങൾ ചെയ്യാൻ പോവാണ്. മിണ്ടിപ്പോകരുത്.'

ലോല വിചാരിച്ചു, അപ്പോൾ മുതൽ ഈ മരവിച്ച തറയിൽ ഇരിക്കുന്നു. പുറത്തെ ബഹളവും ആരവവും കേൾക്കാതെ, ആളുകളുടെ സംസാരം കേൾക്കാതെ, കറുത്ത ശവപ്പെട്ടിയുടെ പൂപ്പൽ ഗന്ധമറിയാതെ, വിതറിയ റോസാപ്പൂക്കളുടെ മണമറിയാതെ, പ്രാർത്ഥനയുടെ ഈണം കേൾക്കാതെ.

അവസാനം ഹോണടിച്ച് ഒഴിഞ്ഞുപോകുന്ന വാഹനങ്ങൾ.

ത്രേസ്യ പാതിചാരിയ വാതിൽ പതുക്കെ തുറന്ന് അകത്തേക്ക് വന്ന് വ്യസനത്തോടെ പറഞ്ഞു.

'ലോലേ, എത്ര നേരമായി കൊച്ചേ ഈ ഇരുപ്പ് തുടങ്ങിയിട്ട്. വെള്ളം പോലും കുടിച്ചില്ലല്ലോ. വാ, വന്നെന്തെങ്കിലും കുടിക്കുകയോ കഴിക്കുകയോ ചെയ്യ്.'

ലോല പെട്ടെന്ന് അവരുടെ തോളിലേക്ക് ചാഞ്ഞു. ഉള്ളിൽ വിങ്ങിനിന്ന കദനഭാരം കുടമുടഞ്ഞതുപോലെ തുളുമ്പി ഒഴുകി. ഏങ്ങലടിച്ച് അവൾ പറഞ്ഞു.

'എനിക്കൊന്നും വേണ്ട, ഒന്നും.'

ത്രേസ്യ കണ്ണുകൾ തുടച്ച് എണീറ്റുപോയി. ലോല മുട്ടിൽ മുഖം ചേർത്തു വിങ്ങിപ്പൊട്ടി. ഈ ചിറ മുറിഞ്ഞൊഴുകുന്ന പാപക്കറ കഴുകിക്കളയാനാവുമോ? ശിരസ്സിൽ അഗ്നി വർഷിച്ച ശാപത്തെ ശമിപ്പിക്കാനാവുമോ?

ജനലിനപ്പുറത്ത് അസുരഗന്ധത്തോടെ പൂത്തുനിന്ന നാഗമരത്തിന്റെ ഊത നിറമാർന്ന പൂക്കൾ വേനൽക്കാറ്റിൽ ഞെട്ടറ്റ് വീണു. രക്തക്കറ പുരണ്ട മേനിയുമായി, ചന്ദ്രൻ, ഭീതിയുടെ കരിനിഴലുകൾ, ഇഴയുന്ന ഭൂമിയെ നോക്കി ആകാശക്കോണിൽ ഏകാകിയായി നില്ക്കുന്നു. പുഴക്കരയിലെ നീലമുളങ്കൂട്ടങ്ങളുടെ തേങ്ങൽ, ചുടുക്കാറ്റിൽ മറ്റൊലികൊണ്ടു. കറുത്ത രാത്രി വാതിലിനപ്പുറത്ത് ശ്വാസമടക്കി നിന്നു. പകുതി ചാരിയ വാതിൽ തുറന്ന്, ലോല പുഴയുടെ ഇരുളിലേക്കു നടന്നു.

www.ingramcontent.com/pod-product-compliance
Lightning Source LLC
LaVergne TN
LVHW100307051026
849517LV00006B/2219
* 9 7 8 9 3 9 0 3 0 1 7 8 2 *